കേരളത്തിലെ സോക്രട്ടീസ്

INSIGHT PUBLICA®

Nadakkavu, Kozhikode, Kerala, 673011
www. insightpublica. com
e-mail: insightpublica@gmail. com
Title: **Keralathile Socrates**
(Malayalam)
Author: **K Balakrishnan**
First Insight Edition: February 2024

Printed and Published by
InsightinPublica Printers & Publishers Pvt. Ltd.
ISBN 978-93-5517-682-0

കേരളത്തിലെ സോക്രട്ടീസ്

ജീവചരിത്രം

കെ. ബാലകൃഷ്ണൻ

INSIGHT PUBLICA®

1963 ഏപ്രിൽ 20-ന് കണ്ണൂർ ജില്ലയിലെ മയ്യിൽ ചെറുപഴശ്ശിയിൽ ജനിച്ചു. അച്ഛൻ: പരേതനായ എ. കെ കൃഷ്ണൻ നമ്പ്യാർ. അമ്മ: കെ. ശ്രീദേവി. മയ്യിൽ എൽ. പി സ്കൂൾ, മയ്യിൽ ഗവ. ഹൈസ്കൂൾ, തലശ്ശേരി ബ്രണ്ണൻ കോളേജ്, പട്ടാമ്പി ശ്രീ നീലകണ്ഠ സംസ്കൃത കോളേജ്, കോഴിക്കോട് സർവ്വകലാശാല, കണ്ണൂർ സെന്റർ എന്നിവിടങ്ങളിൽ വിദ്യാഭ്യാസം. മലയാളത്തിൽ എം. എ., ബി. എഡ്. ബിരുദം. ദേശാഭിമാനി കണ്ണൂർ ബ്യൂറോ ചീഫ്, ദേശാഭിമാനി വാരിക എഡിറ്റർ, മാതൃഭൂമി കണ്ണൂർ ബ്യൂറോ ചീഫ്, മാതൃഭൂമി ലീഡർ റൈറ്റർ എന്നീ നിലകളിൽ പ്രവർത്തിച്ചു.
വി. എസ്. അച്യുതാനന്ദൻ മുഖ്യമന്ത്രിയായിരിക്കെയും പ്രതിപക്ഷ നേതാവായിരിക്കെ രണ്ട് വർഷവും (2011-2013) പ്രസ് സെക്രട്ടറി. സി.ബി കുമാർ എൻഡോവ്മെന്റ് അവാർഡ്, എ. കെ. നായർ എൻഡോവ്മെന്റ് അവാർഡ്, പാട്യം ഗോപാലൻ അവാർഡ് എന്നിവ നേടിയിട്ടുണ്ട്. കേരള പ്രസ് അക്കാദമി അംഗം, ജുവൈനൽ ജസ്റ്റിസ് ബോർഡ് അംഗം, തഞ്ചാവൂരിലെ സൗത്ത് സോൺ കൾച്ചറൽസെന്റർ എക്സിക്യൂട്ടീവ് ബോർഡ് അംഗം, കണ്ണൂർ സർവകലാശാല സെനറ്റംഗം, കണ്ണൂർ സർവകലാശാല ജേണലിസം ആന്റ് മാസ് കമ്മ്യൂണിക്കേഷൻ ബോർഡ് ഓഫ് സ്റ്റഡീസ് അംഗം എന്നീ നിലകളിൽ പ്രവർത്തിച്ചു.
കാസർക്കോടൻ ഗ്രാമത്തിലൂടെ, ഏഴിമല, കണ്ണൂർ കോട്ട, പഴശ്ശിയും കടത്തനാടും, ഗുണ്ടർട്ടിന്റെ നാട്ടിൽ, ഹെർമൻ ഗുണ്ടർട്ട്........, ജനാധിപത്യ കേരളം, കമ്യൂണിസ്റ്റ് കേരളം തുടങ്ങിയവയാണ് പ്രധാന കൃതികൾ.

കെ. ബാലകൃഷ്ണൻ

ആമുഖം

കേസരിയെ സോക്രട്ടീസായി പലരും വിശേഷിപ്പിച്ചിട്ടുണ്ട്. കുറ്റിപ്പുഴയും വി.ടിയുമെല്ലാം. ഇടശ്ശേരി, അക്കിത്തം എന്നിവരോടൊപ്പം മാടവനപ്പറമ്പിൽ കേസരിയെ സന്ദർശിച്ചതിന്റെ അനുഭവം വി.ടി. ഭട്ടതിരിപ്പാട് എഴുതിയപ്പോൾ നൽകിയ തലക്കെട്ട് 'കേരളത്തിലെ സോക്രട്ടീസ്' എന്നാണ്. ഈ പുസ്തകത്തിന്റെ പേരായി അത് സ്വീകരിക്കുകയാണ്.

ഒമ്പതാം ക്ലാസിൽ പഠിക്കുമ്പോഴാണ് കേസരിയെ ആദ്യമായി കണ്ടത്. കേരള പാഠാവലിയിൽ അന്ന് കേസരിക്കും സ്ഥാനമുണ്ടായിരുന്നു. 'സമുദായത്തിലെ വിഷം തീനികൾ' എന്ന ഉജ്ജ്വലമായ പ്രബന്ധം. ആ പാഠത്തിലൂടെ ഒരു യഥാർത്ഥ വിപ്ലവകാരിയെ ആദ്യം കാണുകയായിരുന്നു. മൂന്നു വർഷത്തിനുശേഷം തലശ്ശേരിയിൽ കേസരിയുടെ ഇരുപതാം ചരമവാർഷികം ദേശാഭിമാനി സ്റ്റഡിസർക്കിൾ വക ആചരിച്ചപ്പോൾ സംബന്ധിക്കാൻ കഴിഞ്ഞു. അതിൽ കേസരിയുടെ ചരിത്ര ഗവേഷണങ്ങളും മറ്റും പണ്ഡിതമൂഢത്വത്തിന്റെ തെളിവാണെന്ന ആക്ഷേപത്തെക്കുറിച്ച് അവസാനം പ്രസംഗിച്ച എം. എൻ. വിജയൻ മാസ്റ്റർ അത്യന്തം വികാരാധീനനായി. 'കേസരി ഈ യുഗത്തിന്റെ ചിന്തകനല്ല, വരാനിരിക്കുന്ന യുഗത്തിന്റെ ചിന്തകനാണ്' എന്നാണ് അദ്ദേഹം പറഞ്ഞത്.

ബിരുദപഠനത്തിന് കേസരിയുടെ രണ്ടു പുസ്തകങ്ങൾ പഠിക്കാനുണ്ടായിരുന്നു. സാങ്കേതിക ഗ്രന്ഥനിരൂപണങ്ങളും കുറേക്കൂടി സാങ്കേതിക

ഗ്രന്ഥനിരൂപണങ്ങളും. ആ പുസ്തകങ്ങൾ പക്ഷേ ലഭ്യമായിരുന്നില്ല. വർഷങ്ങൾക്കുശേഷം ആ പുസ്തകങ്ങളിലെ ലേഖനങ്ങൾ കൂടി ഉൾപ്പെട്ട 'കേസരിയുടെ സാഹിത്യവിമർശനങ്ങൾ' പുറത്തുവന്നു. പിന്നീട്, കേസരിയുടെ പുസ്തകങ്ങൾ പ്രസിദ്ധീകരിക്കുന്നതിനുള്ള പ്രവർത്തനത്തിൽ പങ്കാളിയാകാൻ അവസരം ലഭിച്ചു. കേസരിയുടെ അമ്പതാം ചരമവാർഷിക വേളയിൽ തിരുവനന്തപുരത്ത് പ്രതിമാസ്ഥാപനം, പുതുതായി കണ്ടുകിട്ടിയ ലേഖനങ്ങളും കൂടി ചേർത്ത് സമ്പൂർണ സാഹിത്യവിമർശനത്തിന്റെ പ്രസാധനം, മലയാളത്തിലുള്ള ചരിത്രഗവേഷണങ്ങളുടെ പ്രസാധനം (നാല് വാല്യങ്ങൾ) എന്നിവ യാഥാർഥ്യമായി. അതിലെല്ലാം സംയോജകൻ എന്ന നിലയിൽ ഭാഗഭാക്കാകാൻ കഴിഞ്ഞു. ഇംഗ്ലീഷിലുള്ള ചരിത്ര ഗവേഷണ ഗ്രന്ഥം കേരള സർവകലാശാല പ്രസിദ്ധപ്പെടുത്തിയത് 2009-ലാണ്. കേസരി, പ്രബോധകൻ പത്രങ്ങളുടെ മുഴുവൻ ശേഖരവും കണ്ടെടുത്ത് പുരാരേഖാ വകുപ്പിൽ ലഭ്യമാക്കാൻ കഴിഞ്ഞതും ഈ കാലയളവിലാണ്.

എന്നാൽ, 'കേസരി വരാനിരിക്കുന്ന യുഗത്തിന്റെ ചിന്തകനായി' ഇപ്പോഴും തുടരുകയാണ്. സ്ഫോടനാത്മകവും വിപ്ലവകരവും അത്യന്തം മാനുഷികവുമായ ആ ചിന്തയിലേക്ക് അധികമാളുകൾ ഇനിയും ശ്രദ്ധിച്ചുതുടങ്ങിയിട്ടില്ല. സ്കൂൾ- സർവകലാശാലാ പാഠപുസ്തകങ്ങളിൽ നിന്നും കേസരി പൂർണമായും ഒഴിച്ചുനിർത്തപ്പെട്ടിരിക്കുകയുമാണ്.

കേസരിയുടെ 125-ാമത് ജന്മവാർഷികമാണിത്. ഈ അവസരത്തിൽ കേസരിയുടെ ചിന്താലോകത്തേക്ക് പുതിയ തലമുറയിലെ വായനക്കാരെയും വിദ്യാർത്ഥികളെയുമെല്ലാം ആകർഷിക്കുന്നതിന് അവർക്കൊരു 'പ്രവേശക'മായി സഹായകമാകാൻ ഒരു പുസ്തകം- അതാണ് ഈ പുസ്തകംകൊണ്ട് ഉദ്ദേശിച്ചിട്ടുള്ളത്. ഇതൊരു സമ്പൂർണ്ണ ജീവചരിത്രമല്ല, സമ്പൂർണ്ണ പഠനവുമല്ല- കേസരിയിലേക്ക് ഒരു ചൂണ്ടുപലക മാത്രമാണ്. കേസരിയെക്കുറിച്ച് ഇതേവരെ എഴുതിയിട്ടുള്ള എല്ലാവരോടും ഇതിന് കടപ്പെട്ടിരിക്കുന്നു.

കേസരിയുടെ ചരിത്രഗവേഷണങ്ങൾ പുസ്തകരൂപത്തിൽവന്നു കാണുന്നതിനുമുമ്പ് നമ്മെ വിട്ടുപിരിഞ്ഞ വിജയൻ മാസ്റ്ററുടെ സ്മരണയ്ക്കുമുമ്പിൽ ഈ പുസ്തകം സമർപ്പിക്കുന്നു.

കണ്ണൂർ
1-9-2013

കെ. ബാലകൃഷ്ണൻ

ഉള്ളടക്കം

ഒരു വിപ്ലവകാരി ജനിക്കുന്നു

"എനിക്ക് കഷ്ടിച്ച് ഒന്നര വയസ്സുള്ളപ്പോൾത്തന്നെ എന്റെ അനുജൻ ഡോ. എ.പി പിള്ളയ്ക്ക് ജന്മം കൊടുത്തു. അതുകൊണ്ട് എന്നെ ലാളിക്കാനോ എനിക്ക് വാത്സല്യം പകർന്നുതരാനോ ശ്രദ്ധിക്കാൻപോലുമോ അമ്മയ്ക്കു കഴിഞ്ഞില്ല. മാതാപിതാക്കളിൽനിന്ന് പ്രത്യേക ശ്രദ്ധയും പരിലാളനയും കിട്ടാത്തതിനാൽ കൊച്ചുന്നാളിലേ ഞാൻ എന്റെ മനസ്സിന്റെ മാത്രം ലോകത്തിൽ വീണു. ഒറ്റപ്പെട്ടവനായി. മാത്രവുമല്ല, ബോധമുദിക്കുന്ന കാലത്തുതന്നെ ഞാൻ ഇന്നത്തെ ലോകത്തുനിന്നും തീർത്തും വ്യത്യസ്തവും അപരിചിതവുമായ ചുറ്റുപാടിൽ ജീവിക്കാൻ താൽപ്പര്യപ്പെട്ടു. സ്വന്തം പദ്ധതിക്കൊത്ത് ഈ ലോകത്തെ പുതുക്കിപ്പണിയാൻ എനിക്ക് അസാധാരണമായ ശക്തിവിശേഷം കൈവരുമെന്ന് അന്ന് സ്വപ്നം കണ്ടു. പക്ഷേ, ആ പദ്ധതിയുടെ വിശദാംശങ്ങൾ പിന്നീട് എന്റെ മനസ്സിൽ വ്യക്തമായി രൂപപ്പെട്ടില്ല. എന്നാൽ ഒരു കാര്യം വ്യക്തമായിരുന്നു. ഈ ലോകത്തെ പുതുക്കിപ്പണിയാനും സാധാരണക്കാർക്ക് ഒരു നവലോകം തുറന്നുകൊടുക്കാനുതകുന്നതുമാണ് ആ പദ്ധതി എന്നതാണത്. എന്നിലെ വിപ്ലവകാരിയുടെ ആദിബീജം ഇവിടം മുതൽ കാണാം...

....മാക്സ് നോർഡോയുടെ ഡീ ജനറേഷൻ എന്ന ഗ്രന്ഥത്തിൽ എഴുത്തുകാരുടെ അപൂർവ വ്യക്തിത്വത്തെയും വിപ്ലവ പ്രകൃതത്തെയും കുറ്റപ്പെടുത്തിയിട്ടുണ്ട്. നോർഡോ കുറ്റപ്പെടുത്തിയ എഴുത്തുകാരോട് എനിക്ക് അനുതാപമുണ്ടായി... നോർഡോ ആഘാതമേൽപ്പിച്ച

എഴുത്തുകാരെ ന്യായീകരിക്കാനും മഹത്ത്വവൽക്കരിക്കാനും ഞാൻ ഹാർദമായി ആഗ്രഹിച്ചു. ഇവിടെനിന്നാണ് എന്നിലെ എഴുത്തുകാരനും കലാവിമർശകനും ജന്മമെടുത്തത്.

എന്റെ സങ്കൽപ്പത്തിലെ നവലോകം പടുത്തുയർത്തുന്നതിനുള്ള ഒരു മാധ്യമമെന്ന നിലയിലാണ് പത്രപ്രവർത്തനത്തെ തെരഞ്ഞെടുത്തത്. എന്റെ സ്വപ്നത്തിലെ നവലോകം സാക്ഷാത്കരിക്കുന്നതിനുള്ള ഏറ്റവും ശക്തമായ ഉപകരണമെന്ന നിലയിലാണ് ഞാൻ ആ തൊഴിലിനെ ഇഷ്ടപ്പെട്ടത്. നവലോകം സൃഷ്ടിക്കാനുള്ള വിപ്ലവത്തിന് ആശയദാർഢ്യം നൽകാനുള്ള തെളിവുകൾ ശേഖരിക്കുകയായിരുന്നു ഞാൻ ചരിത്രഗവേഷണത്തിലൂടെ ലക്ഷ്യമാക്കിയത്. അതായത് പഴയ ലോകത്തിലെയും പുതിയ ലോകത്തിലെയും ചിന്തകളുടെയും പ്രവൃത്തികളുടേയും പരിപൂർണ വൈജാത്യം വർത്തമാനകാല സമുദായത്തെ ബോധ്യപ്പെടുത്തി ഇന്നത്തെ അവസ്ഥ മാറ്റാൻ അവരെ നിർബന്ധിക്കുകയാണ് ആ ഗവേഷണത്തിന്റെ ഒരു ലക്ഷ്യം. കാരണം, മാറ്റമോ പരിണാമമോ വിപ്ലവമോ ആണ് ജീവിതത്തിന്റെ മൗലിക തത്ത്വം എന്നതുതന്നെ. പടിപടിയായുള്ള മാറ്റമല്ല, വിപ്ലവമാണ് ഞാൻ ആഗ്രഹിക്കുന്നത്."

മലയാള പത്രപ്രവർത്തന മേഖലയിലും സാഹിത്യരംഗത്തും ചരിത്ര ഗവേഷണത്തിലുമെല്ലാം വിപ്ലവം സൃഷ്ടിച്ച കേസരി എ ബാലകൃഷ്ണപിള്ള തന്റെ സ്വത്വത്തെക്കുറിച്ച് കാച്ചിക്കുറുക്കി പറഞ്ഞതാണിത്.

കൊല്ലവർഷം 1104 മേടം രണ്ടാം തീയതി (1889 ഏപ്രിൽ 13) തിരുവനന്തപുരം തമ്പാനൂർ പുളിക്കൽ മേലേവീട്ടിൽ, കുട്ടപ്പൻ എന്ന എ ബാലകൃഷ്ണപിള്ള പിറന്നു. നെയ്യാറ്റിൻകര തലയൽ പ്രദേശത്തുനിന്നും തിരുവനന്തപുരം നഗരത്തിലേക്കു മാറി താമസമാക്കിയ അലനാട്ട് തറവാട്ടിലെ പാർവതിയമ്മയുടെയും മൂവാറ്റുപുഴക്കടുത്ത് കീഴില്ലം ഗ്രാമത്തിൽ വടക്കുഞ്ചേരി അകത്തൂട്ടുമഠത്തിൽ ദാമോദരൻ കർത്താവിന്റെയും മൂത്ത പുത്രൻ.

തിരുവിതാംകൂർ രാജാവിന്റെ സൈന്യത്തിൽ പ്രവർത്തിക്കുന്നവരായിരുന്നു പാർവതിയമ്മയുടെ കുടുംബത്തിൽ ഏറെപ്പേരും. കുറെപ്പേർ കൃഷിക്കാരും. മൂവാറ്റുപുഴയിലെ വലിയ ജന്മി കുടുംബത്തിൽ പിറന്ന ദാമോദരൻ കർത്താവ് സംസ്കൃതത്തിൽ മഹാപണ്ഡിതനും അറിയപ്പെടുന്ന കവിയുമായിരുന്നു. കൊട്ടാരത്തിൽ എന്തെങ്കിലും ജോലി നേടുക എന്ന ഉദ്ദേശ്യത്തോടെയാണ് കർത്താവ് തിരുവനന്തപുരത്തെത്തിയത്. കർത്താവിന്റെ പ്രകൃതത്തിലും വ്യക്തിത്വത്തിലും പാണ്ഡിത്യത്തിലും കവിത്വത്തിലും മതിപ്പുതോന്നിയ വിശാഖം തിരുനാൾ മഹാരാജാവ്

ഉടനെ നിയമനം നൽകുകയും ചെയ്തു. കൊട്ടാരത്തിലെ രാമായണ-മഹാഭാരത പാരായണ ചുമതല; തുടർന്ന് തന്റെ മകൻ അരുമന ശ്രീനാരായണൻ തമ്പിയുടെയും ശ്രീമൂലം തിരുനാളിന്റെ പുത്രനായ വേലായുധൻ തമ്പിയുടെയും സംസ്കൃതാധ്യാപകൻ. അങ്ങനെ കൊട്ടാരസദസ്സിലെ സംസ്കൃത പണ്ഡിതനായി പ്രവർത്തിക്കെയാണ് അലനാട്ട് പാർവതിയെ കാണുന്നതും അനുരക്തനാവുന്നതും വിവാഹിതനാകുന്നതും. കൊട്ടാരത്തിലെ അധ്യാപക ജോലിയിൽനിന്ന് ഒഴിവാക്കപ്പെട്ടശേഷം കോട്ടയ്ക്കകം പെൺപള്ളിക്കൂടത്തിൽ സംസ്കൃത മുൻഷിയായി നിയമിതനായി. നിരവധി പരിഭാഷകൾ നിർവ്വഹിച്ചതിനുപുറമെ ഇന്ദുമതീ സ്വയംവരം ഓട്ടൻതുള്ളൽ, വരാഹാവതാരം ആട്ടക്കഥ, ഗരുഡപുരാണം കിളിപ്പാട്ട് തുടങ്ങിയ സ്വതന്ത്രകൃതികൾ രചിക്കുകയും ചെയ്തു. ദാമോദരൻ കർത്താ- പാർവതിയമ്മ ദമ്പതികൾക്ക് രണ്ടാമതൊരു കുഞ്ഞു കൂടിയുണ്ടായി- പപ്പുണ്ണി അഥവാ പത്മനാഭപിള്ള (ഡോക്ടർ എ.പി പിള്ള). 1896-ൽ കർത്താ- പാർവതിയമ്മ ബന്ധം അവസാനിച്ചശേഷം പുനർവിവാഹിതയായ പാർവതിയമ്മക്ക് തങ്കപ്പൻ (ചന്ദ്രശേഖരപിള്ള) എന്ന ഒരു മകൻ കൂടിയുണ്ടായി. തമ്പാനൂരിൽ അലനാട്ടുവീട്ടിൽ അമ്മാവനായ അയ്യപ്പൻപിള്ളയുടെ സംരക്ഷണയിലാണ് ബാലകൃഷ്ണപിള്ള പിന്നീട് വളർന്നത്. കൊല്ലത്തും കരുനാഗപ്പള്ളിയിലും തിരുവനന്തപുരത്തും തഹസിൽദാർ പദവിയിൽ പ്രവർത്തിച്ച ഉദ്യോഗസ്ഥനായിരുന്ന അയ്യപ്പൻപിള്ള.

ഗാന്ധാരി അമ്മൻ കോവിലിനടുത്ത് ഒരു കുടിപ്പള്ളിക്കൂടം, വഞ്ചിയൂരിൽ എൽ. പി സ്കൂൾ, കൊല്ലം ഹൈസ്കൂൾ, തിരുവനന്തപുരം മഹാരാജാസ് ഹൈസ്കൂൾ എന്നിവിടങ്ങളിൽ സ്കൂൾ വിദ്യാഭ്യാസം. സ്കൂൾ ഫൈനൽ ക്ലാസിലും തുടർന്ന് കോളേജിലും പട്ടംതാണുപിള്ളയും കോളേജ് ക്ലാസിൽ ടി. എം വർഗീസും സഹപാഠികൾ. തിരുവനന്തപുരം മഹാരാജാസ് കോളേജിൽ നിന്ന് എഫ് എ (പ്രീ ഡിഗ്രി) പരീക്ഷ 1906-ൽ പ്രശസ്തമായി പാസ്സായി. 1908-ൽ ചരിത്രത്തിൽ ഒന്നാം ക്ലാസോടെയും രാഷ്ട്രതന്ത്രത്തിൽ പ്രസിഡൻസിയിൽ ഒന്നാം സ്ഥാനത്തോടെയും ബി. എ. പാസ്സായി.

1909-ൽ തിരുവനന്തപുരത്ത് വനിതാ കോളേജിൽ ചരിത്രാധ്യാപകനായി നിയമിക്കപ്പെട്ടു. 1917 വരെ ആ ഉദ്യോഗത്തിൽ തുടർന്നു. ഒരിടവേളയിൽ ഹൈസ്കൂൾ അധ്യാപകനായും തിരുവനന്തപുരം മഹാരാജാസ് കോളേജ് ട്യൂട്ടറായും പ്രവർത്തിച്ചു. അതിനിടെ ലോകോളേജിൽ നിശാക്ലാസിൽ ചേർന്ന് ബി. എൽ ബിരുദവും കരസ്ഥമാക്കി (1913).

ബി. എൽ പാസ്സായിട്ടും നാല് വർഷം കഴിഞ്ഞുമാത്രമാണ് ബാലകൃഷ്ണപിള്ള സനതെടുത്തതും ഹൈക്കോടതിയിൽ പ്രാക്ടീസ് തുടങ്ങിയതും. സിവിൽ കേസുകൾക്കായി ഹാജരായിക്കൊണ്ടിരുന്ന ബാലകൃഷ്ണപിള്ള ഒരു കൊലക്കേസിൽ സെഷൻസ് കോടതിയിൽ ഹാജരാവുകയുണ്ടായി. സാക്ഷികളെ പഠിപ്പിക്കലും കള്ളസാക്ഷി പറയലുമെല്ലാം ചേർന്ന ധാർമ്മികതയ്ക്ക നിരക്കാത്ത പ്രവൃത്തികൾക്കൂടാതെ വക്കീൽ പണി പറ്റില്ലെന്നു വേഗം തന്നെ തിരിച്ചറിഞ്ഞ അദ്ദേഹം വക്കീൽ പ്രവൃത്തിയിൽനിന്നും അതിവേഗം പിൻവലിയാൻ തുടങ്ങി. വക്കീലായാൽ ലഭിക്കുന്ന വരുമാനം ക്ലിപ്തമല്ലെന്നതിനാലാണ് അധ്യാപക ജോലി രാജിവെക്കാൻ നാല് വർഷമെടുത്തത്. കാരണം, മെഡിസിന് പഠിക്കുന്ന അനുജൻ എ.പി പിള്ളക്ക് മുടങ്ങാതെ പണമയച്ചേ പറ്റൂ. പ്രശസ്തനായ ഡോക്ടറും ലൈംഗിക ശാസ്ത്രജ്ഞനും ഗ്രന്ഥകാരനുമായി മാറിയ ഈ അനുജനാണ് ബാലകൃഷ്ണപിള്ളക്ക് ഇംഗ്ലണ്ടിൽനിന്നും മറ്റും അപ്പപ്പോൾ ഗ്രന്ഥങ്ങൾ എത്തിച്ചുകൊടുത്തത്. തിരുവനന്തപുരം പബ്ലിക് ലൈബ്രറിയിലെ ഗ്രന്ഥങ്ങൾക്ക് പുറമെ വിവിധ രാജ്യങ്ങളിൽ അന്ന് പുറത്തിറങ്ങിക്കൊണ്ടിരുന്ന നാനാ വിഷയങ്ങളിലെ പുസ്തകങ്ങളും ബാലകൃഷ്ണപിള്ളക്ക് പ്രാപ്യമായത് അനുജൻ മുഖേനയാണ്. ഡോക്ടർ എ.പി പിള്ള ലൈംഗിക ശാസ്ത്രവുമായി ബന്ധപ്പെട്ട നിരവധി ഗ്രന്ഥങ്ങളുടെ കർത്താവാണ്.

വക്കീൽ പ്രവൃത്തിയിൽ താത്പര്യം കുറഞ്ഞ ബാലകൃഷ്ണപിള്ള ഏതുവിധേനയും ഗൗൺ ഉപേക്ഷിക്കാൻ അവസരം കാത്തുനിന്നു. കോടതിയിൽ പോയെന്നുവരുത്തിക്കൊണ്ടിരുന്ന ആ ഘട്ടത്തിൽ വായനയ്ക്കൊപ്പം ഗ്രന്ഥരചനയിലേക്കും അദ്ദേഹം ശ്രദ്ധ തിരിച്ചു. പുരാവസ്തുശാസ്ത്രം, ജ്യോതിഷം, കൈരേഖാശാസ്ത്രം, മുഖലക്ഷണശാസ്ത്രം എന്നിവയുടെ വിശേഷാൽ പഠനത്തിനും വക്കീൽവേലയിലെ ഒഴിവുസമയം അദ്ദേഹം വിനിയോഗിച്ചു.

ഇതേ സന്ദർഭത്തിലാണ് കിച്ചനർ പ്രഭു, ഹ്യൂയാൻസാങ്ങ്, ചില ആഫ്രിക്കാൻ സഞ്ചാരികൾ, ബാബിലോണും നിനെവയും തുടങ്ങിയ കൃതികൾ എഴുതി പ്രസിദ്ധപ്പെടുത്തുന്നത്. മദ്രാസിലെ ലോംഗ്മൻസ് ഗ്രീൻവ എന്ന പ്രസാധകനുവേണ്ടി എഴുതിക്കൊടുത്ത (1916) തിരുവിതാംകൂർ ചരിത്രം പാഠപുസ്തകമാണ് ബാലകൃഷ്ണപിള്ളയുടെ ആദ്യ പുസ്തകം.

ആദ്യകൃതികളിലൊന്നായ ബാബിലോണും നിനെവയും കണ്ടവരാരും ജീവിച്ചിരിക്കുകയോ അതിന്റെ ഒരു പ്രതിയെങ്കിലും

അവശേഷിക്കുകയോ ചെയ്തിട്ടില്ലെങ്കിലും ആ ലഘുകൃതി ബാലകൃഷ്ണ പിള്ള എന്ന വിപ്ലവകാരിയായ ചരിത്രകാരന്റെ ഗവേഷണ സഞ്ചാര ത്തിന്റെ ആദ്യത്തെ ചുവടുവെപ്പായിരുന്നുവെന്ന് നിസ്സംശയം പറയാം. നിനെവയും ബാബിലോണും ബഹറിനും ഖത്തറും ഒമാൻ കടലിട്ടു ക്കുമൊക്കെയാണ് ആ മഹാപ്രതിഭയുടെ നെറ്റിക്കണ്ണിൽ എപ്പോഴും തെളിഞ്ഞുനിന്നത്.

കുടുംബം

ഇരുപത്തെട്ടാംവയസ്സിൽ, 1917 ഏപ്രിൽ എട്ടിന് ബാലകൃഷ്ണപിള്ള വിവാഹിതനായി. അമ്മാവനും സംരക്ഷകനുമായ അയ്യപ്പൻപിള്ളയുടെ ഭാര്യയുടെ സഹോദരിയുടെ മകളായ ചെല്ലമ്മ എന്ന ഗൗരിക്കുട്ടിയാണ് വധു. എറണാകുളം ജില്ലയിലെ വടക്കൻപറവൂർ വയൽവീട് മഠത്തിലെ കാവുക്കുട്ടിയമ്മയുടെയും പറവൂർ എടയാളി വീട്ടിലെ ഇ. എൻ കൃഷ്ണപിള്ളയുടെയും മകളാണ് ചെല്ലമ്മ. പറവൂർ മാടവനപ്പറമ്പിൽ നടന്ന വിവാഹത്തിനുശേഷം കെട്ടുവള്ളത്തിൽ ഏതാനും ദിവസം യാത്ര ചെയ്ത് അവർ തമ്പാനൂരിലെത്തി. അവിടെ അലനാട്ട് വീട്ടിൽ നവദമ്പതികളെ സ്വീകരിക്കാനെത്തിയവരിൽ അച്ഛൻ ദാമോദരൻ കർത്താവുമുണ്ടായിരുന്നു. ബാലകൃഷ്ണപിള്ളയെ അത് ഏറെ ആഹ്ലാദിപ്പിച്ചു.

ബാലകൃഷ്ണപിള്ള-ഗൗരിയമ്മ ദമ്പതികൾക്ക് രണ്ട് കുഞ്ഞുങ്ങളുണ്ടായി. രണ്ടാമത്തെ കുഞ്ഞ് ഏതാനും മാസം മാത്രമാണ് ജീവിച്ചത്. 1918 ഫെബ്രുവരിൽ 21-ന് ജനിച്ച ആദ്യ മകൾ ശാരദ എട്ടാം വയസ്സിൽ മരിച്ചു. കടുത്ത ദാരിദ്ര്യം കാരണവും 'മറ്റു തിരക്കുകളാലും' മകളെ വേണ്ടവിധം ശുശ്രൂഷിക്കാനോ ആവശ്യമായ വിദഗ്ധ ചികിത്സ ലഭ്യമാക്കാനോ കഴിഞ്ഞില്ലെന്ന കുറ്റബോധം ബാലകൃഷ്ണപിള്ളയെ അവസാനംവരെ അലട്ടിയിരുന്നു.

"കുട്ടികളെ കാണുമ്പോൾ, പ്രത്യേകിച്ചും ഭാര്യാസഹോദരിമാരുടെ കുട്ടികളെ കാണുമ്പോൾ മരിച്ചുപോയ മകളെക്കുറിച്ചുള്ള ഓർമ്മ

മനസ്സിലെത്തും. മരണത്തിന് മുമ്പെ അവൾക്ക് വാത്സല്യം നൽകാൻ കഴിയാത്ത ഞാൻ ആ ഓർമ്മവന്നാൽ കുറേ നേരത്തോളം കഠിന ദുഃഖത്തിൽ മുങ്ങിപ്പോകും. ഭാഗ്യത്തിന് പെട്ടെന്നുതന്നെ ചരിത്രഗവേഷണത്തെക്കുറിച്ചുള്ള ഓർമ്മ മനസ്സിലുദിക്കുകയും ദുഃഖം മറന്നുപോവുകയും ചെയ്യും" എന്ന് കേസരി ഒരിക്കൽ വെളിപ്പെടുത്തുകയുണ്ടായി.

പത്രപ്രവർത്തന രംഗത്ത് കടുത്ത ദുരനുഭവങ്ങളുണ്ടായതിനെത്തുടർന്ന് 'ഇനി മുതൽ സ്വന്തം പത്രം സ്വന്തം പ്രസിൽ അച്ചടിച്ച് പ്രസിദ്ധപ്പെടുത്താനേ താനുള്ളൂ' എന്ന് ശപഥം ചെയ്ത ബാലകൃഷ്ണപിള്ള തിരുവനന്തപുരത്ത് പുളിമൂട്ടിൽ ആരംഭിച്ച പ്രസ്സിന് അകാലത്തിൽ മരിച്ച ശാരദയുടെ പേരാണിട്ടത്.

ശാരദയുടെ മരണത്തോടെ ബാലകൃഷ്ണപിള്ളയുടെ വീട് പൂർണമായും 'മൂക'മായി. ദാരിദ്ര്യത്തിലും വേദനകളിലും മുഴുകി. എന്നാൽ അതെല്ലാം പൂർണമായും അവഗണിച്ച് 'നവലോക' സൃഷ്ടിക്കുവേണ്ടിയുള്ള ഹെർക്കുലിയൻ പ്രവർത്തനവുമായി ബാലകൃഷ്ണപിള്ള. അതിന് പൂർണ പിന്തുണ നൽകിക്കൊണ്ട് ഗൗരിയമ്മ. ആ കുടുംബത്തിൽ അന്ത്യംവരെ കൂട്ടായി പൂച്ചകളുമുണ്ടായിരുന്നു. തികച്ചും ഗൗരവപ്രകൃതിയെങ്കിലും ബാലകൃഷ്ണപിള്ളക്ക് പൂച്ചകളോട് വലിയ വാത്സല്യമായിരുന്നു. കുടുംബജീവിതത്തെക്കുറിച്ച് ബാലകൃഷ്ണപിള്ള ആത്മകഥാക്കുറിപ്പിൽ എഴുതുന്നു: 'തുടർച്ചയായി അക്ഷീണം പ്രവർത്തിക്കാനുള്ള എന്റെ കഴിവ് അസാധാരണമാണ്. യൗവനത്തിലും മധ്യവയസ്സിലും രാവിലെ മുതൽ അർധരാത്രിവരെ ക്ഷീണമേതുമറിയാതെ ഞാൻ ജോലി ചെയ്യാറുണ്ട്. അന്നൊക്കെ എന്റെ ഏക ആഡംബരം നല്ല കടുപ്പമുള്ള കാപ്പി കുടിക്കലും പുകയിലമുറുക്കും ആയിരുന്നു. വയസ്സായതോടെ കാപ്പിക്കുപകരം ഞാൻ ചായ ഇഷ്ടപ്പെട്ടുന്നു. രാവിലെ കടുപ്പമുള്ള ഒരു ചായയെങ്കിലും കിട്ടാതെ എനിക്ക് ജോലി ചെയ്യാൻ കഴിയില്ല... ജോലി ചെയ്യുമ്പോൾ ചുറ്റുപാടിനെയും സ്വന്തം വിശപ്പിനെയും ഞാൻ മറന്നുപോകുന്നു. ഭാര്യ അത് ഓർമ്മിപ്പിക്കുന്നതുവരെ.

രാഷ്ട്രീയത്തെയോ സാഹിത്യത്തെയോ ചിത്രകലയെയോ പുരാചരിത്രത്തെയോ കുറിച്ചുള്ള ഏതെങ്കിലും പ്രശ്നമാണ് ഞാൻ എപ്പോഴും ചിന്തിച്ചത്. ഭാര്യയോടോ അപൂർവമായി വീട്ടിലെത്തുന്ന അതിഥികളോടോ സംസാരിക്കാൻ എനിക്ക് നിമിഷങ്ങൾ മാത്രമേ നീക്കിവെക്കാൻ പറ്റിയുള്ളു. എന്റെ ഈ സ്വഭാവം അറിയാവുന്ന അവർ ഇതേക്കുറിച്ച് പറഞ്ഞ് ചിരിക്കാറുണ്ട്.... ഇക്കാരണത്താൽത്തന്നെ മാസങ്ങളോളം എന്റെ ഭാര്യ അയൽക്കാരോടും അതിഥികളോടും മാത്രം സംസാരിച്ച് നേരം പോക്കി. അടുത്ത സുഹൃത്തുക്കളോട് സംസാരിച്ചിരിക്കെത്തന്നെ,

അവർ വരുന്നതിനുമുമ്പ് ഞാൻ ആലോചിച്ചുകൊണ്ടിരുന്ന പ്രശ്നത്തിലേക്ക് മനസ്സ് 'വ്യതി'ചലിക്കുകയും അവർ പറയുന്നത് ശ്രദ്ധിക്കാൻ കഴിയാതാവുകയും ചെയ്യാറുണ്ട്. എന്റെ സ്വഭാവത്തിലെ ഈ പ്രത്യേകത കുട്ടികളില്ലാത്ത ഞങ്ങളുടെ വീടിനെ കൂടുതൽ ഏകാന്തമാക്കി. ഈ ഏകാന്തതയെക്കുറിച്ച് ഒരു വർഷം കൂടുമ്പോഴോ മറ്റോ ഞാൻ വേവലാതിപ്പെടുകയും ഭാര്യയോട് സംസാരിക്കാൻ അരമണിക്കൂറെങ്കിലും നീക്കിവെക്കാൻ ശ്രമിക്കുകയും ചെയ്യും. പക്ഷേ പെട്ടെന്നുതന്നെ ഞാൻ പ്രായോഗികജീവിതത്തിൽ നിന്നും പഴയ ഏകാന്തചിന്തയിലേക്കുതന്നെ വീണു പോവുകയും ചെയ്യും...'

കടുത്ത ദാരിദ്ര്യവുമായി മല്ലിട്ട് തീരാദുഃഖങ്ങളെ മറക്കാൻ ശ്രമിച്ച് രണ്ട് രോഗികൾ തിരുവനന്തപുരത്തും പിന്നെ വടക്കൻ പറവൂരിലുമായി ജീവിതത്തോട് പടവെട്ടി നീങ്ങി.

1942 സെപ്തംബർ മൂന്നിനാണ് ജന്മനാടായ തിരുവനന്തപുരത്തോട് എന്നെന്നേക്കുമായി വിടപറഞ്ഞ് വടക്കൻ പറവൂരിൽ ഭാര്യാഗൃഹത്തിൽ ബാലകൃഷ്ണപിള്ള താമസമാക്കിയത്. രണ്ടാം ലോകമഹായുദ്ധം കൊടുമ്പിരികൊണ്ട ഘട്ടമാണത്. കടുത്ത ദാരിദ്ര്യം, പോരാത്തതിന് ഇടയ്ക്കിടെ അലട്ടിക്കൊണ്ടിരുന്ന മഹാരോഗങ്ങൾ. അനുജൻ അയച്ചുകൊണ്ടിരുന്ന പണം, ഭാര്യാസഹോദരിയുടെ ഭർത്താവ് ഡോക്ടർ കൈമൾ അയച്ചുകൊണ്ടിരുന്ന പണം എന്നിവയെല്ലാം നിലച്ചു. ലേഖനങ്ങൾക്ക് മാതൃഭൂമിയും മറ്റും നൽകുന്ന ചെറിയ തുക മാത്രമാണ് വരുമാനം. തലസ്ഥാനത്തെ സ്വത്തുക്കളെല്ലാം വിറ്റു. 'വാടക കൊടുക്കുന്ന പണമുണ്ടെങ്കിൽ പറവൂരിൽ കഴിയാം. തിരുവനന്തപുരത്ത് ഉദ്യോഗസ്ഥന്മാർക്കൊക്കെയേ ജീവിക്കാൻ പറ്റൂ,' എന്നായി ബാലകൃഷ്ണപിള്ള. ഒടുവിൽ എല്ലാം പെറുക്കിക്കെട്ടി അവർ മാടവനപ്പറമ്പിലേക്ക്...

സമദർശി പത്രാധിപർ

ആധുനിക മലയാള പത്രപ്രവർത്തനത്തിന്റെ കുലപതി, യുഗപ്രഭാവനായ കേസരി എ ബാലകൃഷ്ണപിള്ള പത്രപ്രവർത്തന രംഗത്തെത്തുന്നത് യാദൃച്ഛികമായാണ്. കുളകുന്നത്ത് രാമൻ മേനോന്റെ ഉടമസ്ഥതയിൽ തിരുവനന്തപുരത്തുനിന്ന് 1918-ൽ ആരംഭിച്ച സമദർശി പത്രത്തിന്റെ പത്രാധിപർ പ്രശസ്തനായ കുന്നത്ത് ജനാർദനമേനോനായിരുന്നു. ഉടമസ്ഥനുമായി തെറ്റി ജനാർദനമേനോൻ രാജിവച്ചപ്പോൾ പുതിയൊരു പത്രാധിപരെ വേണം. അവർ കണ്ടത് ബാലകൃഷ്ണപിള്ളയെയാണ്. രാമൻ മേനോൻ പലതവണ അഭ്യർത്ഥിച്ചെങ്കിലും പിള്ള വഴങ്ങിയില്ല. വക്കീൽപണി മടുത്തു. കടുത്ത ദാരിദ്ര്യവുമുണ്ട്- പക്ഷേ, അറിയാത്ത പണി എങ്ങനെ സ്വീകരിക്കും. കുളകുന്നത്ത് രാമൻ മേനോൻ വീണ്ടും വീണ്ടും സമീപിച്ചു. പ്രതിമാസശമ്പളം ആദ്യം വാഗ്ദാനം ചെയ്ത അമ്പതിൽനിന്നും എഴുപത്തഞ്ച് രൂപയായി വർദ്ധിപ്പിച്ചു.

അവർക്ക് ബാലകൃഷ്ണപിള്ളയെത്തന്നെ വേണമായിരുന്നു. തലസ്ഥാനത്തെ വിദ്വജ്ജനതക്കിടയിലുള്ള മതിപ്പ് മാത്രമല്ല, എഴുത്തുകാരൻ എന്ന നിലയിൽ അതിനകം ശ്രദ്ധേയനാവുകയും ചെയ്തിരുന്നു ബാലകൃഷ്ണപിള്ള. ഹർഷവർധനൻ, അലക്സാണ്ടർ മഹാൻ, പുരാതത്ത്വപ്രദീപം, യുളീസസ് ഗ്രാന്റ്, ഐതിഹ്യദീപിക, വിക്രമാദിത്യൻ ത്രിഭുവനമല്ലൻ തുടങ്ങിയ കൃതികൾക്ക് പ്രസിദ്ധി കൈവന്നിരുന്നു. ആയിടയ്ക്കാണ് ബൽസാക്കിന്റെ 'യൂഷെനിഗ്രാന്തെ' എന്ന നോവൽ 'സാന്ധില്യ' എന്ന പേരിൽ സ്വതന്ത്രവിവർത്തനമായി ബാലകൃഷ്ണപിള്ള എഴുതിയത്.

മുണ്ടും കുപ്പായവും അലക്കിയിട്ടാൽ അത് ഉണങ്ങുന്നതുവരെ വീട്ടിൽ കതകടച്ചിരിക്കേണ്ട അവസ്ഥയിലായിരുന്ന ബാലകൃഷ്ണപിള്ള അക്കാലത്ത്. കടുത്ത ദാരിദ്ര്യത്തിൽനിന്ന് രക്ഷനേടാൻ പുസ്തകങ്ങൾ എഴുതി നൂറും നൂറ്റമ്പതും രൂപയ്ക്ക് മൊത്തത്തിൽ വിൽക്കുകയായിരുന്ന പതിവ്. അത്തരം പുസ്തകങ്ങളിൽ മിക്കതും പാഠപുസ്തകമായെങ്കിലും ഗ്രന്ഥകർത്താവിന് ഒന്നും കിട്ടിയില്ല.

അങ്ങനെയുള്ള സമയത്താണ് കുളകുന്നത്ത് രാമൻമേനോന്റെ നിർബന്ധം വരുന്നത്. ഒടുവിൽ 1922 മെയ് 14-ന് സമദർശിയുടെ പത്രാധിപത്യം ബാലകൃഷ്ണപിള്ള ഏറ്റെടുത്തു. വക്കീൽകുപ്പായം ഉപേക്ഷിച്ച് പത്രാധിപത്യമേറ്റെടുത്തത് അഭിജാതവൃത്തങ്ങളിൽ പരിഹാസമുളവാക്കി...

പത്രാധിപർ എന്ന ചുമതല നിർവഹിക്കുമ്പോൾ ഉടമസ്ഥന്റെ ഭാഗത്തുനിന്നും ഒരുതരത്തിലുള്ള ഇടപെടലുകളും പാടില്ല എന്ന വ്യവസ്ഥയോടെയാണ് ബാലകൃഷ്ണപിള്ള സമദർശി പത്രാധിപരായത്. മലയാള പത്രപ്രവർത്തനത്തിന്റെ സുവർണ കാലത്തിന്, സാമൂഹ്യ-രാഷ്ട്രീയരംഗത്തെ നവലോക പരിശ്രമത്തിന് ഗംഭീരമായ തുടക്കം കുറിക്കുകയായിരുന്നു.

1922 മെയ് 14-ന് ചുമതലയേറ്റ ബാലകൃഷ്ണപിള്ളയുടെ ആദ്യ മുഖപ്രസംഗത്തോടെ മെയ് 16-ന് സമദർശി പുറത്തുവന്നപ്പോൾ രാഷ്ട്രീയരംഗത്ത് ഒരു കുലുക്കമുണ്ടായി. 'വാശിക്കാരനോ വഞ്ചിതനോ' എന്ന പേരിലുള്ള മുഖപ്രസംഗം ദിവാൻ രാഘവയ്യയുടെ രണ്ടാം റഗുലേഷനെതിരെയുള്ള ആഞ്ഞടിയായിരുന്നു. സ്റ്റേറ്റിന്റെ വരുമാന വർധനയ്ക്കുവേണ്ടി സ്കൂൾ ഫീസ് വർദ്ധിപ്പിച്ചതിനെതിരെ വഞ്ചിയൂർ ഹൈസ്കൂൾ വിദ്യാർത്ഥികൾ നഗരത്തിൽ നടത്തിയ പ്രകടനത്തെ കുതിരപ്പട്ടാളത്തെക്കൊണ്ട് തല്ലിച്ചതച്ച് ചോരയൊഴുക്കുകയായിരുന്നു ദിവാൻ ഭരണം. 1097 കന്നി അഞ്ചിന് നടന്ന ഈ പൈശാചിക സംഭവത്തെ അപലപിച്ചുകൊണ്ടുള്ള പിള്ളയുടെ ചാട്ടുളിപോലുള്ള മുഖപ്രസംഗം തിരുവിതാംകൂർ ജനതയെ ആവേശം കൊള്ളിച്ചു. ഇതോടെ ശ്രദ്ധപിടിച്ചുപറ്റിയ പിള്ളയെ മദിരാശിയിൽ സർദാർ കെഎം പണിക്കരുടെ പത്രാധിപത്യത്തിൽ പ്രവർത്തിച്ചിരുന്ന 'സ്വരാജ്യ'യുടെ തിരുവിതാംകൂർ ലേഖകനായി നിയമിക്കുകയുണ്ടായി. രബീന്ദ്രനാഥ് ടാഗോറുമായുള്ള പിള്ളയുടെ അഭിമുഖം ഈ പത്രത്തിലാണ് വന്നത്. ആന്ധ്രാ കേസരി ടി പ്രകാശമായിരുന്നു 'സ്വരാജ്യ'യുടെ ഉടമസ്ഥൻ.

സ്വദേശാഭിമാനി രാമകൃഷ്ണപിള്ള നാടുകടത്തപ്പെട്ട് പന്ത്രണ്ടു വർഷം തികയുന്ന ഘട്ടത്തിലാണ് ബാലകൃഷ്ണപിള്ളയിലൂടെ തിരുവിതാംകൂറിൽ പത്രപ്രവർത്തനരംഗത്ത് ഒരു വിപ്ലവം സംഭവിക്കുന്നത്. സ്വദേശാഭിമാനിയുടെ രൂക്ഷമായ വിമർശനവും ആക്ഷേപവും ദിവാൻ ഭരണത്തിനും ഉദ്യോഗസ്ഥ ദുഷ്പ്രഭുത്വത്തിനും എതിരെയെന്ന നിലയിൽ 'പ്രത്യക്ഷ'മായി ഒതുങ്ങിയെങ്കിലും ബാലകൃഷ്ണപിള്ള രാജാധിപത്യത്തെത്തന്നെ വെല്ലുവിളിച്ചു. സാമുദായികവും മറ്റുമായ കാര്യങ്ങളിൽ രാമകൃഷ്ണപിള്ളക്ക് പരിമിതിയുണ്ടായിരുന്നു. എന്നാൽ പ്രത്യയശാസ്ത്രപരമായി കീഴാളരാഷ്ട്രീയത്തിൽ ഉറച്ചുനിൽക്കാൻ കഴിഞ്ഞ ബാലകൃഷ്ണപിള്ളയുടെ പ്രതികരണങ്ങൾ അഭിപ്രായ സ്വാതന്ത്ര്യം, പൗരാവകാശം എന്നിവയിൽനിന്നും മുന്നോട്ടുപോയി. ജനാധിപത്യത്തിലും സമത്വത്തിലും കുറേക്കൂടി കടന്ന് 'അരാജക'ത്വത്തിലും (ഭരണകൂടം കൊഴിഞ്ഞുവീഴൽ) എത്തി.

സമദർശി പത്രാധിപരായിരിക്കെ ബാലകൃഷ്ണപിള്ള ശ്രീമൂലം പ്രജാസഭയിൽ മുടങ്ങാതെ റിപ്പോർട്ടറായി സംബന്ധിച്ചു. പ്രസ് ഗ്യാലറിയിലിരുന്ന പിള്ള സഭയിലെ ചർച്ചകളിൽ വലിയ സ്വാധീനശക്തിയായി മാറി. മലയാളത്തിൽ നിയമസഭാ റിപ്പോർട്ടിങ്ങിന്റെ അടിത്തറ പാകാൻ ഇക്കാലത്ത് അദ്ദേഹത്തിന് കഴിഞ്ഞു. കേരളത്തിലെ സാമൂഹ്യ ക്രമത്തിൽ വലിയ പരിവർത്തനത്തിന് നാന്ദികുറിച്ച 'നായർ ബിൽ' ഇക്കാലത്താണ് സഭയിൽ അവതരിപ്പിച്ചത്. മരുമക്കത്തായത്തിന്റെ കടപുഴക്കി അണുകുടുംബ വ്യവസ്ഥക്ക് തുടക്കം കുറിക്കാൻ നായർ റഗുലേഷനെ പ്രാപ്തമാക്കുന്നതിന് ചർച്ച സമ്പുഷ്ടമാക്കാൻ പിള്ള നല്ല പങ്ക് വഹിച്ചു- മുഖപ്രസംഗങ്ങളിലൂടെയും റിപ്പോർട്ടുകളിലൂടെയും.

സ്വസമുദായത്തിലെ ജീർണതകൾക്കെതിരെ അതിശക്തമായ നിലപാടാണ് പിള്ള കൈക്കൊണ്ടത്. അമ്മാവനായ അയ്യപ്പൻപിള്ളയിൽ നിന്ന് തന്റെ അമ്മയുൾപ്പെടെയുള്ള മരുമക്കൾക്കുണ്ടായ അവഗണനയും അമ്മാവന്റെ ധൂർത്തും മരുമക്കളുടെ ദാരിദ്ര്യവും-അതെല്ലാം പിള്ളയുടെ മനസ്സിലുണ്ടായിരുന്നു. മഹാപണ്ഡിതനും കവിയുമായ തന്റെ പിതാവിന് നിസ്സാര കാരണത്താൽ തന്റെ അമ്മയെ പിരിഞ്ഞ് വേറെ വിവാഹം കഴിക്കേണ്ടിവന്നതും പിള്ളയെ ഇരുത്തി ചിന്തിപ്പിച്ചു.

നായർ ബിൽ പാസ്സാക്കുന്നതിനുവേണ്ടി കാര്യക്ഷമമായി ഇടപെടാൻ പിള്ളക്ക് സ്വാനുഭവവുമായി ബന്ധപ്പെട്ടുതന്നെ പ്രചോദനമുണ്ടായിരുന്നുവെന്നാണ് സൂചന. തറവാട്ടിലെ ഓരോ അംഗത്തിനും തുല്യ ഓഹരി (ആളോഹരിവാദം) ക്കുവേണ്ടിയാണ് പിള്ള വാദിച്ചത്.

സമുദായ നേതൃത്വത്തിലെ യാഥാസ്ഥിതിക വിഭാഗവുമായി പിള്ള ഇക്കാര്യത്തിൽ ഏറ്റുമുട്ടി. ഒടുവിൽ പിള്ള വാദിച്ചതുപോലെ പുരോഗമനപരമായ റഗുലേഷൻ തന്നെ പ്രാബല്യത്തിലായി. നമ്പൂതിരി, ഈഴവ, വെള്ളാള ബില്ലുകളും തുടർന്ന് സഭയിൽ പാസ്സാക്കപ്പെട്ടു.

സമദർശിപത്രം പത്രാധിപരുടെ ഊർജസ്വലമായ നേതൃത്വത്തിൽ തിരുവിതാംകൂറിലെ ഉൽപ്പതിഷ്ണുക്കളുടെ മുഴുവൻ ജിഹ്വയായിത്തീർന്നു. പത്രത്തിന് ആവശ്യക്കാർ കൂടി. ഉത്സാഹഭരിതനായ പത്രാധിപർ നിയമസഭയുള്ള എല്ലാ ദിവസവും പത്രം ഇറക്കാൻ തുടങ്ങി. ആഴ്ചയിൽ മൂന്നു ദിവസം പ്രസിദ്ധീകരിച്ചുവന്ന സമദർശി 1924-ൽ നിയമസഭാ സമ്മേളന കാലത്ത് ദിനപത്രമായി ഇറങ്ങിയത് മലയാള പത്രപ്രവർത്തന രംഗത്തും രാഷ്ട്രീയരംഗത്തും പുതിയൊരു തുടക്കമായിരുന്നു. ദിനപത്രം തിരുവിതാംകൂറിലാകെ അന്നന്ന് എത്തിയില്ലെങ്കിലും തലസ്ഥാന നഗരിയിൽ എന്നും പത്രം എത്തി...

അയിത്തത്തിനും ജാതീയമായ ഉച്ചനീചത്വത്തിനുമെതിരായ സമരങ്ങൾക്കും നിയമസഭാ പോരാട്ടങ്ങൾക്കും തുടക്കം കുറിച്ചതും ഇതേ കാലത്താണ്. പ്രത്യയശാസ്ത്രപരമായി അതിന്റെ നായകൻ ബാലകൃഷ്ണപിള്ളയും അതിന്റെ മുഖപത്രം സമദർശിയുമായിരുന്നു. സഞ്ചാര സ്വാതന്ത്ര്യം അനുവദിക്കണമെന്നാവശ്യപ്പെട്ട് എൻ കുമാരൻ നിയമസഭയിൽ അവതരിപ്പിച്ച ബിൽ പാസ്സാക്കുന്നതിനുവേണ്ടി സമദർശി വലിയ പ്രചാരണങ്ങൾ സംഘടിപ്പിച്ചു. എന്നാൽ ഒരേയൊരു വോട്ടിന് ബിൽ പരാജയപ്പെട്ടു. അതുസംബന്ധിച്ച് പിള്ള എഴുതിയ മുഖപ്രസംഗം ജാതിവിരുദ്ധ സമരത്തിലെ ഉജ്ജ്വല അധ്യായമാണ്. ഏതാനും ഭാഗം ചുവടെ:

'ലജ്ജാകരം ലജ്ജാകരം' എന്ന മുഖപ്രസംഗത്തിൽ നിന്ന്. "ശാപഗ്രസ്തമായ വഞ്ചിയുടെ നശിച്ച നല്ലപേര് വീണ്ടെടുക്കുവാനുള്ള ഒരു സുവർണാവസരം നിയമസഭ പാഴാക്കിക്കളഞ്ഞു. തിരുവിതാംകൂർ ലോകമാസകലം പരത്തിക്കൊണ്ടിരുന്ന ദുസ്സഹമായ ദുർഗന്ധത്തെ ശമിപ്പിക്കുവാനുള്ള സുവർണാവസരത്തെ അത് ആയിരം മടങ്ങ് വർദ്ധിപ്പിക്കുവാനാണ് നിയമസഭ ഉപയോഗപ്പെടുത്തിയത്...

.....ഒരു നിയമസഭയ്ക്ക് ഉണ്ടായിരിക്കുവാൻ പാടില്ലാത്ത സകല ദുർഗുണങ്ങളുടെയും നികേതമായ ഇപ്പോഴത്തെ നിയമസഭ വഞ്ചിനാട്ടിനും ഭാരതത്തിനും മനുഷ്യജാതിക്കും തീരാക്കളങ്കമുണ്ടാക്കിത്തീർത്തിരിക്കുന്നു... മി. കുമാരന്റെ പ്രമേയം തള്ളിക്കളഞ്ഞതിന് ഞങ്ങൾ അതിനെതിരായി വോട്ടു ചെയ്തവരും നിഷ്പക്ഷനില സ്വീകരിച്ചവരുമായ

അനുദ്യോഗസ്ഥാംഗങ്ങളെയും ഗവൺമെന്റിനെയും ശക്തിയുക്തം പഴിക്കുന്നു. ഈ അനുദ്യോഗസ്ഥാംഗങ്ങളുടെ പേരിൽ ഞങ്ങൾ പൊതു ജനകോടതിയിൽ രാജ്യദ്രോഹക്കുറ്റത്തിന് ഈ മുഖപ്രസംഗം മൂലം അന്യായം പതിക്കുകയാണ് ചെയ്യുന്നത്. ഇവരെ ആ കോടതിയിൽ വിസ്തരിച്ച് ഉടനടി ശിക്ഷിക്കേണ്ടതാണ്." ആവേശകരമായ ഈ മുഖപ്രസംഗം ഉത്പതിഷ്ണുക്കളെ പ്രചോദിപ്പിക്കുകയും യാഥാസ്ഥിതികരെയും ഭരണകൂടത്തെയും വിറളിപിടിപ്പിക്കുകയും ചെയ്തു.

ഐതിഹാസികമായ വൈക്കം സത്യാഗ്രഹത്തിന്റെ വിജയത്തിനു വേണ്ടി ബാലകൃഷ്ണപിള്ള തന്റെ പത്രത്തിലൂടെ അഹോരാത്രം പാടുപെട്ടു. ജാതീയമായ ഉച്ചനീചത്വത്തിനും പൈശാചികമായ അയിത്തത്തിനുമെതിരെ ആശയപരമായ ആയുധങ്ങൾ പ്രദാനം ചെയ്ത് സമരത്തിന്റെ ജിഹ്വയായി സമദർശി മാറി. ശുചീന്ദ്രം സത്യഗ്രഹത്തിന്റെ പിന്നിലെ ബൗദ്ധികശക്തിയും ബാലകൃഷ്ണപിള്ളയും സമദർശിയും തന്നെയായിരുന്നു. ദിവാനെയും ഉദ്യോഗസ്ഥ മേധാവികളെയും മാത്രമല്ല, രാജാധിപത്യത്തെത്തന്നെ ചാട്ടുളികൾപോലുള്ള വാക്കുകളുമായി എതിരിടുന്ന പിള്ളയെ പിടിച്ചുകെട്ടാതെ മുന്നോട്ടുപോകാനാവില്ലെന്ന് തിരുവിതാംകൂർ ഭരണകൂടം നിശ്ചയിക്കുന്നു. അതിനിടയ്ക്ക് ശ്രീമൂലം തിരുനാൾ മരിക്കുകയും റീജന്റ് മഹാറാണി അധികാരമേൽക്കുകയും ചെയ്തു. രാഘവയ്യക്ക് പകരം എം.ഇ വാട്സ് ദിവാനായി.

രാജാധിപത്യത്തെയും ദിവാൻ ഭരണത്തെയും ആക്ഷേപിക്കുന്ന പത്രങ്ങളെ വരിഞ്ഞുകെട്ടാനും പൂട്ടിക്കാനുമായി, 1101-ലെ അഞ്ചാം റഗുലേഷൻ എന്നറിയപ്പെട്ട (പഞ്ചമ റഗുലേഷൻ) എന്ന നിയമം കൊണ്ടുവരികയാണ്. 'ഗവൺമെന്റിൽനിന്നും ലൈസൻസ് നൽകിയിട്ടുള്ള ഏതെങ്കിലും പത്രങ്ങളിൽ മഹാറാണി റീജന്റിനോടോ ഗവൺമെന്റിനോടോ ബ്രിട്ടീഷ് ഗവൺമെന്റിനോടോ ചക്രവർത്തിയോടോ അവജ്ഞയോ വിരോധമോ നിന്ദയോ തോന്നിച്ച് അവരോട് വിരോധമുളവാക്കാനുതകുന്ന എന്തെങ്കിലുമോ, തിരുവിതാംകൂർ രാജകുടുംബത്തിലെ ഏതെങ്കിലും അംഗത്തിന്റെ നേരെ വിരോധമോ നിന്ദയോ ഉളവാക്കുന്ന എന്തെങ്കിലുമോ, സ്റ്റേറ്റിനകത്തുള്ള വിവിധ വർഗ്ഗക്കാർ തമ്മിൽ ശത്രുതയോ വിരോധമോ ഉണ്ടാക്കുന്ന വികാരങ്ങൾ വളരാൻ സഹായിക്കുകയോ ചെയ്യുന്ന എന്തെങ്കിലുമോ ഉണ്ടാക്കുകയാണെങ്കിലോ, തിരുവിതാംകൂർ ശിക്ഷാനിയമം 503-ാം വകുപ്പ് പ്രകാരം ശിക്ഷിക്കത്തക്ക വാർത്തകൾ പതിവായി പ്രസിദ്ധപ്പെടുത്തുകയോ അല്ലെങ്കിൽ പതിവായി വ്യാജവാർത്തകൾ പ്രചരിപ്പിക്കുകയോ ചെയ്യുന്നുവെങ്കിലോ ഗവൺമെന്റിന് യാതൊരു മുന്നറിവും കൂടാതെ

ലൈസൻസ് റദ്ദാക്കാവുന്നതാണ്' എന്നതാണ് 'പഞ്ചമ റഗുലേഷ'ന്റെ കാതൽ. 1926 മെയ് 22-ന് ഈ റഗുലേഷൻ പ്രാബല്യത്തിലായതോടെ ശ്രീവാഴുംകോട് ഉൾപ്പെടെയുള്ള ചില പത്രങ്ങൾ ബ്രിട്ടീഷ് അധികാര മേഖലയായ തങ്കശ്ശേരിയിലേക്കു മാറി. എന്നാൽ ബാലകൃഷ്ണപിള്ള തിരുവനന്തപുരത്തുതന്നെ തുടർന്ന് അതിശക്തമായ മുഖപ്രസംഗവും വാർത്തകളുമായി ഈ പത്രമാരണ നിയമത്തെ വെല്ലുവിളിച്ചു.

'പുലിവരുന്നു, പുലിവരുന്നു' എന്ന തലക്കെട്ടിൽ എഴുതിയ മുഖപ്രസംഗത്തിൽനിന്നും ഒരു ഭാഗം ചുവടെ:

ഈ സീമാതീതമായ പൊതുജനദ്രോഹം ചെയ്യുന്നതിന് റീജന്റിനെ, ഉപദേശിച്ച ധൂമകേതുവായ മി. വാട്സിന്റെ ഭരണം തിരുവിതാംകൂർ ചരിത്രകാരന്മാർ രക്തലിപികളാൽ രേഖപ്പെടുത്തുന്നതാണ്. ശേഷിയുടെയും രാജ്യസ്നേഹത്തിന്റെയും കണികപോലുമില്ലാത്ത തിരുവിതാംകൂറിലെ മുസോളിനിയായ ഈ രാജ്യദ്രോഹി അവധിയിൽ മാത്രമേ ഇംഗ്ലണ്ടിലേക്കു പോകുന്നുള്ളൂ എന്നുള്ള കേൾവി ഈ നാട്ടിലെ ഭൂരിപക്ഷം ജനങ്ങൾക്കും അതിരറ്റ ദുഃഖമേ ഉണ്ടാക്കുകയുള്ളൂ. തിരുവിതാംകൂറിലെ പൊതുജന നാവുകളായ പത്രങ്ങളെ കൂട്ടക്കൊല ചെയ്ത് തിരുവിതാംകൂറിലെ ഓഡയർ എന്ന നാമത്തെ അർഹിക്കുന്ന മി. വാട്സിന് താൻ ഹിംസിച്ച പൊതുജനങ്ങളുടെ മുഖത്തുനോക്കാൻ ലജ്ജ തോന്നിയതുകൊണ്ടായിരിക്കാം, ഓഡയറിനെപ്പോലെ തന്നെ ആ ദുഷ്പ്രഭു അതിവേഗത്തിൽ കൃത്യസ്ഥലം വിട്ടുപോയത്. ഈ സ്വേച്ഛാപ്രഭു മേലാൽ തിരുവിതാംകൂറിൽ ഒരു നിമിഷം പോലും ദിവാനായി ഇരിക്കാൻ പാടില്ലെന്നാണ് ഞങ്ങളുടെ അഭിപ്രായം. ഗവൺമെണ്ടിന്റെ ഈ ഘാതകകൃത്യത്തെപ്പറ്റി പ്രതിഷേധിക്കേണ്ട കടമ പൊതുജനങ്ങൾക്കും നിയമസഭയിലെ അനുദ്യോഗസ്ഥാംഗങ്ങൾക്കും ഉണ്ട്. നിയമസഭാംഗങ്ങൾക്ക് ചവിട്ടിയാൽ കാൽ നക്കുന്ന ശ്വാനന്റെ സ്വഭാവമില്ലെങ്കിൽ അവരുടെ സ്ഥാനങ്ങൾ അവർ രാജിവെക്കുകതന്നെ ചെയ്യും.'

ഒരേസമയം അത്യന്തം ആവേശകരവും പ്രകോപനപരവുമായ ഈ മുഖപ്രസംഗം തിരുവിതാംകൂർ രാഷ്ട്രീയത്തെ ഇളക്കിമറച്ചു. പ്രതിഷേധം വാർത്തകളിലും മുഖപ്രസംഗത്തിലും ഒതുങ്ങിയില്ല. ചങ്ങനാശ്ശേരി പരമേശ്വരൻപിള്ള, സാഹിത്യപഞ്ചാനനൻ പി. കെ നാരായണപിള്ള, എ ബാലകൃഷ്ണപിള്ള തുടങ്ങിയവരുടെ നേതൃത്വത്തിൽ തമ്പാനൂർ സിനിമാകൊട്ടകയിൽ പ്രതിഷേധ യോഗം ചേർന്നു. 1926 ജൂൺ രണ്ടിന് ബാലകൃഷ്ണപിള്ള അധ്യക്ഷനായി തിരുവിതാംകൂർ പത്രപ്രവർത്തക സംഘം യോഗം ചേർന്ന് പ്രതിഷേധിച്ചു.

ആ മാസം 24-ന് ബാലകൃഷ്ണപിള്ളയുടെയും ബോധേശ്വരന്റെയുമെല്ലാം നേതൃത്വത്തിൽ നഗരത്തിൽ വൻ ജനാവലി പങ്കെടുത്ത പത്രമാരണവിരുദ്ധ പ്രകടനം നടന്നു. തിരുവിതാംകൂറിന്റെ ചരിത്രത്തിലെ ആദ്യത്തെ ഏറ്റവും വലിയ പ്രകടനമായിരുന്നു അത്. പിൽക്കാലത്ത് ഒരു സംഘടനയിലും ചേരാത്ത ബാലകൃഷ്ണപിള്ള പക്ഷേ, തിരുവിതാംകൂർ പത്രപ്രവർത്തക സംഘത്തിന്റെ ആദ്യ അധ്യക്ഷനത്രെ! ബാലകൃഷ്ണപിള്ള നയിച്ച, പത്രമാരണ വിരുദ്ധ ജാഥയിൽ ആലപിച്ചത് ബോധേശ്വരന്റെ പാട്ടാണ്.

'ആണുങ്ങളാരാനും നാട്ടിലുണ്ടെങ്കിലോ

കേണു കഴിയാതിറങ്ങിക്കൊള്ളിൻ' എന്നു തുടങ്ങുന്ന പാട്ട്.

റീജന്റ് മഹാറാണിയുമായി ബന്ധമുള്ളവരെയും ദിവാനെയും നിശിതമായി വിമർശിച്ചുകൊണ്ട് ബാലകൃഷ്ണപിള്ള മുഖലേഖനങ്ങൾ തുടർന്നുകൊണ്ടിരുന്നു. ആ ഘട്ടത്തിലാണ് സമദർശി ഉടമ കൂടിയായ കമലാലയ ബുക്ക് ഡിപ്പോ ഉടമ കുളക്കുന്നത്ത് രാമൻ മേനോന്റെ മരണം. മേനോന്റെ അനന്തരവൻ ശങ്കരമേനോൻ പുതിയ ഉടമയായി.... സമദർശിയുടെ നയം പുതിയ പത്രമാരണനിയമത്തിനനുസൃതമായി മാറ്റിയേ തീരൂ, രാജാധിപത്യത്തെയും ദിവാൻ ഭരണത്തെയും എതിർക്കുന്നത് നിർത്തണമെന്നും കാണിച്ച് 1926 ജൂൺ 11-ന് പുതിയ ഉടമ ബാലകൃഷ്ണപിള്ളക്ക് കത്ത് നൽകി. പത്രത്തിന്റെ നയപരമായ കാര്യങ്ങളിൽ ഇടപെടില്ലെന്നും പത്രാധിപർക്ക് പൂർണ സ്വാതന്ത്ര്യമുണ്ടാകുമെന്നും ഉറപ്പ് നൽകിയാണ് തന്നെ നിയോഗിച്ചതെന്ന പിള്ളയുടെ വാദം അംഗീകരിക്കപ്പെട്ടില്ല-അടുത്ത ദിവസം തന്നെ, 1926 ജൂൺ 19-ന് ബാലകൃഷ്ണപിള്ള സമദർശിയുടെ പടി ഇറങ്ങുമ്പോൾ ഒരു പ്രതിജ്ഞ ചെയ്തു. ഇനി സ്വന്തം ഉടമസ്ഥതയിലുള്ള പത്രത്തിലേ പ്രവർത്തിക്കുകയുള്ളൂ.

ആധുനിക കേരള രാഷ്ട്രീയ- സാമൂഹ്യചരിത്രത്തിൽ വിപ്ലവാത്മകമായ സ്വാധീനം ചെലുത്തിയ സമദർശിയെക്കുറിച്ച് വിവരിക്കാൻ ഒരു ബൃഹദ്ഗ്രന്ഥം തന്നെ പോരാതെവരും. അതിലേക്കധികം കടക്കാതെ, സമദർശിയിൽ ബാലകൃഷ്ണപിള്ളയുടെ സഹായിയും സഹപത്രാധിപരും ലേഖകനുമായി പ്രവർത്തിക്കുകയും മലയാള പത്രപ്രവർത്തന ചരിത്രത്തിലെ ആദ്യ സ്കൂപ്പുകൾ, എക്സ്ക്ലൂസീവുകൾ കൊണ്ടുവരികയും ചെയ്ത രാമചന്ദ്രൻ തമ്പിയെക്കുറിച്ചുകൂടി പരാമർശിക്കട്ടെ. പത്രപ്രവർത്തന ചരിത്രത്തിൽ വലിയൊരു സ്ഥാനത്തിനർഹനാണെങ്കിലും തമ്പി പൊതുവിൽ വിസ്മൃതനാണ്.

ബ്രൂക്ക്ബോണ്ട് കരാറും മലയാളത്തിലെ ആദ്യ സ്കൂപ്പും

മുല്ലപ്പെരിയാർ കരാർപോലെ, മൂന്നാറിലെ കണ്ണൻദേവൻ ഹിൽസ് കരാർപോലെ, ഒരുപക്ഷേ, അതിനെക്കാളെല്ലാം വലിയ നഷ്ടം കേരളത്തിനുണ്ടായേക്കാമായിരുന്ന ഒരു മഹാദുരന്തത്തിൽനിന്നും രക്ഷിച്ചത് ബാലകൃഷ്ണപിള്ളയുടെ ബൗദ്ധിക നേതൃത്വത്തിൽ മേൽപറഞ്ഞ രാമചന്ദ്രൻ തമ്പിയാണ്.

ശബരിമല അയ്യപ്പന്റെ പൂങ്കാവനം എന്ന് വിശേഷിപ്പിക്കപ്പെടുന്ന മലനിരകളിൽ രണ്ട് ലക്ഷത്തോളം ഏക്കർ ഭൂമി ഇംഗ്ലണ്ടിലെ ബ്രൂക്ക് ബോണ്ട് കമ്പനിക്ക് തൊണ്ണൂറ്റി ഒൻപത് വർഷത്തേക്ക് പാട്ടത്തിനു നൽകാൻ ദിവാൻ വാട്സ് പദ്ധതി തയ്യാറാക്കി. തേയില കൃഷി ചെയ്യുന്നതിനായിരുന്നു ഇത്. പാട്ടക്കരാർ സംബന്ധിച്ച ചർച്ച രഹസ്യമായി ആരംഭിച്ചപ്പോൾത്തന്നെ സംഗതി പുറത്തുവന്നു.

സമദർശിയിൽ അതിനെതിരെ നിരന്തരം വാർത്തകളും മുഖലേഖനങ്ങളും വന്നു. ഭൂസംരക്ഷണത്തിനും പരിസ്ഥിതി സംരക്ഷണത്തിനും വേണ്ടി ഐതിഹാസികമായ ഒരു ജനകീയ സമരത്തിന്- കേരളത്തിൽ അത്തരത്തിലുള്ള ആദ്യസമരത്തിന്- പത്രാധിപർ തിരികൊളുത്തുകയായിരുന്നു. വനങ്ങൾ കണ്ണിലെ കൃഷ്ണമണിപോലെ സംരക്ഷിക്കണമെന്ന് ബാലകൃഷ്ണപിള്ള ആഹ്വാനം ചെയ്തു. വനവിഭവങ്ങൾ വിവേചനരഹിതമായി നശിപ്പിച്ചാൽ മഴ കുറഞ്ഞ് വരൾച്ചയും കൃഷിനാശവുമുണ്ടാകുമെന്ന്

പിള്ള ഉദ്ബോധിപ്പിച്ചു. സമദർശിയുടെ ആഹ്വാനം കേട്ട് ഉത്പതിഷ്ണുക്കൾ രംഗത്തിറങ്ങി. നിയമസഭാംഗം കല്ലൂർ നാരായണപിള്ളയും ബാലകൃഷ്ണപിള്ളയുടെ സഹായിയായ രാമചന്ദ്രൻ തമ്പിയും അതിന് നേതൃത്വം നൽകി. ബാലകൃഷ്ണപിള്ള ബ്രൂക്ക്ബോണ്ട് പദ്ധതിയുടെ പ്രത്യാഘാതം സംബന്ധിച്ച് സമദർശിയിൽ വിശദമായ ഒരു സപ്ലിമെന്റ് പ്രസിദ്ധപ്പെടുത്തി. അദ്ദേഹം തന്നെ മുൻകയ്യെടുത്ത് നിയമസഭാംഗങ്ങളെക്കൊണ്ട് വിശദമായ പ്രതിഷേധ പ്രസ്താവനയിറക്കി. ചെങ്ങന്നൂരിലും മലബാറിൽ പെട്ട കോഴിക്കോട്ടും വമ്പിച്ച പ്രതിഷേധ യോഗങ്ങൾ ചേർന്നു.

ഈ സമരത്തിന് ബൗദ്ധികമായി നേതൃത്വം നൽകിക്കൊണ്ടിരിക്കെയാണ് ബാലകൃഷ്ണപിള്ളക്ക് സമദർശി ഉപേക്ഷിക്കേണ്ടിവന്നത്. അദ്ദേഹത്തിന്റെ അനുഗ്രഹാശിസ്സുകളോടെ, ഉപദേശനിർദ്ദേശങ്ങളോടെ രാമചന്ദ്രൻ തമ്പി 'ശ്രീവാഴുംകോട്' പത്രത്തിൽ ബ്രൂക്ക്ബോണ്ട് പദ്ധതിക്കെതിരെ ആഞ്ഞടിച്ചുകൊണ്ടിരുന്നു. ഇതിനിടെ ബ്രൂക്ക്ബോണ്ടും ദിവാനും തമ്മിൽ നടന്നുവന്ന കമ്പിസന്ദേശങ്ങൾ ടെലഗ്രാഫ് ഓഫീസിൽ നിന്നും ചോർത്തി 'ശ്രീവാഴുംകോടി'ൽ തമ്പി പ്രസിദ്ധപ്പെടുത്തി. പഞ്ചമ റഗുലേഷൻ എന്നറിയപ്പെട്ട പത്രമാരണനിയമം വന്നതിനെത്തുടർന്ന് തിരുവനന്തപുരത്തുനിന്നും ബ്രിട്ടീഷ് അധീനപ്രദേശമായ തങ്കശ്ശേരിയിലേക്ക് മാറ്റിസ്ഥാപിച്ച പത്രമാണ് ശ്രീവാഴുംകോട്.

മലയാള പത്രപ്രവർത്തന ചരിത്രത്തിലെ ആദ്യത്തെ സ്ഫോടനാത്മകമായ സ്കൂപ്പാണ് 'ബ്രൂക്ക്ബോണ്ട് കമ്പി'. രഹസ്യ ഇടപാടുകൾ അതിലൂടെ പുറത്തുവന്നതോടെ സമരം ശക്തിപ്പെടുകയും പദ്ധതി ഉപേക്ഷിക്കാൻ സർക്കാർ നിർബന്ധിതരാവുകയും ചെയ്തു. എന്നാൽ വാർത്ത പുറത്തുകൊണ്ടുവന്ന രാമചന്ദ്രൻ തമ്പിക്ക് സെക്രട്ടറിയേറ്റിൽ പ്രവേശനം നിഷേധിക്കുകയും പാസ് റദ്ദാക്കുകയും ചെയ്തു. പത്രപ്രവർത്തനചരിത്രത്തിലെ പ്രധാനപ്പെട്ട ഈ സംഭവം ഇന്ന് അനുസ്മരിക്കപ്പെടുന്നില്ലെന്നത് വിരോധാഭാസമാണ്.

പ്രബോധകൻ

സ്വന്തം ഉടമസ്ഥതയിലുള്ള പത്രത്തിലേ പ്രവർത്തിക്കൂ എന്ന് ശപഥം ചെയ്ത ബാലകൃഷ്ണപിള്ള അത് യാഥാർത്ഥ്യമാക്കുന്നതിനുള്ള ഉദ്യമത്തിലായി പിന്നീട്. ജനങ്ങളുടെ സഹകരണത്തോടെ ഒരു അച്ചുകൂടം സ്ഥാപിച്ച് പത്രം പ്രസിദ്ധപ്പെടുത്തുക, സംഭാവന നൽകുന്നവർക്ക് കൃത്യമായി കോപ്പി എത്തിച്ചുകൊടുക്കുക, പണം കിട്ടിയാൽ തിരിച്ചുകൊടുക്കുക എന്ന നിലയിലായിരുന്നു പദ്ധതി. ആസ്ത്മ ഉൾപ്പെടെയുള്ള മാറാരോഗങ്ങൾ അലട്ടിയെങ്കിലും അതവഗണിച്ച് ബാലകൃഷ്ണപിള്ള തിരുവിതാംകൂർ പര്യടനമാരംഭിച്ചു. 1926 മധ്യം മുതൽ 1928 വരെ നീണ്ടുനിന്ന ഒരു പദയാത്ര. പലതവണ തിരുവിതാംകൂർ ഗ്രാമാന്തരങ്ങളിലൂടെ സഞ്ചരിച്ച് സഹൃദയരുടെ കൊച്ചു സംഭാവനകൾ വാങ്ങി അയ്യായിരം രൂപയോളം തികച്ചു. കിട്ടിയ പണം അധ്വാനവുമായി തട്ടിച്ചുനോക്കുമ്പോൾ നന്നെ കുറവാണെങ്കിലും പത്രാധിപർ സംതൃപ്തനായിരുന്നു. ഭൂമിശാസ്ത്രവും ചരിത്രവും ജീവിതാനുഭവങ്ങളും... ജനജീവിതം എന്താണെന്ന് മനസ്സിലാക്കാൻ ആ യാത്ര സഹായകമായി. പത്രപ്രവർത്തകനും പിന്നീട് ബാലകൃഷ്ണപിള്ളയുടെ പത്രത്തിൽ സഹപത്രാധിപരുമായിത്തീർന്ന ആലുവ കൊച്ചുകൃഷ്ണപിള്ളയാണ് പദയാത്രയിൽ പത്രാധിപരുടെ സഹയാത്രികനായത്. പീടികത്തിണ്ണകളിൽ അന്തിയുറങ്ങിയും അമ്പലക്കുളങ്ങളിൽ കുളിച്ചും വസ്ത്രം അലക്കിയുണക്കിയും ത്യാഗപൂർണമായ ഒരു പര്യടനം-ഖദറിനുപകരം കാവിയാണ്

ധരിച്ചിരുന്നതെങ്കിൽ ഭിക്ഷ വാങ്ങി ഊരുതെണ്ടുന്ന സന്ന്യാസിയായേ ആരും കരുതുമായിരുന്നുള്ളൂ.

പത്രം തുടങ്ങണമെങ്കിൽ ഇനിയും പണം വേണം, മലയ, സിങ്കപ്പൂർ എന്നിവയടങ്ങിയ എഫ്.എം.എസിൽ ആയിരക്കണക്കിന് മലയാളികൾ നല്ലനിലയിൽ കഴിയുന്നുണ്ട്. അവരെ ആശ്രയിക്കുകതന്നെ- സമദർശി യുടെ ലേഖകനും കൂടിയായിരുന്ന രാമചന്ദ്രൻ തമ്പിക്ക് അവിടെ ചില ബന്ധങ്ങളുണ്ട്. അങ്ങനെ രാമചന്ദ്രൻ തമ്പിയെ സഹായിയായി ഒപ്പം കൂട്ടി എഫ്.എം.എസ് പര്യടനത്തിനു പുറപ്പെട്ടു. ബാലകൃഷ്ണപിള്ളയും തമ്പിയും ഒന്നിച്ചും യാത്രാക്കൂലി കൂടുമെന്നതിനാൽ ചിലപ്പോൾ തനിച്ചും മലയ-സിങ്കപ്പൂർ മേഖലയിൽ ഒമ്പത് മാസത്തോളം പര്യടനം നടത്തി. കെ.പി. കേശവമേനോൻ ഉൾപ്പെടെ നിരവധി പ്രമുഖരുമായി അടുത്ത ബന്ധം സ്ഥാപിക്കാൻ യാത്ര ഉപകരിച്ചു. പിന്നീട് ഭാര്യാസഹോദരീ ഭർത്താവും തന്റെ 'രക്ഷിതാ'വും ആയിത്തീർന്ന കെ.എൻ കൈമളെ പരിചയപ്പെടുന്നതും മലയയിൽവെച്ചുതന്നെ. ഒമ്പതു മാസത്തെ യാത്ര കൊണ്ട് കേവലം നാലായിരം രൂപ മാത്രമാണ് പിരിഞ്ഞുകിട്ടിയത്. എന്നിട്ടും അദ്ദേഹം ഏറെ തൃപ്തനായിരുന്നു. ദേശീയത തട്ടിത്തകർത്ത് മനുഷ്യവർഗം ഒന്നാണെന്ന തത്ത്വം രൂപീകരിച്ച് പ്രചരിപ്പിക്കുന്നതിനു ള്ള തന്റെ ഉദ്യമത്തിന് മലയയാത്ര, അവിടെ കണ്ട ജീവിതവൈവിധ്യവും ജീവിതാനുഭവങ്ങളും സഹായകമായെന്ന് അദ്ദേഹം അനുസ്മരിക്കുക യുണ്ടായി.

പിരിഞ്ഞുകിട്ടിയ പണംകൊണ്ട് മദിരാശിയിൽനിന്നും ഒരു സെക്കന്റ് ഡബിൾഡമ്മി പ്രസ് കൊണ്ടുവന്ന് തിരുവനന്തപുരം പുളിമൂട്ടിൽ ദേശീയ പാതയോരത്ത് വാടകക്കെട്ടിടത്തിൽ സ്ഥാപിച്ചു. 1930 ഏപ്രിൽ 22-ന് 'ശാരദാ പ്രിന്റിങ്ങ് വർക്സ്' ഉദ്ഘാടനം ചെയ്യപ്പെട്ടു. മലയാള പത്രപ്രവർത്തനത്തിലെ അടുത്ത വിപ്ലവമായ 'പ്രബോധകൻ' ജൂൺ നാലിന് ബുധനാഴ്ച അവിടെനിന്നും പുറത്തിറങ്ങി. ബാലകൃഷ്ണപിള്ള പത്രാധിപരും രാമചന്ദ്രൻ തമ്പി പ്രസ് മാനേജരും. വാർത്താവലോക നവും രാഷ്ട്രീയ- സാംസ്കാരിക- വൈജ്ഞാനിക ലേഖനങ്ങളും കവിതയും കഥയുമൊക്കെയാണ് ഉള്ളടക്കം.

തന്റെ മനസ്സിൽ രൂപപ്പെട്ട നവലോകം യാഥാർത്ഥ്യമാക്കുന്നതിന് ആവശ്യമായ പരിവർത്തനങ്ങൾ രാഷ്ട്രീയ- സാഹിത്യ-സാംസ്കാരിക മേഖലകളിൽ സംഭവിപ്പിക്കുന്നതിന് ആസൂത്രണം ചെയ്ത ഉള്ളടക്കം. മോപ്പസാങ്ങിന്റെ 'ഒരു സ്ത്രീയുടെ ജീവിതം' പിള്ളതന്നെ തർജമ ചെയ്ത് ആദ്യ ലക്കം മുതൽ ഖണ്ഡശ്ശഃ പ്രസിദ്ധപ്പെടുത്താൻ തുടങ്ങി. ജി

ശങ്കരക്കുറുപ്പിന്റെയും ബോധേശ്വരന്റെയും കവിത, ഇ. വി. കൃഷ്ണപിള്ള യുടെ കഥ- അങ്ങനെ സമ്പുഷ്ടമായ ഉള്ളടക്കം.

'സ്വർഗമോ, നരകമോ' എന്ന തലക്കെട്ടിൽ ആദ്യ ലക്കത്തിൽ എഴുതിയ മുഖപ്രസംഗം തന്നെ 'പ്രബോധക'ന്റെയും ഭാവി നിർണയിച്ചു.

'..... ജനങ്ങളുടെ ആത്മാവിനെ റീജൻസി ഗവൺമെന്റ് പത്രറഗു ലേഷൻ മൂലം ഇല്ലായ്മ ചെയ്തു. സഞ്ചാരസ്വാതന്ത്ര്യം തടഞ്ഞ് അവർ പൊതുജനങ്ങളുടെ ആത്മാഭിമാനം ഹനിച്ചു. കോശപോഷണാർത്ഥം തെങ്ങിൻ ചരക്കുകൾക്കും കുരുമുളകിനും നികുതി കൂട്ടി അവർ പൊതു ജനങ്ങളെ പട്ടിണിക്കിട്ടു. മൃഗബലി നിർത്തിയ റീജൻസി ഭരണാധികാ രികൾ പൊതുജനാരോഗ്യപരിപാലന വിഷയത്തിലുള്ള തങ്ങളുടെ കുറ്റകരമായ ഉദാസീനത നിമിത്തം പൊതുജന നരബലി കഴിക്കുകയും ചെയ്തു. ഇങ്ങനെയുള്ള ഒരു ഗവൺമെന്റിന്റെ ഭരണകാലത്ത് വഞ്ചിനാട് നരകതുല്യമായിത്തീർന്നിട്ടുണ്ടെന്നു പറയുന്നതിൽ തെല്ലും അതിശ യോക്തിയില്ല. ഈ ഗവൺമെന്റിന്റെ അവസാനം കാണാറായല്ലോ എന്നുമാത്രമേ ഒരു സമാധാനം ജനങ്ങൾക്ക് ഇപ്പോഴുള്ളൂ'....

രണ്ടാം ലക്കത്തിലെ മുഖപ്രസംഘം ശുചീന്ദ്രം സത്യഗ്രഹത്തെപ്പ റ്റിയായിരുന്നു.

ശുചീന്ദ്രം സത്യഗ്രഹത്തിൽ പങ്കെടുത്തവരെ സർക്കാർ കടുത്ത ശിക്ഷാനടപടിക്ക് വിധേയരാക്കി. സത്യഗ്രഹികളെ മാത്രമല്ല, സഞ്ചാ രസ്വാതന്ത്ര്യത്തിനുവേണ്ടി നോട്ടീസ് പ്രസിദ്ധപ്പെടുത്തിയ ആളെയും കോടതി വഴി ശിക്ഷിച്ചു. ഇതിനെതിരെ എ നാരായണപിള്ള എഴുതിയ ലേഖനം 'സമദർശി' പ്രസിദ്ധപ്പെടുത്തിയതോടെ ഭരണകൂടം ബാലകൃ ഷ്ണപിള്ളയ്ക്കെതിരെ സടകുടഞ്ഞെഴുന്നേറ്റു. കോടതിയലക്ഷ്യകേസ് രജിസ്റ്റർ ചെയ്തു. സാഹിത്യ പഞ്ചാനനൻ പി. കെ നാരായണപിള്ള ഉൾപ്പെട്ട ഹൈക്കോടതിയുടെ അഞ്ചംഗ ഫുൾ ബെഞ്ച് ലേഖകന് നൂറുരൂപ പിഴയോ ഒരു മാസത്തെ തടവോ പത്രാധിപർക്ക് ഇരുനൂറ് രൂപ പിഴയോ രണ്ടുമാസത്തെ തടവോ ആണ് ശിക്ഷ വിധിച്ചത്. ലേഖനം പ്രസിദ്ധപ്പെടുത്തിയ പത്രാധിപർ എന്ന നിലയിലല്ല, അതുസം ബന്ധിച്ച മുഖപ്രസംഗമാണ് പത്രാധിപരുടെ പ്രധാന കുറ്റം. "ശുചീന്ദ്രം സത്യഗ്രഹ കേസുകളിലെ പ്രതികളായ രാമൻപിള്ളയേയും മറ്റും പത്മനാഭപുരം അഡീഷണൽ ഡിസ്ട്രിക്റ്റ് മജിസ്ട്രേട്ട് ശിക്ഷിച്ചതിനെപ്പറ്റി മി. എ നാരായണപിള്ള എഴുതിയിട്ടുള്ളതായ ഒരു ലേഖനത്തിലേക്ക് ഭാരതീയരുടെ ശ്രദ്ധ ഞങ്ങൾ ക്ഷണിച്ചുകൊള്ളുന്നു. സത്യാഗ്രഹ ത്തിൽ പങ്കുകൊള്ളാതെ കേവലം ഒരു നോട്ടീസ് പ്രസിദ്ധപ്പെടുത്തിയ

ദേശാഭിമാനിയായ മി. രാമൻപിള്ളയ്ക്കാണ് ഒരു വർഷം വിധിച്ചിട്ടുള്ള തെന്നുള്ള സംഗതി ഇവിടെ പ്രത്യേകം എടുത്തുപറയേണ്ടിയിരിക്കുന്നു. നീതിക്കും ന്യായത്തിനും വിരുദ്ധമായ മജിസ്ട്രേട്ടിന്റെ പ്രവൃത്തിയും രൗദ്രമായ വിധിയും അദ്ദേഹം ഒരു ജുഡീഷ്യൽ ഉദ്യോഗസ്ഥനായിരി ക്കുവാൻ പ്രാപ്തനല്ലെന്ന് സ്പഷ്ടമാക്കുന്നുണ്ട്. യഥാ രാജാ തഥാ പ്രജാ എന്നാണല്ലോ പ്രമാണം. അന്യായത്തിൽ നീരാടുന്ന ഇന്നത്തെ ഗവൺ മെന്റിന് അനുയോജ്യരായ ഉദ്യോഗസ്ഥർ ഉണ്ടെങ്കിൽ അവരെക്കാൾ അധികം ഗവൺമെന്റിനെയാണ് കുറ്റം പറയേണ്ടത്.'

മലയാള പത്രപ്രവർത്തന ചരിത്രത്തിലെ ഏറ്റവും വലിയ കോട തിയലക്ഷ്യ കേസും ഫുൾബെഞ്ച് വിധിയുമാണ് ഈ സംഭവവുമായി ബന്ധപ്പെട്ടുണ്ടായത്. ഹൈക്കോടതിയിലെ വാദപ്രതിവാദത്തിൽ ബാല കൃഷ്ണപിള്ളയുടെ ഭാഷ ശകാരപരമാണെന്നും രാജ്യദ്രോഹമാണെന്നും സർക്കാർ വാദിച്ചത് കോടതി ശരിവച്ചു. ജർമനിയിൽ കാൾമാർക്സ് പത്രപ്രവർത്തനരംഗത്ത് വന്നതും പത്രം നടത്തിയതും ഉടമസ്ഥന്റെ നീരസത്താൽ ഒഴിഞ്ഞുപോയതും തുടർന്ന് സ്വന്തമായി പത്രം തുടങ്ങി യതും കേസിൽ പ്രതിയാക്കപ്പെട്ടതുമായ സംഗതികൾ ബാലകൃഷ്ണപിള്ള യുടെ സ്ഥിതിക്ക് സമാനമാണ് ഏറെക്കുറെ. കേരളത്തിൽ സ്വാതന്ത്ര്യ സമരം തുടങ്ങുന്ന ഘട്ടത്തിൽ സ്വാതന്ത്ര്യം സംബന്ധിച്ച ശക്തമായൊരു കേസും വാദപ്രതിവാദവും വിധിയും-അതാണ് പ്രബോധകൻ കേസ്.

വിധി വന്നത് 1931 ഫെബ്രുവരിയിലാണെങ്കിലും അതിന് മുമ്പേ തന്നെ 'പ്രബോധകൻ' അടച്ചുപൂട്ടിക്കഴിഞ്ഞു. കോടതിയലക്ഷ്യ കേസെടുത്തതിന് പുറമെ '1101-ലെ പഞ്ചമ റഗുലേഷ'ന്റെ ബലത്തിൽ പത്രത്തിന്റെ ലൈസൻസ് കാൻസൽ ചെയ്തുകൊണ്ട് 1930 സെപ്തംബർ പത്തിന് ബാലകൃഷ്ണപിള്ളക്ക് സെക്രട്ടറിയേറ്റിൽനിന്നും ഉത്തരവെത്തി. അതിനെതിരെ ബാലകൃഷ്ണപിള്ള നൽകിയ അപ്പീൽ ഹരജി കോടതി യലക്ഷ്യ കേസ് പരിഗണിച്ച ബെഞ്ചിന് സർക്കാർ അയച്ചുകൊടുത്തു. രാജ്യദ്രോഹകരമായി പ്രവർത്തിക്കുന്ന പത്രത്തിന്റെ ലൈസൻസ് റദ്ദാക്കിയത് തികച്ചും ശരിയായ നടപടിയാണെന്ന് ഹൈക്കോടതി ഫുൾ ബെഞ്ച് വിധിച്ചു. ബാലകൃഷ്ണപിള്ളക്കെതിരെ വിധിയെഴുതുന്ന തിൽ അമിത താൽപ്പര്യമെടുത്ത/വൈരാഗ്യബുദ്ധി കാണിച്ച സാഹി ത്യപഞ്ചാനനനെ സാഹിത്യത്തിലെ യാഥാസ്ഥിതിക നിലപാടിന്റെ പേരിൽ പിൽക്കാലത്ത് ബാലകൃഷ്ണപിള്ള സാഹിത്യജംബുകം എന്ന് വിശേഷിപ്പിക്കുകയുണ്ടായി.

ബാലകൃഷ്ണപിള്ളയെ പത്രപ്രവർത്തനത്തിൽനിന്നും പൂർണമായും പിന്മാറ്റുക എന്ന ലക്ഷ്യത്തോടെയാണ് റീജന്റും ദിവാനും കരുക്കൾ നീക്കിയതെങ്കിലും അവർക്ക് പാളിപ്പോയി, അഥവാ അവരുടെ കണക്കുകൾ പിഴച്ചു. പിള്ളയുടെ സന്തത സഹചാരിയും പ്രസ് മാനേജരും തലസ്ഥാന ലേഖകനുമായ രാമചന്ദ്രൻ തമ്പി അവസരത്തിനൊത്തുയർന്നു.

തലസ്ഥാനത്തെ ഭരണരംഗത്തുനിന്നും എല്ലാ വിവരങ്ങളും ഏറെക്കുറെ ലഭിച്ചുകൊണ്ടിരുന്ന ലേഖകനാണ് തമ്പി (മലയാള പത്രപ്രവർത്തന ചരിത്രത്തിൽ അദ്ദേഹത്തിന്റെ പേര് 'രേഖപ്പെടുത്തി'യിട്ടില്ലെന്നത് കൃതഘ്നത) 1930 ഏപ്രിലിൽ കൊല്ലം പെരിനാട്ടെ കളീലിൽ വീട്ടിൽ നാരായണപിള്ളക്ക് കേസരി എന്ന പേരിൽ പത്രം നടത്തിപ്പിന് ലൈസൻസ് ലഭിച്ചിട്ടുണ്ട് എന്നും നാരായണപിള്ള പത്രം തുടങ്ങിയിട്ടില്ലെന്നും തൽക്കാലം തുടങ്ങാൻ ഉദ്ദേശിക്കുന്നില്ലെന്നും ലൈസൻസ് ഫീസ് കേവലം 25 രൂപ മാത്രമാണെന്നും തമ്പി മനസ്സിലാക്കുകയും വിവരം ബാലകൃഷ്ണപിള്ളയെ അറിയിക്കുകയും ചെയ്തു. സെപ്തംബർ 10നാണ് പ്രബോധകൻ പൂട്ടാൻ ഉത്തരവ് വന്നത്. 12-ന് തന്നെ നാരായണപിള്ളയിൽ നിന്നും 'കേസരി' പത്രത്തിന്റെ പ്രസിദ്ധീകരണാവകാശം ബാലകൃഷ്ണപിള്ള വിലയ്ക്കു വാങ്ങി. ബാലകൃഷ്ണപിള്ള പത്രാധിപരും ഉടമസ്ഥനുമായി 1930 സെപ്തംബർ 18-ന് 'കേസരി' പുറത്തിറങ്ങിയത് റീജന്റ് ഭരണത്തെയും ദിവാനെയും ഞെട്ടിച്ചു. ബാലകൃഷ്ണപിള്ളയുടെ പത്രം ഒരാഴ്ചപോലും മുടങ്ങിയില്ല. സെപ്തംബർ 11-ന് പ്രബോധകന്റെ അവസാന ലക്കം- അതായത് 14-ാമത് ലക്കം പ്രസിദ്ധപ്പെടുത്തിയ, ശാരദപ്രിന്റിങ്ങ് വർക്സിൽ നിന്നുതന്നെ 18-ന് കേസരി പുറത്തുവന്നു. ആ ദിവസം മുതൽ ബാലകൃഷ്ണപിള്ള കേസരി എന്ന പേരിൽ അറിയപ്പെട്ടുതുടങ്ങി. കേസരി പൂട്ടിയശേഷം കാൽ നൂറ്റാണ്ട് കാലം ജീവിച്ച അദ്ദേഹം അവസാനം വരെ തന്നെ സ്വയം വിശേഷിപ്പിച്ചത് പത്രാധിപർ, കേസരി എന്നത്രേ.

കേസരി

കേരളത്തിൽ ജീവിതത്തിന്റെ എല്ലാ മേഖലയിലും ആധുനികതയും പുരോഗതിയും ഉൽപ്പതിഷ്ണുത്വവും കൊണ്ടുവരിക എന്ന ലക്ഷ്യത്തോടെയാണ് കേസരി പ്രവർത്തിച്ചത്. ഫ്യൂച്ചറിസ്റ്റ് പ്രസ്ഥാനത്തിന്റെ മുഖപത്രം പോലെ കേസരി നിലകൊണ്ടു. കേസരി ആരംഭിക്കുമ്പോൾ ബാലകൃഷ്ണപിള്ളക്ക് 41 വയസ്സ് തികഞ്ഞിട്ടേയുണ്ടായിരുന്നുള്ളുവെങ്കിലും അദ്ദേഹത്തിന്റെ ചുറ്റും ഒരു തേജസ്, പ്രഭാപൂരം നിലനിൽക്കുന്നതായി യുവവിപ്ലവകാരികൾക്ക് അനുഭവപ്പെട്ടു. ആത്മീയതയുടെയും ആർഷതയുടെയും നിതാന്ത ശത്രുവാണെങ്കിലും പിള്ള ഒരു ഋഷിയെപ്പോലെ അനുയായികളെ ആകർഷിച്ചു. അതിനകം ശാരദാ പ്രിന്റിങ്ങ് വർക്സ് കെട്ടിടത്തിൽത്തന്നെ ബാലകൃഷ്ണപിള്ളയും കുടുംബവും താമസമാക്കിയിരുന്നു. അവിടെ സായന്തനങ്ങളിൽ തലസ്ഥാന നഗരിയിലെ യുവവിപ്ലവകാരികളും ബുദ്ധിജീവികളും പ്രബുദ്ധരായ വിദ്യാർഥികളും സംഗമിച്ചു. കേസരി വാരികയുടെ പ്രവൃത്തികൾ അവരിൽ പലരും സ്വമേധയാ ഏറ്റെടുത്തു. പിള്ളയിൽനിന്ന് അവരിലേക്ക് സ്വതന്ത്രചിന്തയുടെയും വിപ്ലവാത്മകതയുടെ ഊർജരശ്മികൾ പ്രസരിച്ചുകൊണ്ടിരുന്നു. സി. നാരായണപിള്ള, തകഴി ശിവശങ്കരപിള്ള, കെ.എ ദാമോദരമേനോൻ, പി ശ്രീധരൻപിള്ള അഥവാ സീതാരാമൻ, കുട്ടനാട് രാമകൃഷ്ണപ്പിള്ള, കെ.പി ശങ്കരമേനോൻ, എൻ നാരായണൻ ഇളയത്, ഹാസസാഹിത്യകാരനായ എം. എൻ ഗോവിന്ദൻ നായർ (ഏറ്റുമാനൂർ) തുടങ്ങിയവരാണ് സായാഹ്നങ്ങളിൽ ആ സന്നിധിയിൽ

സംഗമിച്ചത്. അവർ കേസരി സദസ് എന്നറിയപ്പെട്ടു. മൊത്തത്തിലുള്ള മേൽനോട്ടവും മുഖപ്രസംഗമെഴുത്തും ചില തർജമകളും കഴിഞ്ഞാൽ ശേഷിച്ച സമയം സ്വന്തം പഠനങ്ങൾക്കായി നീക്കിവെക്കാൻ കേസരിക്ക് (ഇനിമേൽ ബാലകൃഷ്ണപിള്ളയെ കേസരി എന്നുതന്നെ വിളിക്കുന്നു) കഴിഞ്ഞത് കേസരി സദസ്സിന്റെ സഹകരണം കൊണ്ടാണ്. ഇ.വി കൃഷ്ണപിള്ള, ബോധേശ്വരൻ തുടങ്ങിയവരും കേസരി സദസ്സിന്റെ ഭാഗമായിരുന്നു.

1930 സെപ്റ്റംബർ 11-ന് പ്രബോധകന്റെ 14-ാം ലക്കം പുറത്തുവന്നപ്പോൾ ബാലകൃഷ്ണപിള്ളയുടെ അവസാനത്തെ പ്രസിദ്ധീകരണമെന്ന് ഭരണകൂടം കരുതി. എന്നാൽ 18-ാം തീയതി ബുധനാഴ്ച ബാലകൃഷ്ണപിള്ളയുടെ പത്രാധിപത്യത്തിൽ കേസരി! ഭരണകൂടം ഞെട്ടുകയും നാട്ടുകാർ അത്ഭുതപ്പെടുകയും ചെയ്തു. "സ്വേച്ഛാപ്രഭുത്വം നഗ്നമായി നടനം ചെയ്യുന്ന രാജ്യങ്ങളിൽ പൊതുജനനാവുകളായ വർത്തമാന പത്രങ്ങൾ എത്രയും വർദ്ധിക്കുന്നുവോ അത്രത്തോളം പൊതുജനങ്ങൾക്കു ഗുണവും വർദ്ധിക്കും. ഈ വിശ്വാസമാണ് കേസരിയെ പുറത്തിറക്കുവാൻ ഞങ്ങളെ പ്രേരിപ്പിച്ചിട്ടുള്ളത്. കേസരി നിഷ്പക്ഷവും നിർഭയവുമായി രാഷ്ട്രീയം, സാമുദായികം, സാഹിത്യപരം ആദിയായ ജീവിതത്തിലെ വിവിധ ഭാവങ്ങളെ വിമർശിക്കുന്നതായിരിക്കും. വാർത്താവിതരണത്തേക്കാൾ കേസരി ശ്രദ്ധിക്കുന്നത് വാർത്താവിമർശനവും ആശയങ്ങളുടെയും വിശ്വസാഹിത്യാദി കലകളുടെയും നവീന ശാസ്ത്രവിജ്ഞാനത്തിന്റെയും പ്രചാരണവും സാഹിത്യപത്രപ്രവർത്തനഭാഷയിൽ പറയുന്നതായാൽ ഇംഗ്ലണ്ടിലേയും അമേരിക്കയിലേയും പത്രപ്രവർത്തനത്തേക്കാൾ അധികം മനഃസംസ്കരണത്തിനു പ്രാധാന്യം നൽകുന്ന ഫ്രഞ്ച് പത്രപ്രവർത്തന രീതിയായിരിക്കും കേസരി സ്വീകരിക്കാൻ ശ്രമിക്കുന്നതെന്നു പറയാവുന്നതാണ്. കേരളീയർക്ക് മാനസിക സംസ്കരണം ഇനിയും ധാരാളം വേണ്ടതാണെന്നതാണ് ഞങ്ങളുടെ വിചാരം. അതിനാൽ രാഷ്ട്രീയ കാര്യങ്ങളോട് തുല്യമായ പ്രാധാന്യം കേസരി സാഹിത്യാദി സംസ്കാരപരമായ കാര്യങ്ങൾക്കും കൊടുക്കുന്നതാണ്. കേരളീയരുടെ ഐക്യത്തെ സ്ഥാപിക്കുവാൻ കേസരി യഥാശക്തി ശ്രമിക്കുകയും ചെയ്യും"-ഈ മാനിഫെസ്റ്റോയോടെയാണ് കേസരിയുടെ ആദ്യലക്കം പുറത്തിറങ്ങിയത്. നടത്തിയ അഞ്ച് വർഷവും ഒന്നിനൊന്ന് മെച്ചമായി, ഉത്തരോത്തരം ശക്തമായി അത് പാലിക്കുകയും ചെയ്തു. വെളിച്ചം കൊണ്ടുവരികയും ഊർജ്ജം പകരുകയും ചെയ്യുക എന്ന ദൗത്യമാണ് കേസരി ഏറ്റെടുത്തത്.

രാഷ്ട്രീയമായി സമദർശിയുടെയും പ്രബോധകന്റെയും പാതയിലൂടെ കുറേക്കൂടി ഊർജ്ജിതമായി സഞ്ചരിക്കുകയായിരുന്നു കേസരി. 'മുഹൂർത്തവും ആളും' എന്ന തലക്കെട്ടിലുള്ള ആദ്യ മുഖപ്രസംഗത്തിൽ രാജാധിപത്യത്തെയും ഭരണകൂടത്തിന്റെ ദൂഷണത്തെയും മർദ്ദനനയങ്ങളെയും അതിനിശിതമായി വിമർശിച്ച കേസരി സ്വതന്ത്ര ഭരണത്തിനു വേണ്ടി, ഉത്തരവാദഭരണത്തിനുവേണ്ടി ജനങ്ങൾ ഒറ്റക്കെട്ടായി അണിനിരക്കേണ്ട സമയം സമാഗതമായെന്നും അലസത കാട്ടുന്നത് ആത്മഹത്യയ്ക്കു തുല്യമാണെന്നും ഓർമിപ്പിച്ചു.

തിരുവിതാംകൂർ സന്ദർശനത്തിനെത്തിയ ജവഹർലാൽ നെഹ്റുവിനെ കോട്ടയ്ക്കുമുമ്പിൽ വച്ച് പട്ടാളവും പൊലീസും തടഞ്ഞത് കേസരിയെ വല്ലാതെ ക്ഷോഭിപ്പിച്ചു. 'തീരാകളങ്കം' എന്ന പേരിൽ അത്യന്തം ക്ഷോഭിച്ച് എഴുതിയ മുഖപ്രസംഗം ഇങ്ങനെ: 'ഇന്ത്യൻ നാഷണൽ കോൺഗ്രസിനെയും ബ്രിട്ടീഷ് ഇന്ത്യൻ ജനാവലിയെയും ഭാരതത്തിലെ യുവജനങ്ങളെയും ഭാരതീയ കർഷകരെയും തൊഴിലാളികളെയും തിരുവിതാംകൂറിലെ പൗരാവലിയെയും ഇങ്ങനെ അപമാനിക്കാൻ തോന്നിയ ഒരു ഗവൺമെന്റിനെ അവർ ഒരു പാഠം പഠിപ്പിക്കേണ്ടതാണ്. ഈ കർത്തവ്യം നിർവഹിക്കേണ്ട പ്രത്യേക ചുമതല തിരുവിതാംകൂറിലെ പൊതുജനങ്ങൾക്കാണുള്ളത്. തങ്ങൾക്ക് ഈ തീരാകളങ്കം ഉണ്ടാക്കിവച്ച ഗവൺമെന്റിന്റെ സ്വേച്ഛാഭരണം നിറുത്തി, ഉത്തരവാദഭരണം ഓരോ തിരുവിതാംകൂർകാരനും-അവനോ അവൾക്കോ-അഭിമാനത്തിന്റെ കണികപോലുമുണ്ടെങ്കിൽ, അവനോ അവളോ തങ്ങളുടെ പൂർവികരുടെ യഥാർത്ഥ സന്താനങ്ങളാണെങ്കിൽ-ശപഥം ചെയ്യുകതന്നെ ചെയ്യും.'

ഒരുദാഹരണം മാത്രമാണിത്. എല്ലാ ലക്കത്തിലും രാഷ്ട്രീയ-സാംസ്കാരിക-സാഹിത്യമേഖലകളിൽ വിപ്ലവത്തിന് ആഹ്വാനം ചെയ്തുകൊണ്ടും അതിന് പ്രാപ്തമാക്കാൻ വിജ്ഞാനം നൽകിക്കൊണ്ടും ജനങ്ങളെ സായുധരാക്കുന്ന കർത്തവ്യമാണ് മുഖപ്രസംഗങ്ങളിലൂടെ കേസരി നിർവഹിച്ചത്. ബ്രിട്ടീഷ് മലബാറിൽ സ്വാതന്ത്ര്യസമരത്തിന്റെ ജിഹ്വയായി മാതൃഭൂമി ഉണ്ടായിരുന്നു. നാട്ടുരാജ്യമായ തിരുവിതാംകൂറിൽ കേസരിയാണ് ആ ചുമതല നിർവഹിച്ചത്; കേസരി മാത്രം. എട്ടു പേജുള്ള പത്രത്തിൽ ഒരു മുഴുവൻ പേജും ചിലപ്പോൾ ഏതാനും കോളങ്ങൾ കൂടിയും 'സ്വാതന്ത്ര്യസമര'ത്തിനായി നീക്കിവെച്ചു-'സ്വാതന്ത്ര്യസഹനസമരം' എന്ന പംക്തിയിലാണ് ദേശീയ-പ്രാദേശിക സ്വാതന്ത്ര്യസമര വാർത്തകൾ ക്രോഡീകരിച്ച് ചേർത്തുവന്നത്. മാത്രമല്ല

കേസരിയുടെ ആദ്യം മുതൽത്തന്നെ റൊമാങ്ങ് റൊളാങ്ങ് എഴുതിയ 'മഹാത്മാഗാന്ധി' എന്ന ഗ്രന്ഥത്തിന്റെ ഓരോ അധ്യായം ബാലകൃഷ്ണ പിള്ള നേരിട്ട് വിവർത്തനം ചെയ്ത് ചേർത്തു. ഗാന്ധിജിയുടെ ജീവിതകഥ മലയാളികളെ മനസ്സിലാക്കിച്ച് സ്വാതന്ത്ര്യസമരത്തിലേക്ക് സാധാരണക്കാരെ ആകർഷിക്കുകയെന്നതായിരുന്നു ബാലകൃഷ്ണപിള്ളയുടെ ലക്ഷ്യം. ബാലകൃഷ്ണപിള്ള വിവർത്തനം ചെയ്ത മഹാത്മഗാന്ധി എന്ന ഗ്രന്ഥം മാതൃഭൂമി പിന്നീട് പുസ്തകരൂപത്തിൽ പ്രസിദ്ധീകരിച്ചു.

ബാലകൃഷ്ണപിള്ള ഒരു ദേശീയവാദിയായിരുന്നില്ല; ഗാന്ധിയനുമായിരുന്നില്ല. എന്നിട്ടും അദ്ദേഹം ഗാന്ധിജിയുടെ ജീവചരിത്രം സ്വയം തർജമചെയ്ത് തന്റെ പത്രത്തിൽ പ്രസിദ്ധപ്പെടുത്തി! ഗാന്ധിജിയോട് അങ്ങേയറ്റത്തെ ബഹുമാനമുണ്ടായിരുന്നെങ്കിലും വൈക്കത്തും തിരുവനന്തപുരത്തും ഗാന്ധിജിയെ നേരിൽ കാണാനും റിപ്പോർട്ട ചെയ്യാനും പോയെങ്കിലും ഗാന്ധിജിയിൽ ചില 'പിന്തിരിപ്പൻ' ആശയങ്ങളുണ്ടെന്ന് കേസരി അന്നേ ചൂണ്ടിക്കാണിച്ചു. രാഷ്ട്രീയത്തിൽ ആധ്യാത്മികത കലർത്തിയതാണ് കേസരിക്ക് വിരോധമായത്. ആത്മീയവാദത്തെ നിശിതമായി എതിർത്തുപോന്നിരുന്ന കേസരി. ദേശീയതക്കുപകരം സാർവ്വദേശീയതയിൽ എന്നും ഊന്നുകയും അതിനായി വാദിക്കുകയും ചെയ്ത കേസരി പക്ഷേ സാമ്രാജ്യത്വവിരുദ്ധ സമരമെന്ന നിലയിൽ സ്വാതന്ത്ര്യസമരത്തിന്റെ ശക്തനായ വക്താവും പ്രചാരകനും പോരാളിയുമായി.

മഹാകവി വള്ളത്തോൾ കലാമണ്ഡലത്തിനുവേണ്ടി പിരിവിനു പോകുന്നതിനെപ്പറ്റി കേസരി എഴുതി: 'തുഞ്ചന്റെ ഛായാമുദ്രയും കാവി ഖദർ വസ്ത്രവും ധരിച്ചുകൊണ്ട് സാധാരണ ജനങ്ങളിൽനിന്നു പണം പിരിക്കാൻ പോകണമെന്നുള്ള മിസ്റ്റർ വള്ളത്തോളിന്റെ നിർദ്ദേശത്തിൽ തുഞ്ചന്റെ മുദ്രധരിക്കുന്നതും കാവി ഖദർ ധരിക്കുന്നതുമായ ഭാഗത്തോട് ഞങ്ങൾ യോജിക്കുന്നില്ല. ഒരു കാര്യത്തിനു പണം സംഭാവന ചെയ്തവന് ആ കാര്യത്തിൽ അൽപ്പമെങ്കിലും താൽപ്പര്യം ജനിക്കുമെന്നുള്ള മനഃശ്ശാസ്ത്രതത്വം അറിഞ്ഞ് ഈ സംഭാവനപ്പിരിവ് നിർദ്ദേശം ചെയ്തത് ആശാസ്യമാണ്. പക്ഷേ, മർദ്ദിതലക്ഷങ്ങളെ മുതലാളികളുടെ സാമ്പത്തിക ചൂഷണം സഹിച്ചുകൊണ്ടുപോകുന്നതിന് ഉപദേശിക്കുന്ന ദൈവവിധിക്ക് കീഴടങ്ങണമെന്നുള്ള മതതത്ത്വം ഉദ്ഘോഷിച്ചിട്ടുള്ള തുഞ്ചന്റെ മുദ്രധരിച്ചുകൊണ്ട് ആ മർദ്ദിത ലക്ഷങ്ങളോട് സഹായമപേക്ഷിക്കുന്നതിന്റെ അനൗചിത്യം മി. വള്ളത്തോൾ കാണാത്തതു കഷ്ടമായിപ്പോയി. അതുപോലെതന്നെ, കാവി പ്രസ്തുത

ച്ചഷണത്തെ സഹായിക്കുന്ന മതത്തിന്റെ ലക്ഷണമായതുകൊണ്ട് അതും പാടില്ല. യുവജനങ്ങൾ തുടങ്ങുന്ന നവസാഹിത്യത്തിന് ദേശീയത്വം ഉണ്ടായിരിക്കുവാൻ പാടില്ലായ്കയാൽ ദേശീയ മനഃസ്ഥിതിയുടെ അടയാളമായിത്തീർന്നിട്ടുള്ള ഖദറും വർജ്യമാണ്.'

തുഞ്ചനെക്കുറിച്ച് ഇങ്ങനെ എതിർപ്പ് പ്രകടിപ്പിക്കുന്ന രാഷ്ട്രീയ വീക്ഷണമായിരുന്നെങ്കിലും ഒരു കവി എന്ന നിലയ്ക്കുള്ള തുഞ്ചന്റെ മഹാപ്രതിഭയെ ബാലകൃഷ്ണപിള്ള നെഞ്ചേറ്റി. ഏറ്റവും ഇഷ്ടപ്പെട്ട നാല് വരി മലയാള കവിത ഏതെന്ന് മാതൃഭൂമി ആഴ്ചപ്പതിപ്പ് ഒരു സിമ്പോസിയത്തിന്റെ ഭാഗമായി എഴുതി ചോദിച്ചപ്പോൾ കേസരി കൊടുത്ത മറുപടി, 'ഞാൻ ഏറ്റവും ഇഷ്ടപ്പെടുന്നത് തുഞ്ചത്തെഴുത്തച്ഛന്റെ മഹാഭാരതത്തിലെ 'വീണിതല്ലോ കിടക്കുന്നു ധരണിയിൽ' എന്നു തുടങ്ങുന്ന ഗാന്ധാരീ വിലാപം മുഴുവനുമാണ്. നാലുവരി അടർത്തിയെടുക്കാനാവില്ല' എന്നാണ്.

കേസരിയുടെ എതിർപ്പും വാഴ്ത്തും വ്യക്തിപരമായിരുന്നില്ല-ഷഷ്ടിപൂർത്തി പ്രസംഗത്തിൽ പ്രൊക്രസ്റ്റസ്സിന്റെ കട്ടിൽ എന്ന രൂപത്തിലൂടെ അക്കാര്യം വ്യക്തമാക്കുന്നുണ്ട്. ചങ്ങമ്പുഴയെ മഹാകവി വള്ളത്തോളിനേക്കാൾ വലിയ കവിയായി വാഴ്ത്തിയതും മറ്റും വള്ളത്തോൾ സ്കൂളിന് കേസരിയോട് കടുത്ത എതിർപ്പുളവാക്കിയിരുന്നെങ്കിലും വള്ളത്തോളിനോടും വ്യക്തിപരമായി ബഹുമാനമാണ് കേസരി വെച്ചുപുലർത്തിയത്. 1930-ൽ നടന്ന കൊല്ലം സാഹിത്യപരിഷത്തിനെക്കുറിച്ച് കേസരിയിൽ എഴുതിയ മുഖപ്രസംഗത്തിൽ അധികാരപ്രമത്തതയും യാഥാസ്ഥിതികത്വവും ആഢ്യത്വവും പ്രകടിപ്പിച്ച പി.കെ. നാരായണപിള്ള അതിലൂടെ സാഹിത്യ പഞ്ചാനനത്വമല്ല ജംബുകത്വമാണ് പ്രകടമാക്കിയതെന്ന് ചൂണ്ടിക്കാട്ടിയതിനൊപ്പം കേസരി തുടർന്നു: ഈ പരിഷത്തിൽ വച്ച് മിസ്റ്റർ വള്ളത്തോൾ നാരായണമേനോൻ, തനിക്ക് യഥാർത്ഥ മനഃസംസ്കാരവും കലാവാസനയും മികച്ച ഉൽപ്പതിഷ്ണുത്വവും ഉണ്ടെന്ന് തന്റെ പ്രസംഗങ്ങൾക്കൊണ്ട് സ്പഷ്ടമാക്കുകയും മിസ്റ്റർ പി.കെ തനിക്ക് പ്രായേണ ഒരു പഴഞ്ചൻ സംസ്കൃത പണ്ഡിതന്റെ സങ്കുചിത മനഃസ്ഥിതിയാണുള്ളതെന്ന് തെളിയിക്കുകയും ചെയ്തിട്ടുണ്ട്.

വള്ളത്തോളിന്റെ നേതൃത്വത്തിലുള്ള കേരള കലാമണ്ഡലത്തെ സമസ്തകേരള സാഹിത്യ പരിഷത്തിൽ ലയിപ്പിക്കാൻ കോഴിക്കോട്ടു നടന്ന സമസ്ത കേരള സാഹിത്യ പരിഷത്ത് സമ്മേളനത്തിൽ അധ്യക്ഷൻ അപ്പൻ തമ്പുരാൻ ശ്രമിച്ചതിനെ അതിനിശിതമായി വിമർശിക്കുകയും അപ്പൻ തമ്പുരാന്റെ യാഥാസ്ഥിതികത്വത്തെ പിച്ചിച്ചീന്തുകയും

ചെയ്യുകയുണ്ടായി കേസരി മുഖപ്രസംഗം. കലാമണ്ഡലം വള്ളത്തോളി ന്റെ സ്വേച്ഛാധികാരനേതൃത്വം കാരണം വേണ്ടത്ര വികസിക്കുന്നില്ലെ ന്നു വന്നാലും കഥകളി യാഥാസ്ഥിതികമെന്നുവന്നാലും കുറെയധികം കാര്യങ്ങൾ ചെയ്യാനും തന്റെ വ്യക്തിപരമായ അംഗീകാരം മുഖേന അതിനായി പണം സ്വരൂപിക്കാനും കഴിഞ്ഞ വള്ളത്തോളിനെ ആക്ഷേ പിക്കാൻ അപ്പൻ തമ്പുരാൻ പ്രഭൃതികൾക്ക് അവകാശമില്ലെന്നാണ് കേസരി എഴുതിയത്: 'ഒന്നും ചെയ്യാൻ സാധിക്കാത്തതായ കുണ്ടുകി ണറ്റിലെ തവളക്കുഞ്ഞ്, അതായത് സാഹിത്യ പരിഷത്തിലെ അപ്പൻ തമ്പുരാനവർകൾ, യഥാർഥമായ ഉത്തമസാഹിത്യപ്രവർത്തനവും, വേണ്ട പണവും കഥകളി പരിഷ്ക്കരണ പ്രസ്ഥാനത്തെപ്പോലെ തെറ്റാ യവയാണെന്നുവരികിലും കലാപോഷണാർത്ഥം നേത്രഗോചരമായി അൽപ്പമെങ്കിലും പ്രാരംഭ വേലകളും കാണിക്കുവാൻ സാധിച്ചിട്ടുള്ള കലാമണ്ഡലത്തിലെ വള്ളത്തോൾ കുന്നിന്റെ മീതെ പറക്കുവാൻ മോഹിക്കുന്നത് സ്വാർത്ഥതയും അസൂയയും അത്യാവേശവും കൊണ്ട ല്ലെങ്കിൽ മറ്റെന്തുകൊണ്ടാണെന്ന് ഞങ്ങൾക്ക് മനസ്സിലാകുന്നില്ല. കലാമണ്ഡലത്തിലുള്ള ദൂഷ്യങ്ങൾക്ക് പരിഹാരമായി അതിനെ പരി ഷത്തിന്റെ കീഴിൽ കൊണ്ടുവരാൻ ശ്രമിക്കുന്നവർ തങ്ങൾ മഴ നനയാ തിരിക്കുവാനായി ആറ്റിൽ ചാടുന്നവനെപ്പോലെ പ്രവർത്തിക്കുന്നുവെന്ന് ആലോചിക്കാതെയായിരുന്നതു കഷ്ടം തന്നെ.'

സാഹിത്യത്തിലും കലയിലും സങ്കുചിതദേശീയത പാടേ വർജി ക്കണമെന്നും ദേശീയതയുടെ ചിഹ്നമായതിനാൽ പണപ്പിരിവിനു പോകുമ്പോൾ വള്ളത്തോൾ ഖാദി ധരിക്കരുതെന്ന് പറയുകയും ചെയ്ത ബാലകൃഷ്ണപിള്ളയ്ക്ക് അധികം വസ്ത്രങ്ങളില്ലായിരുന്നെങ്കിലും ഉള്ളത് ഖദറാ യിരുന്നു. മാത്രമല്ല വിദേശ വസ്ത്ര ബഹിഷ്ക്കരണം ഒരു സമരരൂപമായി ആരംഭിച്ചപ്പോൾ തിരുവനന്തപുരത്ത് അതിന് ബൗദ്ധിക നേതൃത്വം നൽകിയത് ബാലകൃഷ്ണപിള്ളയായിരുന്നു. ചാല കമ്പോളത്തിലെ മൂന്നു വിദേശ വസ്ത്രഷാപ്പുകളാണ് സിറ്റി കോൺഗ്രസ് കമ്മിറ്റി പിക്കറ്റ് ചെയ്തത്. മറ്റ് പത്രങ്ങൾ പിക്കറ്റിങ്ങിനെതിരായ നിലപാട് സ്വീകരിച്ചപ്പോൾ പിക്ക റ്റിങ്ങ് തിരുവനന്തപുരം നഗര ചരിത്രത്തിൽ ഒരു പുതിയ അധ്യായം തുട ങ്ങിയതായി കേസരി ആവേശപൂർവ്വം മുഖപ്രസംഗമെഴുതി. സമരത്തിൽ വനിതകൾ പങ്കെടുക്കാത്തത് ദുഃഖകരമാണെന്ന് സൂചിപ്പിച്ചുകൊണ്ട് കേസരി എഴുതി: 'തിരുവനന്തപുരം നഗരത്തിലെ മാന്യ വനിതകളും തങ്ങളുടെ സഹോദരരായ മാന്യ പുരുഷന്മാരെപ്പോലെ ഈ പിക്കറ്റിങ്ങ് പ്രസ്ഥാനത്തിൽ പങ്കുകൊള്ളുന്നതായാൽ അതിനു വിജയം ശീഘ്രം

സിദ്ധിക്കുമെന്ന് അന്യസ്ഥലങ്ങളിലെ അനുഭവത്തിൽ നിന്ന് ഞങ്ങൾ വിചാരിക്കുന്നു. പിക്കറ്റിങ്ങിന് ഇറങ്ങുവാൻ വേണ്ട ദേശാഭിമാനവും ധൈര്യവും തിരുവനന്തപുരത്തെ ഒരു വനിതയ്ക്കും ഇല്ലെന്നുവരുമോ? അങ്ങനെയാണെങ്കിൽ അത് ഈ നഗരത്തിന് അത്യധികമായ അഭിമാനക്ഷയം ഉണ്ടാക്കുകതന്നെ ചെയ്യും' എന്നാണ് കേസരി എഴുതിയത്. സ്വാതന്ത്ര്യ സമരത്തിലേക്ക് വനിതകളെ ആകർഷിക്കാനുള്ള ആഹ്വാനമായിരുന്നു അത് (കേസരിയുടെയും പ്രബോധകന്റെയും ഏറെക്കുറെ മുഴുവൻ ലക്കങ്ങളും ഇപ്പോൾ തിരുവനന്തപുരത്തെ പുരാരേഖാലയത്തിൽ ലഭ്യമാണ്).

വൈക്കം സത്യാഗ്രഹത്തിന്റെയും ശുചീന്ദ്രം സത്യാഗ്രഹത്തിന്റെയും പിന്നിലെയും മുന്നിലെയും ധൈഷണിക ശക്തിയായി പ്രവർത്തിച്ചതിന്റെ തുടർച്ചയായി മലബാറിലെ ഗുരുവായൂർ സത്യാഗ്രഹത്തിനും കേസരി ആവേശം പകർന്നു.

കേസരി പ്രത്യക്ഷത്തിൽ തിരുവിതാംകൂറിലെ നിർണായകമായ രണ്ട് രാഷ്ട്രീയ സമരങ്ങളുടെ ജിഹ്വയായി പ്രവർത്തിച്ചു. ഉത്തരവാദ ഭരണസമരത്തിന്റെയും നിവർത്തന പ്രക്ഷോഭത്തിന്റെയും. ഭരണകൂടത്തിലെയും സിവിൽ സർവീസിലെയും സവർണാധിപത്യത്തിനെതിരെ കേസരി ആഞ്ഞടിച്ചു. തിരുവിതാംകൂർ പോലുള്ള ചെറിയ ഒരു പ്രദേശത്ത് നിയമസഭയ്ക്ക് രണ്ട് തട്ടുണ്ടാകുന്നത് അസംബന്ധമാണെന്ന് പറഞ്ഞുകൊണ്ട് ശ്രീചിത്തിരാ സ്റ്റേറ്റ് കൗൺസിലിനെ കേസരി ശക്തിയുക്തം എതിർത്തത് തികച്ചും ഒറ്റപ്പെട്ട ശബ്ദമായിരുന്നു. കുടുംബാസൂത്രണം പ്രചാരത്തിൽ വരുന്നതിന് വളരെ മുമ്പാണ് കുടുംബാസൂത്രണം സ്വീകരിക്കാൻ കേസരി ജനങ്ങളെ ആഹ്വാനം ചെയ്തത്. പെൻഷൻ പ്രായം 55 വയസ്സായി പരിമിതപ്പെടുത്തണ മെന്ന് ബാലകൃഷ്ണപിള്ള സമദർശിയിലായിരിക്കെ മുഖപ്രസംഗമെഴുതിയിരുന്നു.

നിയമനിർമാണസഭയിൽ നായർ സമുദായത്തിന് അനർഹമായി അമിത പ്രാധാന്യം നൽകുകയും ഈഴവ, മുസ്ലീം, ക്രിസ്ത്യൻ വിഭാഗങ്ങളെ പാടേ അവഗണിക്കുകയും ചെയ്തതിനെതിരെയാണ് സംയുക്ത രാഷ്ട്രീയസഭ പ്രക്ഷോഭം തുടങ്ങിയത്. സർക്കാർ ഉദ്യോഗത്തിലെ അവഗണനക്കുകൂടി എതിരായി സമരം വളർന്നു. 1934-ലെ നിയമസഭാ തിരഞ്ഞെടുപ്പ് കൂടി ബഹിഷ്കരിച്ചുകൊണ്ടാരംഭിച്ച നിവർത്തന പ്രക്ഷോഭം തിരുവിതാംകൂറിനെ ഇളക്കിമറിച്ചു. ടി.എം വർഗീസും സി കേശവനും പി.കെ കുഞ്ഞുമെല്ലാം നേതൃത്വം നൽകിയ നിവർത്തന പ്രക്ഷോഭത്തിന്റെ മുഖപത്രം പോലെ കേസരി ശക്തമായി നിലകൊണ്ടു.

തന്റെ സുഹൃത്തുക്കളും സഹപ്രവർത്തകരുമായിരുന്ന പട്ടം താണുപിള്ള, പറവൂർ ടി.കെ ഉൾപ്പെടെയുള്ളവർ നേതൃത്വം നൽകിയ ഉത്തരവാദ പ്രക്ഷോഭത്തിന്റെ വക്താവായിരിക്കെത്തന്നെ നിവർത്തന പ്രക്ഷോഭത്തിന്റെയും പ്രചോദകശക്തിയായി ബാലകൃഷ്ണപിള്ള. തിരുവിതാംകൂറിൽ ദിവാനായി ആദ്യമായി ഒരു മുസ്ലീമിനെ നിയോഗിച്ചപ്പോൾ- ഹബീബുള്ള- കേസരി അതിനെ മുക്തകണ്ഠം പ്രശംസിച്ചു. നിവർത്തന പ്രക്ഷോഭവുമായി ബന്ധപ്പെട്ട് ദിവാൻ ഹബീബുള്ള വിളിച്ചുചേർത്ത കൂടിയാലോചനായോഗത്തിൽ പത്രാധിപർ സംബന്ധിക്കുകയും പിന്നോക്കക്കാരുടെ പ്രാതിനിധ്യം അർഹതാനുസരണം വർദ്ധിപ്പിക്കണമെന്നാവശ്യപ്പെടുകയും ചെയ്തു. ഹിന്ദുവല്ലാത്ത, ബ്രാഹ്മണനല്ലാത്ത ഒരാളെ ദിവാനാക്കുമ്പോൾ യാഥാസ്ഥിതികത്വത്തിനേൽക്കുന്ന അടി- ആ നിലയിൽ മാത്രമാണ് ഹബീബുള്ളയുടെ നിയമനത്തിൽ സന്തോഷിച്ചത്. ദിവാനായി വാട്സിനെ നിയമിച്ചപ്പോഴും പരിമിതമായി സ്വാഗതം ചെയ്യാൻ ബാലകൃഷ്ണപിള്ള മടിച്ചില്ല. നിവർത്തന പ്രക്ഷോഭത്തിന്റെ വിജയത്തിനു വേണ്ടി കേസരി ശക്തമായി പ്രവർത്തിച്ചു. നിയമനിർമാണ സഭയിൽ നിശ്ചിത ശതമാനം സീറ്റ് ഉറപ്പാക്കുകയും സർക്കാർ ഉദ്യോഗത്തിൽ സംവരണം ഏർപ്പെടുത്തുകയും പബ്ലിക് സർവീസ് കമ്മീഷൻ രൂപീകരിക്കുകയും ചെയ്യുന്നതിലേക്ക് എത്തിച്ചുകൊണ്ടാണ് ഐതിഹാസികമായ നിവർത്തന പ്രക്ഷോഭത്തിന് പരിസമാപ്തിയായത്.

ഈ സമരവുമായി ബന്ധപ്പെട്ട് കേസരിക്ക് സ്വർണമെഡലും പണക്കിഴിയും നൽകാൻ ചെങ്ങന്നൂർ, തിരുവല്ല തുടങ്ങി നിരവധി പ്രദേശത്തെ സംയുക്ത രാഷ്ട്രീയ സഭാഘടകങ്ങൾ തീരുമാനിച്ചെങ്കിലും പട്ടിണിക്കാരനായ 'സോക്രട്ടീസ്' അത് അപ്പാടെ നിരാകരിച്ചു. എന്നുമാത്രമല്ല, സമരനായകനായ തന്റെ സഹപാഠിയും സുഹൃത്തുമായ ടി.എം വർഗീസിന് സ്വീകരണവും പണക്കിഴിയും നൽകുന്നതിനെ നഖശിഖാന്തം എതിർക്കുകയും ചെയ്തു.

നിവർത്തന പ്രക്ഷോഭത്തിന്റെ ബുദ്ധികേന്ദ്രവും ആവേശദായകനുമായത് തിരുവനന്തപുരത്ത് ബാലകൃഷ്ണപിള്ളയുടെ സ്ഥാനത്തിന് ഉലച്ചിൽ തട്ടിച്ചു. പ്രബലശക്തിയായ നായർ സമുദായം പിള്ളയെ പുകഞ്ഞകൊള്ളിയായും ഉള്ളിലെ ശത്രുവായും കണ്ടു. സവർണ സമുദായംഗങ്ങളിൽ മറ്റാരും നിവർത്തന പ്രക്ഷോഭത്തിനൊപ്പമുണ്ടായിരുന്നില്ല. ജാതിവിവേചനത്തെത്തുടർന്ന് നിവർത്തന പ്രക്ഷോഭമാരംഭിച്ച സംയുക്ത രാഷ്ട്രീയസഭ ബഹിഷ്ക്കരിച്ച 1933-ലെ തെരഞ്ഞെടുപ്പ് ഫലത്തെക്കുറിച്ച്

ബാലകൃഷ്ണപിള്ള എഴുതിയ മുഖപ്രസംഗം യാഥാസ്ഥിതിക നായർ ഭൂരിപക്ഷത്തിന് കലിയുണ്ടാക്കി. അന്യായമായി ലഭിച്ചിട്ടുള്ള രാഷ്ട്രീയ പ്രാബല്യം മനസ്സോടെ ഉപേക്ഷിച്ച് സഹോദര സമുദായങ്ങളോട് ന്യായം ചെയ്ത് രാജ്യത്തിന്റെ പൊതുനന്മയെ പുലർത്താൻ ന്യായബോധമുള്ള നായർ തയ്യാറാകണമെന്നാണ് ആ മുഖപ്രസംഗത്തിൽ കേസരി ആഹ്വാനം ചെയ്തത്.

അതേവർഷം തന്നെ തിരുവനന്തപുരത്തുനടന്ന നായർ മഹാസമ്മേളനത്തിലെ നടപടികളെ നിശിതമായി വിമർശിച്ചുകൊണ്ട് 1933 ഒക്ടോബർ നാലിന് കേസരിയിൽ എഴുതിയ മുഖപ്രസംഗം കൂടുതൽ പ്രകോപനമുണ്ടാക്കി. പ്രായംകൊണ്ടും മനസ്സുകൊണ്ടും വൃദ്ധന്മാരായ തനി യാഥാസ്ഥിതികരാണ് നായർ സമ്മേളനത്തിലെ വിവിധ സെഷനുകളിൽ അധ്യക്ഷം വഹിച്ചതെന്നും നേതൃത്വം കയ്യടക്കിയ ഉന്നത റിട്ടയേഡ് ഉദ്യോഗസ്ഥന്മാരുടെ വൃത്തികെട്ട 'അങ്ങത്ത മനഃസ്ഥിതി' സമ്മേളനത്തിൽ പൊന്തിച്ചുനിന്നുവെന്നും ചൂണ്ടിക്കാട്ടിയ കേസരി കാലത്തിന്റെ പുതുവെളിച്ചം കണ്ണുതുറന്നുകാണാൻ അവരെ ആഹ്വാനം ചെയ്തു. നിവർത്തന പ്രക്ഷോഭത്തെ പ്രമേയം വഴി എതിർക്കാൻ തൽക്കാലം തുനിഞ്ഞില്ലെങ്കിലും സമരവുമായി ബന്ധപ്പെട്ടുളവായ നായരീഴവ പരസ്പര 'സംഘർഷ'ത്തിൽ ഇടപെടാൻ സർക്കാരിനെ പ്രേരിപ്പിക്കുകവഴി നിവർത്തന നയക്കാർക്കെതിരെ മർദ്ദനനയം സ്വീകരിക്കാൻ പ്രേരണ നൽകുകയാണെന്ന് കേസരി കുറ്റപ്പെടുത്തി. പരസ്പര തർക്കത്തിൽ സർക്കാരിനെ ഇടപെടുവിക്കുകയല്ല സൗഹാർദ്ദയോഗങ്ങൾ നടത്തി പരിഹരിക്കുകയാണ് വേണ്ടതെന്ന് നിർദ്ദേശിച്ച അദ്ദേഹം ആക്രമണ ഭീതി പരത്തി വർഗീയത ആളിക്കത്തിക്കുന്നതിനെ ശക്തമായി എതിർക്കുകയും ജാത്യതീതവും മതനിരപേക്ഷവുമായ വർഗ ഐക്യമാണ് സമൂഹത്തിൽ വളർത്തേണ്ടതെന്ന് ചൂണ്ടിക്കാട്ടുകയും ചെയ്തു. 'സകല വർഗക്കാരും നായന്മാരുടെ വിരോധികളാണെന്നും അതിനാൽ ആസന്നമായ അവരുടെ ആക്രമണത്തെ പ്രതീക്ഷിച്ച് നായന്മാരെല്ലാം സ്വയം രക്ഷയ്ക്കുവേണ്ട മാർഗങ്ങളെല്ലാം നേടണമെന്നും യുവജനസമ്മേളനാധ്യക്ഷൻ പ്രക്ഷോഭകരമായി പ്രസംഗിച്ചത് വാസ്തവസ്ഥിതിക്ക് യോജിച്ചതല്ലെന്നേ സൂക്ഷ്മദൃക്കുകൾ പറയുകയുള്ളൂ. നായന്മാരിലും ക്രിസ്ത്യാനികളിലും ഈഴവരിലും മുസ്ലീങ്ങളിലുമുള്ള തൊഴിലാളികളും കൂലിവേലക്കാരും രാഷ്ട്രീയവും സാമ്പത്തികവുമായ സങ്കടങ്ങളും മർദ്ദനങ്ങളും അനുഭവിക്കുന്നുണ്ട്. അവർക്കു തമ്മിൽ ഒരു വൈരവുമില്ല. ഇത്തരം പ്രസംഗങ്ങൾ അടുത്ത കാലത്തെങ്ങും രാജ്യത്തിൽ വർഗീയ

മൈത്രി സ്ഥാപിക്കുന്നതിനു സാധ്യമല്ലാത്ത പരിതഃസ്ഥിതി ഉണ്ടാകുന്നതാണ്'-കേസരി ചൂണ്ടിക്കാട്ടി. എന്നാൽ സമ്മേളനത്തെയോ സമുദായത്തെയോ അധിക്ഷേപിക്കാതെ തെറ്റുകൾ ചൂണ്ടിക്കാട്ടുകയും സമുദായത്തിൽ യുവ ഉൽപ്പതിഷ്ണുക്കൾ വളർന്നുവരുന്നതിന്റെ ലക്ഷണം സമ്മേളനത്തിൽത്തന്നെ ദൃശ്യമാണെന്നും അതിനാൽ നായർ സമുദായത്തിന്റെ മേൽപറഞ്ഞ അധഃപതനം താൽക്കാലികമാണെന്ന് വിചാരിക്കാമെന്നും കേസരി വ്യക്തമാക്കി. തികച്ചും നിഷ്പക്ഷമായ ഈ മുഖപ്രസംഗവും അന്നത്തെ നായർ മേധാവിത്വം ദുർവ്യാഖ്യാനം ചെയ്ത് കേസരിയെ ഒറ്റപ്പെടുത്തി. സ്വാഭാവികമായും കേസരി പത്രത്തിന്റെ വരിക്കാരിൽ നല്ലൊരു ഭാഗം കൊഴിഞ്ഞുപോകുന്നതിനും ഇതിടയാക്കി.

കേരളീയരെ സാർവദേശീയ നിലവാരത്തിലേക്കുയർത്തുക എന്ന ലക്ഷ്യത്തോടെ സർവതലസ്പർശിയായ വിപ്ലവ പ്രവർത്തനം നടത്തിക്കൊണ്ടിരുന്ന കേസരിയെ എങ്ങനെയും പൂട്ടിക്കുക എന്നത് രാജാധിപത്യത്തിന്റെയും സർ സി.പിയുടെ നേതൃത്വത്തിലുള്ള ഉദ്യോഗസ്ഥവൃന്ദത്തിന്റെയും താൽപ്പര്യമായി. അന്നന്ന് കടലാസ് വാങ്ങാൻപോലും ഗതിയില്ലാതെ ഉഴലുന്ന മുഴുപ്പട്ടിണിക്കാരന്റെ പത്രം പൂട്ടിക്കാൻ അതിനെ സാമ്പത്തികമായി ഞെരുക്കിയാൽ മാത്രം മതിയെന്ന് അതിബുദ്ധിയായ സർ സി.പിക്ക് മനസ്സിലായി. സി.പിയുടെ ഉപദേശപ്രകാരം 1935 ജൂൺ ആദ്യം സർക്കാർ ഒരു പ്രസ് റഗുലേഷൻ പുറപ്പെടുവിച്ചു. സ്വന്തം പേരിലല്ലാതെയുള്ള പത്രം നടത്തുന്നവർ ലൈസൻസ് ഫീസായി ആയിരം രൂപ അടക്കണം. ഒരിക്കൽ ലൈസൻസ് റദ്ദ് ചെയ്യപ്പെട്ടവരുടെ കാര്യത്തിൽ ലൈസൻസ് ഫീസ് 2500 രൂപയായിരിക്കും.

തുക പിരിച്ചെടുത്ത് പത്രം തുടരണമെന്ന് പലരും അഭിപ്രായപ്പെട്ടു. വിവരമറിഞ്ഞ് മലയായിൽനിന്ന് 300 രൂപ മണിയോഡറായി അയച്ചുകിട്ടി. പക്ഷേ, പിള്ള ഉറച്ച തീരുമാനത്തിലായിരുന്നു. സംഭാവനയായി കിട്ടിയ പണം തിരിച്ചയച്ചു. പിരിവെടുത്ത് പത്രം തുടർന്നാൽ മറ്റെന്തെങ്കിലും കാരണം പറഞ്ഞ് ലൈസൻസ് റദ്ദാക്കൽ അടുത്ത ഏതവസരത്തിലുമുണ്ടാകാം. പോരാത്തതിന് കടം ഏറിവരുന്നു. ശമ്പളം പോലും കുടിശ്ശികയാകുന്നു. അതിനിടയിൽ പിഴയും- കടലാസ് വാങ്ങാൻ പണമില്ലാത്തതിനാൽ ഓഫീസ് അങ്കണത്തിലെ പൂച്ചട്ടികൾ കൂടി വിറ്റതാണ്... പ്രസ് കാർത്തികപ്പള്ളിയിലെ ചിങ്ങോലി പത്മനാഭൻ നായർക്ക് പണയത്തിലാണ്-1500 രൂപയ്ക്ക്. ഭാര്യക്ക് അസുഖം വർദ്ധിച്ചു. മരുന്നു വാങ്ങാൻ പണമില്ല.

അകാലത്തിൽ മരിച്ചപോയ മകളുടെ പേരുള്ള പ്രസ്സും ഉപകരണങ്ങളും വിൽക്കാൻ തീരുമാനമായി. 1935 ജൂൺ 26-ന്റെ ലക്കത്തോടെ കേസരി പ്രസിദ്ധീകരണം നിർത്തി. ശാരദാ പ്രിന്റിങ്ങ് വർക്സ് പുതുപ്പള്ളി കൃഷ്ണപിള്ള, അദ്ദേഹത്തിന്റെ ബന്ധുവായ സി.എസ്.എൻ തമ്പി എന്നിവർക്ക് 2500 രൂപയ്ക്ക് വിറ്റ് പലിശ ഉൾപ്പെടെ 2000 രൂപ കൊടുത്ത് കടം വീട്ടി. തൊഴിലാളികൾക്ക് ശമ്പളകുടിശിക, വാടക എന്നിവ കൊടുത്തുതീർത്തതോടെ എല്ലാ സ്വത്തുക്കളിൽനിന്നും മോചിതനായി -അദ്ദേഹം ഒരു സുഹൃത്തിന് എഴുതി- എന്റെയും പട്ടിണിയുടെയും ഇടയിൽ അമ്പത് രൂപ അവശേഷിക്കുന്നു....

വിപ്ലവ മഹാപ്രതിഭ

1935-ൽ കേസരി നിർത്തുകയും ശാരദാ പ്രസ് വിൽക്കുകയും പുളിമൂടിനോട് വിടപറയുകയും ചെയ്യുമ്പോൾ ബാലകൃഷ്ണ പിള്ള ഒരു പ്രതിജ്ഞ ചെയ്തു- തിരുവിതാംകൂർ രാഷ്ട്രീയത്തിൽ ഇനി നേരിട്ടിടപെടില്ല... രാജാധിപത്യത്തെയും ദിവാൻ ഭരണത്തെയും സാമ്രാജ്യത്വത്തെയും അതിനിശിതമായി എതിർക്കുക, സവർണാധി പത്യത്തിനും ജാതീയമായ ഉച്ചനീചത്വത്തിനുമെതിരെ പൊരുതുക, വൈക്കം, ശുചീന്ദ്രം, ഗുരുവായൂർ സത്യാഗ്രഹങ്ങൾക്ക് ആശയപരമായ പിൻബലം നൽകുക, പത്രമാരണമുൾപ്പെടെയുള്ള സ്വേച്ഛാധിപത്യ വാഴ്ചയെ എതിർക്കുക, ഉത്തരവാദഭരണത്തിനും നിവർത്തനത്തിനും വേണ്ടി (മുസ്ലീം, ക്രിസ്ത്യൻ, ഈഴവ പിന്നോക്കക്കാർക്ക് അർഹമായ പ്രാതിനിധ്യം) പ്രവർത്തിക്കുക, സാർവദേശീയ ജ്ഞാനം എത്തിച്ചു കൊണ്ട് ഇടതുപക്ഷ രാഷ്ട്രീയത്തിന്റെ പശ്ചാത്തലമൊരുക്കുക- 1922 മുതൽ 35 വരെയുള്ള കാലത്ത് ഇതെല്ലാമാണ് കേസരി ചെയ്തത്. സ്റ്റേറ്റ് കോൺഗ്രസും ഉത്തരവാദഭരണവും പിന്നീട് സ്വാതന്ത്ര്യവുമെല്ലാമായ പ്പോൾ കേസരി അതിൽനിന്നെല്ലാം മാറിനിന്നു. എന്നാൽ പ്രവർത്തനം കൂടുതൽ വിപുലപ്പെടുത്തുകയുമായിരുന്നു.

" '1920'കളുടെ അവസാനത്തിലും 1930'കളുടെ ആദ്യകാലത്തുമായി തിരുവിതാംകൂറടക്കം കേരളത്തിൽ രൂപം കൊണ്ടുതുടങ്ങിയിരുന്ന ഇടതുപക്ഷ പ്രസ്ഥാനത്തിന്റെ ഗുണകാംക്ഷിയും ആചാര്യനുമായി അദ്ദേഹം ശോഭിച്ചു. തന്റെ പത്രം നടന്നിരുന്ന കാലത്തത്രയും അതിന്റെ

പംക്തികൾ ഈ പുതിയ വിപ്ലവ പ്രസ്ഥാനങ്ങളെ സഹായിക്കാൻ അദ്ദേഹം ഉപയോഗിച്ചു.

ഇങ്ങനെ കേസരിയുടെ പ്രോത്സാഹനവും ഉപദേശങ്ങളും നേടി അവയുടെ കൂടി അടിസ്ഥാനത്തിൽ പുതിയ ഒരു പ്രസ്ഥാനം കേരളത്തിൽ കെട്ടിപ്പടുക്കാൻ പ്രവർത്തിച്ച തലമുറയിൽപ്പെട്ട ഒരാളാണ് ഞാൻ" എന്ന് ഇ.എം.എസ് അനുസ്മരിക്കുകയുണ്ടായി. 'ഉയർന്നുവരുന്ന തലമുറയിലെ വിപ്ലവകാരികളായ രാഷ്ട്രീയ പ്രവർത്തകരുടെ മാർഗദർശിയും ഉപദേഷ്ടാവും' എന്നാണ് ഇ.എം.എസ് കേസരിയെ വിലയിരുത്തിയത്.

കമ്യൂണിസ്റ്റുകാരാൽ പണ്ഡിതമൂഢൻ എന്നുവരെ ആക്ഷേപിക്കപ്പെട്ട ബാലകൃഷ്ണപിള്ള കേരളത്തിൽ കമ്യൂണിസ്റ്റ് ആശയങ്ങളുടെ പ്രചാരണത്തിലും പാർട്ടി രൂപീകരണത്തിലും പങ്ക് വഹിച്ചിട്ടുണ്ട്. മാർക്സിസ്റ്റ് ആശയങ്ങളിൽ നല്ല അവഗാഹമുണ്ടായിരുന്നെങ്കിലും അത് പൂർണമായും അംഗീകരിക്കുകയല്ല, സ്വതന്ത്ര നിലപാടെടുക്കുകയാണ് കേസരി ചെയ്തത്. 'കമ്യൂണിസ്റ്റ് കക്ഷി കേരളത്തിൽ ജനിച്ച കാലത്ത് അതിന്റെ ഒരു ജീവനാഡിയും ഒരത്ഭുതമനുഷ്യനും അതിമഹാനുമായ ഒരു രാഷ്ട്രീയപ്രവർത്തകൻ ഈയിടെ മരിച്ച ശ്രീ. വൈക്കം കൃഷ്ണപിള്ളയെ (പി കൃഷ്ണപിള്ള-ലേ) അതുവേണ്ടവിധം സ്ഥാപിക്കുന്നതിൽ ഞാൻ ഉപദേശിച്ചിട്ടുണ്ടായിരുന്നു- രോഗശല്യം നിമിത്തം ഞാൻ 1118-ൽ പറവൂർക്ക് വരുന്നതുവരെയും ശ്രീ. കൃഷ്ണപിള്ള തിരുവനന്തപുരം സന്ദർശിക്കാറുള്ളപ്പോഴെല്ലാം എന്നെ വന്നുകണ്ട് ക്ഷേമം അന്വേഷിക്കാറുണ്ട്. അദ്ദേഹത്തിന്റെ മരണത്തിൽ എന്നെക്കാളധികം ദുഃഖിച്ച ഒരു മനുഷ്യൻ കേരളത്തിൽ കാണുമെന്നു തോന്നുന്നില്ല' -എന്ന് കേസരി രേഖപ്പെടുത്തിയിട്ടുണ്ട്. (സെയ്തുമുഹമ്മദിനയച്ച കത്ത്- 24-2-49 കേസരിയുടെ സാഹിത്യവിമർശനങ്ങൾ -2011, പു-1053)

നിവർത്തന പ്രക്ഷോഭത്തിന്റെ വിജയാനന്തരം തിരുവിതാംകൂറിൽ ഒരു പുരോഗമന രാഷ്ട്രീയ പ്രസ്ഥാനം ഉയർന്നുവരണമെന്ന മോഹത്തോടെ കേസരി ഒരു രഹസ്യയോഗം തന്റെ വീട്ടിൽ വിളിച്ചു ചേർക്കുകയുണ്ടായി. പട്ടം താണുപിള്ള, ടി.എം വർഗീസ്, വി അച്യുതമേനോൻ, വൈക്കം രാമകൃഷ്ണപിള്ള തുടങ്ങിയവർ സംബന്ധിച്ച ആ യോഗത്തിൽ അധ്യക്ഷം വഹിച്ച ബാലകൃഷ്ണപിള്ള ഫ്രഞ്ച് വിപ്ലവത്തിന്റെ ചരിത്രം ചുരുക്കി വിവരിച്ചുകൊണ്ട് പ്രതീക്ഷാ നിർഭരമായ ഒരു ആവേശ പ്രസംഗം ചെയ്തു. പുതിയ വിപ്ലവപ്രസ്ഥാനം രൂപീകരിക്കാൻ ആശങ്ക വേണ്ട, ഉശിരുള്ള അരഡസൻ ചെറുപ്പക്കാർ മതി. അത്

പടർന്നുപന്തലിച്ചു കൊള്ളും എന്ന് അദ്ദേഹം പറഞ്ഞു. ഉത്തരവാദഭരണപ്രക്ഷോഭത്തിന്റെയും സ്റ്റേറ്റ് കോൺഗ്രസിന്റെ മുന്നേറ്റത്തിന്റെയും വിത്തുകൾ വിതയ്ക്കുകയായിരുന്നു അദ്ദേഹം.

ഭഗത് സിങ്ങിന്റെയും സുഖ്ദേവിന്റെയും രാജഗുരുവിന്റെയുമെല്ലാം തീവ്രവാദ ആശയങ്ങളിൽ ആകൃഷ്ടരായി പൊന്നറ ശ്രീധറിന്റെ നേതൃത്വത്തിൽ തിരുവിതാംകൂറിൽ രൂപംകൊണ്ട യൂത്ത് ലീഗിന്റെയും ആചാര്യ-രക്ഷാധികാരി സ്ഥാനത്തുണ്ടായിരുന്നത് കേസരിയാണ്. ബ്രിട്ടീഷ് ഭരണപ്രദേശങ്ങളിൽ ഇന്ത്യൻ നാഷണൽ കോൺഗ്രസ് ശക്തമായിരുന്നുവെങ്കിലും നാട്ടുരാജ്യങ്ങളിൽ അതിന്റെ പ്രവർത്തനം നാമമാത്രമായിരുന്നു. തിരുവിതാംകൂറിൽ ഒരു യഥാർത്ഥ രാഷ്ട്രീയ പ്രസ്ഥാനം, ഒരു പുരോഗമന സംഘടന ഇല്ലാത്തത് വലിയ ന്യൂനതയായി കേസരി കണക്കാക്കി. ഗാന്ധിജി എത്തിയ സന്ദർഭത്തിൽ വൈക്കം സത്യാഗ്രഹസ്ഥലത്തും തുടർന്ന് തിരുവനന്തപുരത്തും ആവേശപൂർവ്വം സംബന്ധിച്ച ബാലകൃഷ്ണപിള്ള തിരുവിതാംകൂറിൽ ഒരു രാഷ്ട്രീയ മുന്നേറ്റം പ്രതീക്ഷിച്ചു. പക്ഷേ, കടുത്ത രാജകീയ സ്വേച്ഛാധിപത്യത്തിന്റെ ഭീഷണി കാരണം വലിയ ചലനങ്ങളൊന്നുമുണ്ടായില്ല.

ആ ഘട്ടത്തിലാണ് ബാലകൃഷ്ണപിള്ളയുടെ ശിഷ്യന്മാർ മുൻകയ്യെടുത്ത് യൂത്ത് ലീഗ് എന്ന സംഘടന രൂപീകരിക്കുന്നത്. 1929 ഡിസംബർ 17-ന് അതിന്റെ ഉദ്ഘാടനം നിർവ്വഹിച്ചുകൊണ്ട് നടത്തിയ പ്രസംഗം തിരുവിതാംകൂറിൽ ഇടതുപക്ഷ- പുരോഗമന രാഷ്ട്രീയത്തിന്റെ വിളംബരമായി ഭവിച്ചു: യൂത്ത് ലീഗ് ഒരേ സമയം സംഹാരാത്മകവും നിർമാണപരവുമാകണമെന്നുദ്ബോധിപ്പിച്ചുകൊണ്ട് ബാലകൃഷ്ണപ്പിള്ള പറഞ്ഞു: 'പഴയ ലോകക്രമത്തെ തട്ടിനിരത്താൻ നിങ്ങളുടെ പോരാട്ടവീര്യം പിക്കാസാകട്ടെ; പുതിയ വ്യവസ്ഥിതി പടുത്തുയർത്താൻ നിങ്ങളുടെ വികാരം സിമന്റാകട്ടെ'. ബെർണാഡ്ഷായെ ഉദ്ധരിച്ചുകൊണ്ട് അദ്ദേഹം കൂട്ടിച്ചേർത്തു: 'തൽക്കാലം പഴമയിൽ അഭിരമിക്കുന്നവരെ ഞെട്ടൽ ചികിത്സയിലൂടെ സമകാലീനരാക്കാൻ യുവാക്കൾക്ക് കഴിയും.'

'മതം യുക്തിയുമായി ചേർന്നതല്ല, അത് വിശ്വാസപരമാണ്. മതവിശ്വാസികളെ ഒഴിവാക്കുകയല്ല; അവരെയും ഉൾക്കൊണ്ടു കൊണ്ടു പോവുകയാണ് വേണ്ടത്. അതേസമയം മതമൗലികതയും ആചാരവും പൗരന്റെ മൗലികാവകാശങ്ങൾക്കുമുമ്പിൽ പ്രതിബന്ധമായി നിൽക്കുന്നുവെങ്കിൽ നിങ്ങൾ അതിനെ തകർക്കണം.'

സാമ്പത്തിക മുന്നേറ്റത്തിനായി കയർ, കൈത്തറി (ഖാദി) മേഖലകളിൽ പ്രത്യേക ശ്രദ്ധവെക്കണമെന്നും കുടുംബാസൂത്രണമാർഗം

സ്വീകരിക്കുകയും പ്രചരിപ്പിക്കുകയും ചെയ്യണമെന്നും കേസരി തിരുവിതാംകൂറിലെ ആദ്യത്തെ യുവജന പ്രസ്ഥാനത്തിന്റെ ഉദ്ഘാടനപ്രസംഗത്തിൽ ആഹ്വാനം ചെയ്തു. കുടുംബാസൂത്രണത്തെക്കുറിച്ച് രാജ്യത്തെ ഏതെങ്കിലും ഭരണാധികാരിയോ രാഷ്ട്രീയ നേതാക്കളോ ചിന്തിക്കുകയോ പറയുകയോ ചെയ്യുന്നതിന് മുമ്പാണ് ആദ്യപ്രചാരകനായി ബാലകൃഷ്ണപിള്ള എത്തുന്നത്. തന്റെ പത്രത്തിന്റെ മുഖപ്രസംഗരൂപേണയും ഈ ആഹ്വാനം അദ്ദേഹം മുന്നോട്ടുവച്ചു.

വ്യവസായരംഗത്ത് കേരളത്തിന് വളർന്നുവികസിക്കാൻ തൽക്കാലം ഏറ്റവും ശ്രദ്ധിക്കേണ്ടത് കയർപിരിയിലും തുണിനെയ്ത്തിലുമാണ്. കയറിന്റെ കാര്യത്തിൽ കേരളത്തിന് വലിയ സാധ്യതയാണുള്ളത്. കയർ ഉൽപ്പന്നങ്ങളുടെ വൈവിധ്യവൽക്കരണത്തിന് ശ്രമിക്കണം. ഓരോരുത്തനും ദിവസവും അരമണിക്കൂറെങ്കിലും കയർ പിരി പണി ചെയ്യണം. വ്യവസായരംഗത്ത് ജപ്പാനെയും സ്വിറ്റ്സർലണ്ടിനെയും കണ്ടു പഠിക്കണം. തുണിനിർമ്മാണത്തിലെ ചായംമുക്കൽ ഉൾപ്പെടെയുള്ള നവീനരീതികൾ മനസ്സിലാക്കാൻ ജപ്പാനിലേക്ക് പ്രതിനിധികളെ അയക്കാൻ ശ്രമിക്കുക, ഇതിനായി സ്വന്തമായി സഹകരണബാങ്ക് സ്ഥാപിച്ച് പണം സ്വരൂപിക്കുകയും അംഗങ്ങൾക്ക് കടംകൊടുക്കുകയും ചെയ്യുക എന്നിങ്ങനെ ശരിയായ ഒരു കർമ്മ പദ്ധതി തന്നെ യൂത്ത് ലീഗിനായി ബാലകൃഷ്ണപിള്ള നിർദ്ദേശിക്കുന്നുണ്ട്.

കലാ-സാഹിത്യ രംഗങ്ങളിലും യുവാക്കൾക്ക് നിർണായക പങ്ക് വഹിക്കാനുണ്ടെന്ന് ബാലകൃഷ്ണപിള്ള ചൂണ്ടിക്കാട്ടി. കലയെ പഴയ ലോകക്രമം നശിപ്പിക്കുന്നതിനുള്ള പ്രചാരണായുധമാക്കാൻ ശ്രമിക്കണമെന്നും ഗ്രാമങ്ങൾ തോറും ഗ്രന്ഥശാലകൾ തുടങ്ങാൻ യൂത്ത് ലീഗ് മുൻകയ്യെടുക്കണമെന്നും മുതിർന്നവർക്കായി വിദ്യാലയങ്ങൾ പരക്കെ തുടങ്ങണമെന്നും ബാലകൃഷ്ണപിള്ള ആഹ്വാനം ചെയ്തു. കലയും സാഹിത്യവും സാർവദേശീയമാണെന്നും ദേശീയതക്കുവേണ്ടിയല്ല; സാർവദേശീയ മാനവ ഐക്യത്തിന് വേണ്ടിയാണ് കല ഉപയോഗപ്പെടുത്തേണ്ടതെന്നും ദേശീയ സങ്കുചിതത്വം വർജിക്കേണ്ടതാണെന്നുംകൂടി അദ്ദേഹം നിർദ്ദേശിച്ചു. പ്രാദേശികതയെ തള്ളിക്കൊണ്ടുള്ള ഒന്നാണ് പിള്ളയുടെ നിർദ്ദേശം എന്ന് ചിലർ ആക്ഷേപിക്കുകയുണ്ടായി. പൂർണമായും പടിഞ്ഞാറുനോക്കിയും പൗരസ്ത്യവിരുദ്ധനുമാണ് ബാലകൃഷ്ണപിള്ള എന്ന് സങ്കുചിത ദേശീയവാദികൾ നിരന്തരം ആക്ഷേപിച്ചുപോന്നതിന് യൂത്ത് ലീഗ് പ്രസംഗത്തിലെ മേൽപറഞ്ഞ ആഹ്വാനവും ഒരു നിമിത്തമാണ്. കലയിൽ ദേശീയതയില്ലെന്ന ഉദ്ബോധനം.

അതിന്റെ വിശദാംശങ്ങൾ പിന്നീട് നിരവധി ലേഖനങ്ങളിൽ കേസരി വ്യക്തമാക്കുന്നുണ്ട്. എന്നാൽ പ്രാദേശികതയെ തള്ളിക്കൊണ്ടുള്ള തല്ല, പ്രാദേശികതയെയും പൗരസ്ത്യത്തെയുമെല്ലാം ഉൾക്കൊണ്ട തികഞ്ഞ സാർവദേശീയ ബോധമാണ് കേസരിയെ നയിച്ചത്- യൂത്ത് ലീഗ് പ്രസംഗത്തിൽ കേസരി പറയുന്നത് കേരളത്തിൽ നവോത്ഥാനം വരുത്താൻ നിങ്ങൾക്ക് കഴിയണമെങ്കിൽ കേരളമുൾപ്പെട്ട ഇന്ത്യൻ നവോത്ഥാനത്തിന് പരിശ്രമിക്കണമെന്നാണ്-മാത്രവുമല്ല, വിശാല മായ ഐക്യകേരളമാണ് നിങ്ങളുടെ മനസ്സിൽ വേണ്ടതെന്ന് ഐക്യ കേരള പ്രസ്ഥാനം രൂപപ്പെടുന്നതിന് എത്രയോ മുമ്പാണ് കേസരി അവരെ ആഹ്വാനം ചെയ്തത്.

തിരുവിതാംകൂറിൽ ഒരു പുരോഗമന പ്രസ്ഥാനം എന്ന തന്റെ ലക്ഷ്യത്തിന്റെ തുടക്കമാണ് യൂത്ത് ലീഗ് എന്ന് കേസരി കണ്ടു. പൊന്നറ ശ്രീധറും എൻ.സി ശേഖറും എൻ.പി കുരുക്കളുമെല്ലാം നേതൃത്വം നൽകിയ യൂത്ത് ലീഗ് രാജാധിപത്യത്തെയും സാമ്രാജ്യത്വത്തെയും എതിർത്ത് കൊടിയ പീഡനം ഏറ്റുവാങ്ങി. യൂത്ത് ലീഗിലെ ഇടതുപക്ഷം 1931-ൽ കേരളത്തിലെ ആദ്യത്തെ കമ്യൂണിസ്റ്റ് ഗ്രൂപ്പ് എൻ.സി ശേഖറിന്റെ നേതൃത്വത്തിൽ രൂപീകരിച്ചു. സ്റ്റേറ്റ് കോൺഗ്രസ് രൂപീകരണത്തിനും യൂത്ത് ലീഗിന്റെ രൂപീകരണവും ബാലകൃഷ്ണപിള്ളയുടെ ഉദ്ഘാടനപ്രസംഗവും പ്രചോദനമായി.

ഭഗത് സിങ്ങിനെയും സഹപ്രവർത്തകരെയും തൂക്കിലേറ്റിയതി നെതിരെ തിരുവനന്തപുരത്ത് പ്രകടനത്തിനും റാലിക്കും നേതൃത്വം നൽകിയത് കേസരിയാണ്. അന്ന് തിരുവിതാംകൂർ രാഷ്ട്രീയത്തിലും സാമൂഹ്യരംഗങ്ങളിലും അറിയപ്പെടുന്ന നിരവധി വ്യക്തികളുണ്ടായിട്ടും അറസ്റ്റും മർദ്ദനവും ഭയന്ന് മറ്റു പ്രമുഖ നേതാക്കളാരും ആ റാലിയിൽ സംബന്ധിച്ചില്ല. തീവ്രവാദികളായ യൂത്തുലീഗുകാർ പുളിമൂട്ടിലെ കേസരി ഓഫീസ് കേന്ദ്രീകരിച്ചാണ് പ്രവർത്തനം നീക്കിയത്. കേസരിയുടെ ശിഷ്യനും പൊന്നറയുടെ സഹപ്രവർത്തകനുമായ എൻ.സി ശേഖറും കൂട്ടരും കമ്യൂണിസ്റ്റ് ലീഗ് (1931) സംഘടിപ്പിച്ചതും കേസരിയിൽനിന്ന് ലഭിച്ച വൈജ്ഞാനിക വെളിച്ചത്തിലും ശക്തിയിലുമാണ്. മലബാർ മേഖലയിൽ ട്രേഡ് യൂണിയൻ പ്രസ്ഥാനവും കമ്യൂണിസ്റ്റ് പാർട്ടിയും കെട്ടിപ്പടുക്കാൻ മുഴുവൻ സമയപ്രവർത്തകനായി എൻ.സി ശേഖറെ കൃഷ്ണപിള്ളയോട് നിർദ്ദേശിച്ചതും കാണിച്ചുകൊടുത്തതും ബാലകൃഷ്ണപി ള്ളയാണ്. കമ്യൂണിസ്റ്റ് പാർട്ടിയുടെ കേരള ഘടകം 1936-ൽ രൂപീകരിച്ച നാലുപേരിൽ മലബാർകാരല്ലാത്ത രണ്ടുപേരും- കൃഷ്ണപിള്ളയും എൻ.സി

ശേഖറും കേസരിയുടെ പ്രകാശവലയത്തിലുൾപ്പെട്ടവരായിരുന്നു.

വിപ്ലവകാരികളുടെ പ്രവർത്തന കേന്ദ്രമെന്ന നിലയിൽ കേസരി ഓഫീസ് നിരന്തരം പൊലീസ് നിരീക്ഷണത്തിലും ഭീഷണിയിലുമായിരുന്നു. ഇന്ത്യയിൽ കമ്യൂണിസ്റ്റ് പാർട്ടി പ്രവർത്തനമാരംഭിക്കുന്നതിൽ ആദ്യത്തെ പ്രധാന സംഭവമായി പരിഗണിക്കപ്പെടുന്ന മീററ്റ് ഗൂഢാലോചനാക്കേസിലെ പ്രതികളുടെ പ്രസ്താവന മലയാളത്തിൽ ആദ്യമായി പരിഭാഷപ്പെടുത്തി പ്രസിദ്ധപ്പെടുത്തിയതും കേസരിയുടെ നേതൃത്വത്തിൽ ശാരദാ പ്രിന്റിങ്ങ് വർക്സിൽ തന്നെ. 1930-ൽ കണ്ണൂർ സെൻട്രൽ ജയിലിൽ കഴിഞ്ഞ എൻ.സി ശേഖർ അന്നവിടെ തടവിലുണ്ടായിരുന്ന മീററ്റ് കേസ് പ്രതികളിൽനിന്ന് സംഘടിപ്പിച്ച പ്രസ്താവനയാണ് തർജമ ചെയ്ത് പ്രസിദ്ധപ്പെടുത്തിയത്. അതിന് മേൽനോട്ടം വഹിച്ചത് കേസരിയാണ്. 1934ൽ കെ.പി.സി.സി സെക്രട്ടറിയായ എ.കെ.ജി ആദ്യമായി തിരുവനന്തപുരത്തെത്തിയപ്പോൾ കൃഷ്ണപിള്ളയോടൊപ്പം കേസരിയെ കാണാനെത്തി. കേസരി ഓഫീസിൽ ചേർന്ന യോഗത്തിന്റെ തുടർച്ചയായി റെയിൽവേ സ്റ്റേഷൻ മൈതാനത്ത് എ.കെ.ജി പ്രസംഗിച്ചു. (പിൽക്കാലത്തെ പൊന്നറ ശ്രീധരൻ പാർക്ക്) അതിന്റെ പേരിൽ കോൺഗ്രസ് ഇടക്കാലത്ത് തിരുവിതാംകൂറിൽ നിരോധിക്കപ്പെട്ടു. എ.കെ.ജി കേസരി പ്രസിൽ ഒന്നിലേറെ തവണ ഒളിവിൽ കഴിയുകയുണ്ടായി. തിരുവിതാംകൂറിലെ ആദ്യത്തെ ട്രേഡ് യൂണിയൻ പ്രസ്ഥാനം ആലപ്പുഴയിൽ രൂപംകൊണ്ട തിരുവിതാംകൂർ ലേബർ അസോസിയേഷനാണ്. ലേബർ അസോസിയേഷൻ പ്രവർത്തനം സ്റ്റേറ്റിലാകെ വ്യാപകമാകുന്നത് 1933-ലെ സമ്മേളനത്തോടെയാണ്. ആ സമ്മേളനം അസോസിയേഷൻ പ്രസിഡന്റായി തിരഞ്ഞെടുത്തത് ബാലകൃഷ്ണപിള്ളയെയാണ്. തിരുവനന്തപുരത്ത് താമസിച്ചുകൊണ്ട് ആ പ്രവർത്തനം നടത്തുന്നതിലുള്ള പ്രയാസവും അനാരോഗ്യവും കാരണം ബാലകൃഷ്ണപിള്ള പ്രസിഡന്റസ്ഥാനത്തുനിന്ന് ഒഴിയുകയായിരുന്നു. പകരം വൈസ് പ്രസിഡന്റ് വി.കെ പുരുഷോത്തമൻ പ്രസിഡന്റായി. പി. കൃഷ്ണപിള്ളയുടെ നിർദ്ദേശാനുസരണം രൂപീകൃതമായ ആ സംഘടനക്ക് നേതൃത്വം നൽകിയത് ആർ സുഗതൻ, കെ.സി ജോർജ്, പി.കെ കുഞ്ഞ് തുടങ്ങിയവരാണ്. അസോസിയേഷന്റെ വകയായി, പി കേശവദേവ് പത്രാധിപരായി 'തൊഴിലാളി' എന്ന പേരിൽ പ്രസിദ്ധപ്പെടുത്തിയ മാസികയിൽ ബാലകൃഷ്ണപിള്ള ലേഖനങ്ങൾ നൽകിയിരുന്നു.

ഒരു യഥാർത്ഥ വിപ്ലവകാരിയുടെ പക്ഷപാതത്തോടെയും എന്നാൽ സാധാരണ അർത്ഥത്തിൽ സമ്പൂർണ നിഷ്പക്ഷനായും തികഞ്ഞ

സത്യസന്ധതയോടെയും വൈരുദ്ധ്യാത്മകമായും യുക്തിയുക്തമായും പ്രായോഗികതയോടെയുമാണ് ബാലകൃഷ്ണപിള്ള കാര്യങ്ങളെ സമീപിച്ചത്. നിർഭയത്വവും സത്യത്തോടുള്ള സമ്പൂർണ കൂറും അതിന്റെ സ്വഭാവമായിരുന്നു. കേവലം 14 ലക്കം മാത്രം പ്രസിദ്ധപ്പെടുത്തി ഒടുങ്ങാൻ വിധിക്കപ്പെട്ട പ്രബോധകന്റെ 12 ലക്കം പുറത്തുവന്നപ്പോഴാണ് പ്രബോധകന്റെ ലൈസൻസ് ഫീസ് കണ്ടുകെട്ടുന്നതായും അതിന് താഴെ പറയുന്ന നിയമലംഘനങ്ങളാണ് കാരണമെന്നും പറഞ്ഞ് കത്ത് നൽകുന്നത്. "12 ലക്കങ്ങളിലെ ആറ് ലക്കത്തിൽവന്ന മുഖപ്രസംഗവും ഒരു ലക്കത്തിൽ രാഷ്ട്രീയ ലേഖകൻ റീജൻഡ് ഭരണത്തെക്കുറിച്ചെഴുതിയ റൈറ്റപ്പും പൂർണമായും രാജ്യദ്രോഹകരമാണ്, അഥവാ രാജദ്രോഹകരമാണ് എന്നാണ് ഗവൺമെന്റ് ചീഫ് സെക്രട്ടറി പുറപ്പെടുവിച്ച വിജ്ഞാപനത്തിൽ ചൂണ്ടി"ക്കാട്ടിയത്. എന്നാൽ പ്രബോധകൻ കണ്ടുകെട്ടപ്പെടുകയും കേസരി തുടങ്ങുകയും ചെയ്തതോടെ തന്റെ 'ദ്രോഹ'ത്തിന് ഒന്നുകൂടി ആക്കം കൂട്ടുകയാണ് കേസരി ചെയ്തത്. സമൂഹത്തിലെ സാമൂഹ്യവും രാഷ്ട്രീയവും സാമ്പത്തികവുമായ ഉച്ചനീചത്വം ഇല്ലായ്മ ചെയ്യുക എന്ന ലക്ഷ്യത്തോടെയുള്ള ഒരു വിപ്ലവ പ്രവർത്തനത്തിന് ഒറ്റയ്ക്ക് ഇറങ്ങിപ്പുറപ്പെടുകയായിരുന്നു.

ശ്രീചിത്തിര തിരുനാൾ ഭരണഭാരമേൽക്കുമ്പോൾ ശ്രദ്ധിക്കേണ്ട കാര്യങ്ങളെക്കുറിച്ച് എഴുതിയ മുഖപ്രസംഗം തുടങ്ങുന്നത് ഇങ്ങനെയാണ്, 'പ്ലേറ്റോയുടെ കാലം മുതൽക്ക് രാജാക്കൻമാരുടെ സ്വഭാവശുദ്ധീകരണത്തിനും അവരെ ഉപദേശിച്ച് നന്നാക്കുവാനും തത്വജ്ഞാനികളും മറ്റും പ്രയത്നിച്ചിട്ടുണ്ടെങ്കിലും അവ പ്രായേണ നിഷ്ഫലമായിട്ടാണ് കലാശിച്ചിട്ടുള്ളത്'എന്ന ആമുഖത്തോടെ, അങ്ങനെയെങ്കിലും തങ്ങൾ ഉപദേശത്തിന് പുറപ്പെടുന്നത് ജനങ്ങളുടെ പ്രതീക്ഷ നിമിത്തമാണെന്ന് പറഞ്ഞുകൊണ്ട് എന്താണ് പ്രതീക്ഷയെന്ന് വ്യക്തമാക്കുന്നു. 'ഉത്തരവാദ ഭരണ സ്ഥാപനം, പൗരന്മാരുടെ മൗലികാവകാശ സംരക്ഷണ പ്രഖ്യാപനം, കുപ്രസിദ്ധമായ വർത്തമാന പത്രറഗുലേഷൻ റദ്ദ് ചെയ്യുക, സാമുദായിക അസമത്വങ്ങളുടെ ഉച്ചാടനം, പൗരാവകാശ സമിതി സ്ഥാപനം, വർഗീയമായ സമവീക്ഷണം... ജനങ്ങളുടെ ആത്മാഭിമാനത്തിന് ഇടിവുണ്ടാക്കുന്ന ആചാരങ്ങളുടെ പരിത്യാഗം...' ഇത്രയും എഴുതിയാൽത്തന്നെ പത്രവും പൂട്ടിച്ച് പത്രാധിപരെ നാടുകടത്തുകയോ കാരാഗൃഹത്തിലടയ്ക്കുകയോ ചെയ്തേക്കാമെന്ന് നല്ല ബോധ്യമുള്ള കേസരി അവിടെ നിർത്തുന്നില്ല- പിന്നെയും മുന്നോട്ട് പോവുകയാണ്. ചിത്തിരതിരുനാൾ, അയ്യങ്കാളിക്ക് തന്നെ വന്നുകാണാൻ അനുമതി

നൽകിയെന്ന ശ്രുതി ശരിയാണെങ്കിൽ അഭിനന്ദനാർഹമാണെന്ന് വ്യക്തമാക്കിക്കൊണ്ട്, അയിത്തം ആചരിക്കുന്നവരെ ക്രിമിനൽ കുറ്റത്തിന് ശിക്ഷിപ്പിക്കാനും ക്ഷേത്രപ്രവേശന വിളംബരത്തിനും അടിയന്തര നടപടി വേണമെന്നുമാവശ്യപ്പെടുന്നു.

തന്റെ മുമ്പിൽ പഞ്ചപുഛമടക്കി പ്രവേശിക്കുന്ന ആഢ്യന്മാരോട്, 'ആ കസേര നോക്കൂ, അതിലാണ് പുലയനേതാവായ അയ്യങ്കാളി ഇരുന്നിരുന്നത്' എന്ന് മഹാരാജാവിന് പറയാൻ കഴിഞ്ഞിരുന്നെങ്കിൽ ജാതീയമായ ഉച്ചനീചത്വം വേഗത്തിൽ നശിക്കുമായിരുന്നു എന്നും കേസരി കൂട്ടിച്ചേർക്കുന്നു. തലപോകുന്ന കേസാണെന്ന് കരുതി തിരുവിതാംകൂറിലെ മറ്റ് പത്രങ്ങളൊന്നും ഇങ്ങനെ തെളിച്ച് പറയാൻ ധൈര്യം കാട്ടിയിരുന്നില്ല.

സർ സി.പിയുടെ നേതൃത്വത്തിലുള്ള ഉദ്യോഗസ്ഥ ദുഷ്പ്രഭുത്വത്തിന്റെ വലയിൽ പെട്ടുപോകരുതെന്ന് ഉപദേശിക്കാനും പിള്ള മറന്നില്ല. സർ സി.പിയുടെയും മറ്റും ഉപദേശാനുസരണം ഭരിച്ച ചിത്തിരതിരുനാളിനെ അതിനിശിതമായി നിരന്തരം വിമർശിക്കുകയും സർ സി.പിക്കെതിരെ പ്രത്യക്ഷ സമരത്തിന് തന്നെ ആഹ്വാനം ചെയ്യുകയും (സർ സി.പിയുടെ ദുർനയങ്ങൾക്കെതിരെ തിരുവിതാംകൂറിൽ ജനവികാരം രൂപീകരിച്ച് ജനങ്ങളെ സമരസജ്ജരാക്കിയത് ബാലകൃഷ്ണപിള്ളയുടെ നേതൃത്വത്തിലാണ്) ചെയ്തുപോന്ന കേസരി ചിത്തിരതിരുനാളിന്റെ ലണ്ടൻ യാത്രയെ മുക്തകണ്ഠം പ്രശംസിക്കാനും മറന്നില്ല. മംഗളപത്രങ്ങളും മറുപടിയും (കേസരി-1933 ആഗസ്റ്റ് 30) എന്ന ദീർഘ മുഖപ്രസംഗത്തിൽ ബാലകൃഷ്ണപിള്ള എഴുതി: 'ശരിയായ രീതിയിലുള്ള വിദേശ സഞ്ചാരത്തെപ്പോലെ മനസ്സിനെ വികസിപ്പിക്കുന്ന മറ്റൊന്നുമില്ലെന്നു തന്നെ പറയാം. ഒരു സർവകലാശാലയ്ക്കും വിദേശസഞ്ചാരത്തിനു നൽകാൻ കഴിയുന്നിടത്തോളം മനോവികാസം ഉണ്ടാക്കാൻ സാധിക്കുന്നതല്ല. രാജാവായാലും ശരി, പ്രജയായാലും ശരി, സകല മനുഷ്യർക്കും ചേരുന്ന ഒരു തത്ത്വമത്രേ ഇത്' എന്ന ആമുഖത്തോടെ തുടങ്ങി രാജാവ് നാടിനു പുറത്തിറങ്ങാൻ പാടില്ലെന്ന മാമൂലിൽ പിടിച്ച് തൂങ്ങിയതിനാൽ തിരുവിതാംകൂറിനുണ്ടായ ദോഷം ചൂണ്ടിക്കാട്ടുകയും ആ മാമൂൽ ലംഘിച്ചതിന് ചിത്തിരതിരുനാൾ എല്ലാവരുടെയും അഭിനന്ദനമർഹിക്കുന്നതായി ചൂണ്ടിക്കാട്ടുകയാണ്.

ലണ്ടനിൽ പോയി തിരിച്ചുവന്ന രാജാവ് മദിരാശിയിൽ വെച്ചു കിട്ടിയ മംഗളപത്രങ്ങൾക്ക് മറുപടി നൽകിയതിൽ യാത്ര കൊണ്ട് അദ്ദേഹത്തിനുണ്ടായ 'ഉൽപ്പതിഷ്ണുത്വം' കേസരി ചൂണ്ടിക്കാട്ടുന്നു.

“കാലത്തിനനുസരിച്ച് കോലം കെട്ടണമെന്ന് മദ്രാസിലെ നമ്പൂതിരി യോഗക്ഷേമ സഭക്കാരോടും തൊഴിലാളികൾക്ക് നല്ല ഭവനങ്ങളുണ്ടാക്കിക്കൊടുക്കുന്നതുൾപ്പെടെ എല്ലാത്തരക്കാർക്കും ജീവിത സൗകര്യങ്ങൾ വർദ്ധിപ്പിക്കേണ്ട ആവശ്യത്തെപ്പറ്റി മദ്രാസ് കോർപ്പറേഷൻകാരോടും മഹാരാജാവ് പറഞ്ഞിട്ടുള്ളത്” വിദേശ സഞ്ചാരം കൊണ്ട് ലഭിച്ച ഉൾക്കാഴ്ചയാണെന്ന് സൂചിപ്പിച്ചശേഷം കേസരി തുടരുന്നു: “ഇന്നത്തെ ലോകത്തിൽ തൊഴിലാളികളുടെ സർവ പ്രാധാന്യം ഗ്രഹിക്കുവാൻ കഴിയുന്ന ഒരാൾക്ക് മാത്രമേ അധികാര സ്ഥാനത്ത് ഇരിക്കുവാൻ അർഹതയുള്ളൂ. ഇത് മഹാരാജാവ് ഏറെക്കുറെ മനസ്സിലാക്കിയിട്ടുണ്ടെന്ന് കാണുന്നതിൽ ഞങ്ങൾക്ക് അനൽപ്പമായ സന്തോഷമുണ്ട്.”

അവർണ സമുദായങ്ങൾക്കും ഇതരമതസ്ഥർക്കും ഭരണ-നിയമ നിർമാണ മേഖലയിൽ അർഹമായ പ്രാതിനിധ്യം നൽകാതെയുള്ള ഭരണപരിഷ്കാരത്തെ സർ സി.പിയുടെ പ്രേരണയ്ക്ക് വശംവദനായി ന്യായീകരിച്ച ചിത്തിരതിരുനാളിന്റെ നടപടിയെ തുറന്ന് അപലപിക്കാനും വർഗീയ അസമത്വങ്ങൾ അവസാനിപ്പിക്കാൻ ആവശ്യപ്പെടുകയും ചെയ്തുകൊണ്ടാണ് ആ മുഖപ്രസംഗം അവസാനിപ്പിക്കുന്നത്. ഭരണപരവും രാഷ്ട്രീയവുമായ എല്ലാ മുഖപ്രസംഗത്തിലും ദിവാൻ ഭരണത്തിനും സർ സി.പിക്കുമെതിരായ അതിശക്തമായ വിമർശനവും പരിഹാസവും അവർക്കെതിരെ ‘യുദ്ധസന്നദ്ധ’രാകാൻ പൊതുജനങ്ങളോടുള്ള ആഹ്വാനവും നിറഞ്ഞുനിൽക്കുന്നു. രാജഭരണത്തെ സംബന്ധിച്ച്, സ്വേച്ഛാധിപത്യ വാഴ്ചയെ സംബന്ധിച്ച് സഹിക്കാവുന്നതിന്റെ എത്രയോ കാതം അപ്പുറത്തായിരുന്നു അത്. കേസരി പൂട്ടിക്കുന്നതിന് സമർത്ഥമായി ചരട് വലിക്കാൻ സർ സി.പിയെ പ്രേരിപ്പിച്ചത് അതാണ്.

കേസരികൂടി പൂട്ടേണ്ടിവന്നതോടെ സജീവ രാഷ്ട്രീയ പ്രവർത്തനം ഉപേക്ഷിച്ച് ഗവേഷണ പഠനങ്ങളും എഴുത്തും മാത്രമായി വീട്ടിൽ ഒതുങ്ങി ജീവിക്കുകയായിരുന്നുവെങ്കിലും അത്, ഇരുന്നിടത്തുനിന്നു കത്തിപ്പടരുന്ന, തലമുറകളോളം നീളുന്ന മഹാവിപ്ലവം തന്നെയായിരുന്നു- സന്ന്യാസമായിരുന്നില്ല. സാഹിത്യനിരൂപണം, പാശ്ചാത്യസാഹിത്യപരിഭാഷ, ചിത്രകലാനിരൂപണം, ചരിത്രഗവേഷണം എന്നിവയിലൂടെ മാനവ ഐക്യത്തിന്റെയും മോചനത്തിന്റെയും പാത വെട്ടിത്തെളിക്കാൻ തന്നെത്തന്നെ അദ്ദേഹം സമർപ്പിക്കുകയായിരുന്നു.

നവലോകത്തിനായി സാഹിത്യം

തൊള്ളായിരത്തി ഇരുപതിൽ വക്കീൽ ജോലിയിലിരിക്കെയാണ് ബാലകൃഷ്ണപിള്ള പാശ്ചാത്യസാഹിത്യലോകത്തിലേക്ക് ആകണ്ഠം പ്രവേശിക്കുന്നത്. ഇംഗ്ലീഷും ഫ്രഞ്ചും, ജർമനും റഷ്യനും സാഹിത്യങ്ങൾ ആഴത്തിൽ പഠിച്ച അദ്ദേഹം ഇംഗ്ലീഷിനേക്കാൾ പ്രധാനം ഫ്രഞ്ചും റഷ്യൻ സാഹിത്യങ്ങളുമാണെന്നു കണ്ടു. ഭാഷാസാഹിത്യത്തിൽ ആ മാതൃകയിലുള്ള പുതിയ സൃഷ്ടികൾ ഉണ്ടാവണമെന്ന് അദ്ദേഹം അനുശാസിച്ചു. എങ്കിലേ ഇവിടെ സാഹിത്യപുരോഗതിയും സാമൂഹ്യ പുരോഗതിയുമുണ്ടാകൂ എന്ന് കണ്ട് പാശ്ചാത്യസാഹിത്യത്തിലെ പ്രവണതകൾ സംബന്ധിച്ച് സ്ഥിരമായി എഴുതുകയും മാതൃകാപരമെന്നു തോന്നിയ കൃതികൾ സ്വയം വിവർത്തനം ചെയ്ത് തന്റെ പ്രബോധകൻ, കേസരി പത്രങ്ങളിൽ പ്രസിദ്ധപ്പെടുത്തുകയും അവ മാതൃകയാക്കാൻ യുവസാഹിത്യകാരോട് ആഹ്വാനം ചെയ്യുകയുമായിരുന്നു.

മാക്സ് നോർഡോവിന്റെ ഡിജനറേഷൻ എന്ന ഫ്രഞ്ച് കൃതിയുടെ ആവർത്തിച്ചുള്ള പാരായണവും അതിലെ ആശയത്തോടുള്ള എതിർപ്പുമാണ്, നോർഡോ അരാജകവാദികളായി കുറ്റപ്പെടുത്തിയ സർഗപ്രതിഭകളോടുള്ള പ്രതിപത്തിയാണ് തന്നിലെ നിരൂപകന്റെ പിറവിക്കു പിന്നിലെ പ്രചോദനമെന്ന് ആത്മകഥാക്കുറിപ്പിൽ ബാലകൃഷ്ണപിള്ള എഴുതിയത് ഈ പുസ്തകത്തിന്റെ തുടക്കത്തിൽ പറഞ്ഞിട്ടുണ്ട്.

ഫ്രഞ്ച് സാഹിത്യത്തിലേക്ക് ബാലകൃഷ്ണപിള്ളയെ നയിച്ചത് സഹപാഠിയായ വീരകുമാരനാണ്. ഹൈസ്കൂളിൽ സഹപാഠിയായ വീരകുമാരൻ സ്കൂൾ വിട്ടശേഷവും ബാലകൃഷ്ണപിള്ളയുടെ ഉറ്റസുഹൃത്തായി തുടർന്നു. തിരുവനന്തപുരം പബ്ലിക് ലൈബ്രറിയിലെ പതിവുകാർ. തമിഴ് കവി ടി ലക്ഷ്മണൻപിള്ളയുടെ മകനാണ് വീരകുമാരൻ. തന്റെ ഒരമ്മാവൻ സമ്മാനിച്ച ഫ്രഞ്ച് ഗ്രന്ഥങ്ങൾ വീരകുമാരൻ ബാലകൃഷ്ണപിള്ളയെ കാണിച്ചതോടെ അവരിരുവരും ഒരു തീരുമാനത്തിലെത്തുകയാണ് - ഫ്രഞ്ച് ഭാഷ പഠിച്ചേ തീരൂ: വീരകുമാരന് ഫ്രഞ്ച് പുസ്തകങ്ങൾ സമ്മാനിച്ച പട്ടാളക്കാരനായ അമ്മാവന്റെ ചാലയിലെ വസതിയിൽ അവർ എത്തുന്നു. അൽപ്പദിവസം ആ ഗുരുമുഖത്തുനിന്നും പിന്നെ സ്വന്തം നിലയിലും ഫ്രഞ്ച് പഠനം... അസുഖബാധിതനായ വീരകുമാർ തന്റെ കയ്യിലുള്ള ഫ്രഞ്ച് പുസ്തകങ്ങൾ സ്നേഹോപഹാരമായി ബാലകൃഷ്ണപിള്ളക്ക് സമ്മാനിച്ചു. മാക്സ്നോർഡോവിന്റെ അധഃപതനം (Degeneration) എന്ന കൃതി ആ പുസ്തകക്കൂട്ടത്തിൽ ഉൾപ്പെട്ടിരുന്നു. പുസ്തകം നൽകി രണ്ടു വർഷത്തിനകം (1919-ൽ) വീരകുമാർ അകാലത്തിൽ മരണപ്പെട്ടുവെങ്കിലും ബാലകൃഷ്ണപിള്ളയുടെ മനസ്സിലെ നിത്യപ്രകാശങ്ങളിലൊന്നായിരുന്നു ആ സഹപാഠി. ഫ്രഞ്ച് ഭാഷയിലേക്കും സാഹിത്യത്തിലേക്കും മലയാളത്തിൽ ആധുനികതയെ ആനയിച്ച കലാ-സാഹിത്യ വിമർശനത്തിലേക്കും ബാലകൃഷ്ണപിള്ളയെ എത്തിച്ചതിന്റെ ഒരു നിമിത്തം... പത്രപ്രവർത്തനത്തിൽപോലും ഇംഗ്ലീഷ് ജേണലിസത്തെയല്ല ഫ്രഞ്ച് പത്രപ്രവർത്തനത്തെയാണ് ബാലകൃഷ്ണപിള്ള മാതൃകയാക്കുന്നത്. കേസരി വാരികയുടെ ആദ്യ ലക്കത്തിന്റെ പ്രസ്താവനയിൽ അത് പ്രത്യേകം എടുത്തു പറയുന്നു.

'മോപ്പസാങ്ങിന്റെ കാമുകൻ', 'ഒരു സ്ത്രീയുടെ ജീവിതം', 'മോപ്പസാങ്ങിന്റെ കഥകൾ', 'ഒമ്പത് ഫ്രഞ്ച് കഥകൾ' തുടങ്ങി 13 വിവർത്തനഗ്രന്ഥങ്ങൾ, ഗ്രന്ഥരൂപത്തിൽ പ്രസിദ്ധപ്പെടുത്തിയിട്ടില്ലാത്തതും മാതൃഭൂമി ആഴ്ചപ്പതിപ്പിൽ വന്നതുമായ മുപ്പതോളം കഥകളുടെ വിവർത്തനം, കേസരിയിൽ പരിഭാഷപ്പെടുത്തി ചേർത്ത ഒട്ടനവധി കഥകൾ എന്നിവ മലയാളസാഹിത്യത്തിൽ ഒരു പരിവർത്തനം വരുത്തുക എന്ന ഉദ്ദേശ്യത്തോടെ ബാലകൃഷ്ണപിള്ള മെനക്കെട്ട് ചെയ്തതാണ്.

താനൊരു സംക്രമണ ചിന്തകനാണെന്നും വെളിച്ചമെത്തിക്കാൻ നിയുക്തനാണെന്നുമുള്ള തോന്നലോടെയാണ് പിള്ള അക്ഷീണം പരിശ്രമിച്ചത്. ഒരു നവലോകം സൃഷ്ടിക്കുന്നതിന് കലയ്ക്കും വിലയേറിയ സഹായങ്ങൾ ചെയ്യാൻ കഴിയുമെന്നും അതിന് തടസ്സം മാമൂൽപ്രതിപത്തിയും

വർത്തമാനകാലത്തോടുള്ള പുച്ഛവും ഇംഗ്ലീഷ് പരിജ്ഞാനക്കുറവും സാർവദേശീയ സാഹിത്യത്തെക്കുറിച്ചുള്ള അജ്ഞതയുമാണെന്ന് ചൂണ്ടിക്കാട്ടി അത് പരിഹരിക്കാനുള്ള പദ്ധതി തയ്യാറാക്കി പ്രവർത്തിക്കുകയായിരുന്നു കേസരി. പ്രസ്ഥാനപരമായ നിരൂപണവും വിവർത്തനവുമെല്ലാം അതിന്റെ ഭാഗമാണ്. ലോകത്തിലെ എറ്റവും മഹത്തായ നോവലായി ഇന്ന് വാഴ്ത്തപ്പെടുന്ന യുളീസസിലെ ദീർഘമായ കുറെ ഭാഗങ്ങൾ ബാലകൃഷ്ണപിള്ള സ്വയം തർജമ ചെയ്ത് പ്രസിദ്ധപ്പെടുത്തിയത് മുപ്പതുകളുടെ ആദ്യമാണ്. ജയിംസ് ജോയ്സിന്റെ ആ ക്ലാസിക്കിന് മലയാളത്തിൽ ഒരു സമ്പൂർണ വിവർത്തനം ഉണ്ടാകുന്നത് 2013-ൽ മാത്രമാണെന്നോർക്കണം. അതുപോലെ മാർസൽ പ്രൂസ്റ്റിന്റെ മനഃശാസ്ത്ര നോവലുകളെക്കുറിച്ച് ലേഖനമെഴുതിയ കേസരി എന്താണ് മനഃശാസ്ത്ര നോവൽ എന്നു മനസ്സിലാക്കാനായി റിമമ്പറൻസ് തിങ്ങ്സ് പാസ്റ്റ് എന്ന ബൃഹദ് നോവലിലെ വലിയൊരു ഖണ്ഡം അന്നുതന്നെ മലയാളീകരിച്ച് പ്രസിദ്ധപ്പെടുത്തി... പഴമയെ നശിപ്പിച്ച് ഒരു നവലോകം, ഫ്യൂച്ചറിസ്റ്റ് നവലോകം സൃഷ്ടിക്കുന്നതിനുള്ള തനത് പദ്ധതിയുടെ ഭാഗമായിരുന്നു എല്ലാം.

കേരളത്തിൽ ഫ്യൂച്ചറിസം എങ്ങനെയാണുണ്ടാവേണ്ടതെന്ന് കേസരി വിഭാവനം ചെയ്തു. 'കേരളത്തിലെ ഫ്യൂച്ചറിസ്റ്റ് കവികൾ മിസ്റ്റിക്കായ ടാഗോറിനെയോ നാലാപ്പാടനെയോ റൊമാന്റിക്കുകാരനായ വള്ളത്തോളിനെയോ അനുകരിക്കാതെ, കർമ്മസന്ദേശവാഹകനായ ഇഖ്ബാലിനെയും സമകാലീന പ്രശ്നങ്ങളെ അഭിമുഖീകരിച്ച് അവയ്ക്ക് കലാപരമായ പരിഹാരമുണ്ടാക്കാൻ ശ്രമിച്ച കുമാരനാശാനെയും പാശ്ചാത്യ റിയലിസ്റ്റ് കവികളായ വാൾട് വിറ്റ്മാൻ എന്ന അമേരിക്കക്കാരനെയും എമിൽ വെർഫേറൻ എന്ന ബെൽജിയക്കാരനെയും മാതൃകകളാക്കിയേക്കും. കേരളത്തിലെ ഫ്യൂച്ചറിസ്റ്റ്, ചരിത്രനാടകങ്ങളെയും സംഗീതനാടകങ്ങളെയും വലിച്ചെറിഞ്ഞിട്ട് ഇബ്സനെയും ബർണാഡ്ഷായെയും മാതൃകകളാക്കി സമകാലീന പ്രശ്നങ്ങളെ പ്രതിപാദിക്കുന്ന ഗദ്യനാടകങ്ങളെയും റഷ്യനായ ചെഖോവിനെ മാതൃകയാക്കി നിത്യജീവിതത്തിലെ സംഭവശൂന്യതയെ, കലാനൈപുണ്യമില്ലെന്നു പ്രത്യക്ഷത്തിൽ തോന്നിക്കുന്ന അതിയായ കലാനൈപുണ്യത്തോടെ ചിത്രീകരിക്കുന്ന ഗദ്യനാടകങ്ങളെയും രചിച്ചേക്കാം. കേരളത്തിലെ ഫ്യൂച്ചറിസ്റ്റ് നോവലെഴുത്തുകാർ ചരിത്രനോവലുകളെ ദൂരത്തെറിഞ്ഞുകൊണ്ട് ഫ്ളാബറിനേയും മോപ്പസാങ്ങിനെയും സമകാലീന പ്രശ്നങ്ങളെ നല്ലപോലെ ചിത്രീകരിക്കുന്ന ഇന്നത്തെ സോവിയറ്റ് റഷ്യൻ നോവലെഴുത്തുകാരേയും അനുകരിച്ച് നേവലുകൾ എഴുതിയേക്കാം.

നടനകലയിൽ കഥകളിയിലെ റൂളും ചട്ടവുമനസുരിച്ചുള്ള നാട്യം ഉപേക്ഷിച്ച് നടന്മാർക്ക് സ്വാതന്ത്ര്യം നൽകുന്ന ഒരു നടനകല കേരളത്തിലെ ഫ്യൂച്ചറിസ്റ്റ് നടന്മാർ സ്വീകരിച്ചേക്കാം. ഫ്യൂച്ചറിസ്റ്റ് നാടകാഭിനയത്തിൽ സ്ത്രീ പാർട്ട് കെട്ടുന്നവർ സ്ത്രീകൾ തന്നെ ആയിരിക്കുകയും ചെയ്യും. കേരളത്തിലെ ഫ്യൂച്ചറിസ്റ്റ് ചിത്രമെഴുത്തുകാർ എണ്ണച്ചായത്തിന്റെ സ്വീകരണത്തിൽ മാത്രം ചിത്രമെഴുത്തു രവിവർമയെ അനുകരിച്ചും ചിത്രമെഴുത്തുരീതിയിൽ അദ്ദേഹത്തിന്റെ ക്ലാസിക് പ്രസ്ഥാനത്തെ പരിത്യജിച്ചും ബംഗാളിലെ നവീന ചിത്രമെഴുത്തുകാരുടെ റൊമാന്റിക് അഥവാ പോസ്റ്റിംബ്രഷണിസ്റ്റ് രീതിയെ നിരാകരിച്ചും യൂറോപ്പിലെ ഇംപ്രഷണിസ്റ്റ് പ്രസ്ഥാനത്തിൽപ്പെട്ട പിസാറോ, റെമ്പാർ എന്നീ ഫ്രഞ്ചുകാരെ മാതൃകകളാക്കിയും ചിത്രമെഴുതിയേക്കാം'- എന്നു ചൂണ്ടിക്കാട്ടിയ ശേഷം ഇതിനായി യുവസാഹിത്യകാരന്മാർ കാലവിളംബമെന്യ രംഗത്തുവരണമെന്നാഹ്വാനം ചെയ്തു.

ഭൂതകാലമഹിമകളെ വാഴ്ത്തുന്നത് നിർത്തി വർത്തമാനകാലത്തെ അഭിമുഖീകരിക്കണമെന്നും അതിന് നാനാശാസ്ത്രങ്ങളിലും ഇന്നുണ്ടായ പുതുവെളിച്ചം കാണണമെന്നും യുവസാഹിത്യകാരന്മാരെ അദ്ദേഹം ആഹ്വാനം ചെയ്തു. തലശ്ശേരിയിൽ നടന്ന യുവജന സാഹിത്യ സമ്മേളനത്തെപ്പറ്റി കേസരിയിൽ എഴുതിയ മുഖപ്രസംഗത്തിൽ, ഭൂതകാലത്തിന്റെയും മതത്തിന്റെയും ദേശീയതയുടെയും ചിഹ്നങ്ങൾ ഫ്യൂച്ചറിസ്റ്റ് കലയുടെ അടയാളങ്ങളായിക്കൂടെന്ന് നിർദ്ദേശിച്ചു.

1935-ൽ കേസരി നിർത്തിയതോടെയാണ് ബാലകൃഷ്ണപിള്ള മുഴുവൻ സമയ ചരിത്രഗവേഷണ-സാഹിത്യ നിരൂപണവൃത്തിയിൽ മുഴുകിയത്. സ്വന്തം പത്രം നിർത്തേണ്ടിവന്നശേഷം കാൾമാർക്സ് ന്യൂയോർക്ക് ഡെയ്‌ലി ട്രൈബ്യൂണലിൽ എഴുതി ജീവസന്ധാരണണത്തിന് അത്യാവശ്യം കാശുണ്ടാക്കിയതുപോലെ കേസരിക്ക് തുണയായെത്തിയത് മാതൃഭൂമിയാണ്. കടുത്ത ദാരിദ്ര്യമാണല്ലോ കേസരി നിർത്താൻ പ്രേരകമായത്. "മാതൃഭൂമി പത്രം കൂടുതൽ ഉപയോഗപ്രദമാക്കണമെന്ന ആഗ്രഹത്തോടുകൂടി കുറെ നല്ല എഴുത്തുകാരെക്കൂടി ലഭിക്കണമെന്നു ഞങ്ങൾ ആഗ്രഹിക്കുന്നു. ഞങ്ങൾക്കുചെയ്യാൻ കഴിയുന്നത് നിങ്ങളെപ്പോലുള്ള സാഹിത്യകാരന്മാർക്ക് നിസ്സാരമായ പ്രോത്സാഹനമായി തോന്നിയേക്കാം. എന്നാലും ഞങ്ങളുടെ ശക്തിക്കൊത്ത് ഞങ്ങൾ ചെയ്യുന്നു എന്നുള്ളതാണ് ഞങ്ങളുടെ കൃതാർഥത.

മാതൃഭൂമി ആഴ്ചപ്പതിപ്പിലേക്ക് നല്ല ലേഖനങ്ങൾക്ക് അപേക്ഷിക്കുന്നു. പുതിയ വർഷത്തോടുകൂടി അതിന് കഴിയുന്നതും പരിഷ്കാരങ്ങൾ

വരുത്തുണമെന്ന് ഉദ്ദേശിക്കുകയാണ്. നിങ്ങളെപ്പോലെയുള്ള ദുർല്ലഭം സാഹിത്യകാരന്മാർക്ക് പേജിന് രണ്ടര ക. കണ്ടുകൊടുക്കുവാനാണ് വിചാരിക്കുന്നത്," - മാതൃഭൂമി പത്രാധിപർ കെ കേളപ്പൻ 27-2-36ന് കേസരിക്ക് എഴുതി. ഇരുപത് വർഷത്തോളം ആഴ്ചപ്പതിപ്പിന്റെ മിക്ക ലക്കങ്ങളിലും കേസരി എഴുതി- ഒന്നുകിൽ സാഹിത്യം, അതല്ലെങ്കിൽ ചരിത്രം, അല്ലെങ്കിൽ ചിത്രകലാനിരൂപണം, അതുമല്ലെങ്കിൽ പാശ്ചാത്യസാഹിത്യത്തിൽനിന്നുള്ള വിവർത്തനം.

കേസരി നിർത്തിയ ഘട്ടത്തിൽ കെ.സി മാമ്മൻമാപ്പിള മലയാള മനോരമയുടെ സ്ഥിരം ലേഖകനായി പിള്ളയെ ക്ഷണിച്ചു. അതിന ദ്ദേഹം തയ്യാറായില്ല. മാസത്തിൽ 25 കോളം ലേഖനം. കോളത്തിന് ഒരു രൂപ പ്രതിഫലത്തിൽ പ്രസിദ്ധപ്പെടുത്താമെന്ന് വാഗ്ദാനം ചെയ്തു. അതൊന്നും അദ്ദേഹത്തിന് സ്വീകാര്യമായില്ല. എന്നാൽ മലയാള മനോരമയുമായി അദ്ദേഹം നല്ല ബന്ധം പുലർത്തുകയും വിശേഷാൽ പ്രതികൾക്ക് കനപ്പെട്ട ലേഖനങ്ങൾ നൽകുകയും ചെയ്തു. മാമ്മൻമാപ്പിള സാധാരണയിൽ കവിഞ്ഞ പ്രതിഫലം നൽകി സഹായിച്ചുപോന്നു- കേസരി എഴുത്ത് മാത്രം തൊഴിലായി സ്വീകരിച്ചതിന്റെ പശ്ചാത്തലമിതാണ്.

കേരളത്തിലെന്നല്ല, ഇന്ത്യയിൽത്തന്നെ പുരോഗമന സാഹിത്യ പ്രസ്ഥാനം രൂപപ്പെടുന്നതിന് ഒരു വ്യാഴവട്ടം മുമ്പ് അത്തരമൊരു പ്രസ്ഥാനത്തിന്റെ അനിവാര്യതയെപ്പറ്റി കേസരി സമദർശിയിൽ എഴുതുകയുണ്ടായി. "ഇന്ന് മൂശയിലിരിക്കുന്ന പുതിയ ലോകത്തിന്റെ സൃഷ്ടിയിൽ ഇതരതൊഴിൽകാരെപ്പോലെ സാഹിത്യകാരന്മാരും സഹായിച്ചില്ലെങ്കിൽ സാഹിത്യത്തെ ഒരു ഉടഞ്ഞ കലത്തെപ്പോലെ അടുത്ത ഭാവിയിലെ ലോകർ വലിച്ചെറിയുക തന്നെ ചെയ്യു"മെന്ന് മുപ്പതുകളുടെ ആദ്യം കേസരി മുന്നറിയിപ്പ് നൽകി. ജീവൽസാഹിത്യപ്രസ്ഥാനത്തിന്റെയും പുരോഗമനസാഹിത്യപ്രസ്ഥാനത്തിന്റെയും സൈദ്ധാന്തികനായും രക്ഷാധികാരിയായും അദ്ദേഹം പ്രവർത്തിച്ചുവെന്നു പറയാം.

കൃതിയേക്കാൾ വലുതും കൃതിയേക്കാൾ ഓർമിക്കപ്പെടുന്നതുമായ നാല് ഐതിഹാസിക അവതാരികകൾ മലയാളത്തിലുള്ളത് കേസരി എഴുതിയതത്രെ. ഇടപ്പള്ളി രാഘവൻപിള്ളയുടെ 'മണിനാദ'ത്തിന്റെയും കെടാമംഗലം പപ്പുക്കുട്ടിയുടെ 'കടത്തുവഞ്ചി'യുടെയും ജി ശങ്കരക്കുറിപ്പിന്റെ 'നിമിഷ'ത്തിന്റെയും ചങ്ങമ്പുഴയുടെ 'സ്പന്ദിക്കുന്ന അസ്ഥിമാട'ത്തിന്റെയും അവതാരിക. നാളതുവരെയുള്ള വിശ്വസാഹിത്യത്തിന്റെയും ചരിത്രത്തിന്റെയും ശാസ്ത്രത്തിന്റെയും മറ്റ് വിജ്ഞാനങ്ങളുടെയുമെല്ലാം

വെളിച്ചത്തിൽ കൃതികളെ പരിശോധിക്കുകയും അതിന്റെ തിളക്കം കൂട്ടുകയും അതത് കവികൾക്ക് ഊർജ്ജവും വെളിച്ചവും പകരുകയും അതിനെല്ലാമുപരി മലയാള സാഹിത്യത്തിന്റെ മുന്നേറ്റത്തിനുള്ള ഇന്ധനമായിത്തീരുകയും ചെയ്ത അവതാരികകൾ. 1944-ൽ എഴുതിയ മണിനാദം അവതാരിക അവസാനിപ്പിക്കുന്നത് 'സ്വതന്ത്രഭാരതത്തിലെ ജനത ക്ലാസിക്- റൊമാന്റിക് സാഹിത്യത്തോട് വിടപറഞ്ഞ് പരാജയ, സർ റിയലിസ്റ്റ്, പുരോഗമന സാഹിത്യപ്രസ്ഥാനക്കാർക്ക് അതിന്റെ സംസ്കാര സിംഹാസനം നൽകുകതന്നെ ചെയ്യു'മെന്നാണ്. സർറിയലിസ്റ്റ് പ്രസ്ഥാനം ബുദ്ധിയെ അത് വികാരത്തിന് കീഴ്പ്പെടുത്തുന്നുവെന്നതിനാലും റിയാലിറ്റിയിൽനിന്നും മുഖം തിരിപ്പിക്കുന്നുവെന്നതിനാലും തനി പിന്തിരിപ്പൻ പ്രസ്ഥാനമായി കമ്യൂണിസ്റ്റുകാർ വിചാരിച്ചുവരുന്നത് തെറ്റിദ്ധാരണ കൊണ്ടാണെന്നും 'മണിനാദം' അവതാരികയിൽ വ്യക്തമാക്കി.

'കേരളീയ കവികളിൽ ചെവിക്ക് പരമമായ ഇമ്പം നൽകുന്ന കവി ചങ്ങമ്പുഴ മാത്രമാകയാൽ ചെവിക്കുള്ള പരമമായ ഇമ്പം പരമലാവണ്യമാണെന്ന് നൈസർഗികമായി വിചാരിക്കുന്ന കേരളീയ ജനതയിലെ ഭൂരിപക്ഷവും തങ്ങൾ നാശമടയുന്നതുവരെ അദ്ദേഹത്തെ തങ്ങളുടെ ഓമനക്കവിയായി പരിഗണിക്കുമെന്ന് സ്പന്ദിക്കുന്ന അസ്ഥിമാടത്തിന്റെ മുഖവുരയിൽ കേസരി പ്രവചിച്ചു.

ചങ്ങമ്പുഴക്കെതിരെ യാഥാസ്ഥിതികർ ഉന്നയിച്ച 'സാഹിത്യചോരണ'മുൾപ്പെടെയുള്ള ആരോപണങ്ങളെ ഖണ്ഡിച്ച് പുഛിച്ചുതള്ളിക്കളയുകയാണ് കേസരി ചെയ്തത്. ' ഔചിത്യമാണ് അദൃഷ്ടപൂർവകത്വമല്ല ഒരു മഹാകവിക്ക് വേണ്ടതായ പ്രധാനഘടകം എന്ന് മണിനാദം അവതാരികയിൽത്തന്നെ കേസരി വ്യക്തമാക്കിയിരുന്നു. ചങ്ങമ്പുഴയ്ക്ക് ഒരു തത്ത്വശാസ്ത്രവുമില്ല, ക്ഷണികവും ചാഞ്ചാട്ടവുമാണ് ഭാവങ്ങൾ എന്നുമുള്ള ആക്ഷേപത്തിന് കവിയുടെ ചരമാനന്തരം കേസരി മറുപടി പറഞ്ഞു. ഓരോരുത്തനും അവനവന്റെ കഴിവിനനുസരിച്ച് വികസിക്കുവാൻ ഇന്നത്തെ സമുദായം അനുവദിക്കുന്നില്ല എന്നതാണ് ചങ്ങമ്പുഴയുടെ അനുഭവജന്യമായ തത്ത്വശാസ്ത്രം.'

മഹാപ്രതിഭയായതുകൊണ്ടും അധഃകൃതനായതുകൊണ്ടും അസൂയയും അവമതിപ്പും ഏറ്റുവാങ്ങേണ്ടിവന്ന കുമാരനാശാനെപ്പറ്റി കേസരി പറഞ്ഞു: "സവർണരുടെയും സാഹിത്യമുതലാളിമാരുടെയും ആട്ടും തുപ്പുമേറ്റും അസൂയകൊണ്ട് വലഞ്ഞും നരകയാതന അനുഭവിക്കുന്ന തന്റേടമുള്ള ഒരു അവർണന്റെയും പ്രതിഭയുള്ള ഒരു സാഹിത്യ

തൊഴിലാളിയുടെയും ആത്മാർത്ഥമായ സിമ്പോളിക് പ്രതിഷേധ മാണ് 'ചണ്ഡാലഭിക്ഷുകി'യിൽ കാണുന്നത്." 'ചണ്ഡാലഭിക്ഷുകി'യെ വർഗപരമായ കാഴ്ചപ്പാടിന്റെ വെളിച്ചത്തിൽ ആദ്യമായി വിശകലനം ചെയ്തത് കേസരിയാണ്. അദ്ദേഹം എഴുതി: " 'ദുരവസ്ഥ'യും 'ചണ്ഡാല ഭിക്ഷുകി'യും ശ്രേഷ്ഠകൃതികളാണെങ്കിലും ഇവയിൽ ശ്രേഷ്ഠത ഏറിയിരി ക്കുന്നത് 'ചണ്ഡാലഭിക്ഷുകി'ക്കാണ്. 'ദുരവസ്ഥ'യിലെ സങ്കുചിതമായ ഹിന്ദു വീക്ഷണകോടിയല്ല, പിന്നെയോ ചണ്ഡാല എന്ന പദം കേവലം ഒരു സിംപൽ മാത്രമായിട്ടുള്ള നാനാജാതി മതസ്ഥരടങ്ങിയ തൊഴിലാ ളിവർഗത്തിന്റെ വീക്ഷണകോടിയാണ് 'ചണ്ഡാലഭിക്ഷുകി'യിലുള്ളത്."

'ദുരവസ്ഥ'യിൽ മാപ്പിള ലഹളയെക്കുറിച്ച് ആശാൻ വിവരിക്കുന്ന കാര്യങ്ങൾ ശരിയല്ലെന്നും സങ്കുചിതമാണെന്നും കേസരി സൂചിപ്പി ക്കുന്നു. 'മാപ്പിള ലഹളയുടെ മൗലികമായ സാമ്പത്തിക കാരണവും മാപ്പിളത്തൊഴിലാളികളും ഹിന്ദുത്തൊഴിലാളികളായ തീണ്ടൽ വർഗ ക്കാരോടൊപ്പം മുതലാളികളിൽനിന്ന് സങ്കടമനുഭവിച്ചിരുന്നു എന്നുള്ള വസ്തുതയും ആശാൻ 'ദുരവസ്ഥ'യിൽ ബലപ്പെടുത്തി കാണിച്ചിട്ടില്ല' എന്ന് ശക്തമായി വിമർശിക്കുന്നു. നാട്ടിൽ ശക്തിപ്രാപിച്ചുവരുന്ന ബഹുജനപ്രസ്ഥാനങ്ങളെ, അവ നടത്തുന്ന പ്രക്ഷോഭസമരങ്ങളെ തീക്ഷ്ണമായിക്കൊണ്ടിരുന്ന വർഗസമരത്തെ കലികാലം എന്ന രൂപ കത്തിലൂടെ സൂചിപ്പിച്ച് ചണ്ഡാലഭിക്ഷുകിയിൽ ആശാൻ ഉപയോഗിച്ച ജനകീയ ശീലുകളുടെ പ്രാധാന്യം കേസരി എടുത്തുകാട്ടി: 'ഇന്ന് ആവിർ ഭവിച്ചിരിക്കുന്ന കലികാലത്തിന്റെ വികാരതീക്ഷ്ണത സമ്പൂർണമായി ആവിഷ്കരിക്കുവാൻ മണ്ണിന്റെ മണമുള്ള ജനകീയ ശീലുകൾ മാത്രമേ പര്യാപ്തമാവുകയുള്ളൂ.' എന്നാൽ കേവല പ്രചാരണപരത സ്വീകാര്യമ ല്ലെന്ന് അദ്ദേഹം മുന്നറിയിപ്പ് നൽകി: 'പ്രചാര ഉദ്ദേശ്യത്തെ പൊന്തിച്ചു കാണിക്കാതെ യഥാർത്ഥമായ കലാവാസനയോടെ ഇതു ചെയ്താലേ (പുരോഗമന സാഹിത്യ രചന) ഫലപ്രദമാവുകയുള്ളൂ' വെന്ന് 1934-ലെ എസ്.എൻ.ഡി.പി യോഗം സമ്മേളനം സംബന്ധിച്ചെഴുതിയ മുഖപ്ര സംഗത്തിൽ കേസരി ചൂണ്ടിക്കാട്ടി.

സാഹിത്യനിരൂപണത്തിൽ കേസരി സ്വീകരിച്ച സാങ്കേതിക മാർ ഗങ്ങളെ യാഥാസ്ഥിതികരും 'പുരോഗമന'വാദികളും ശക്തമായി വിമർ ശിച്ചിട്ടുണ്ട്. കെടാമംഗലം പപ്പുക്കുട്ടി മഹാകവിയാണെന്ന് പറഞ്ഞതിന് കേസരി ഇന്നും ഭർത്സനം കേൾക്കുന്നു. കാവ്യരംഗത്ത് തോറ്റുതൊപ്പി യിടുന്നവരുടെ തൊപ്പി മറയ്ക്കാൻ അവർക്ക് മഹാകവിപ്പട്ടം നൽകുന്ന യാഥാസ്ഥിതിക പതിവിനെ നഖശിഖാന്തം എതിർത്തുകൊണ്ട്

'മഹാകവിപ്പട്ടം' എന്ന ഒരു പ്രബന്ധം തന്നെ അവതരിപ്പിച്ച ശേഷമാണ് സാഹിത്യത്തിലെ വിപ്ലവങ്ങളായ പുത്തൻ പ്രസ്ഥാനങ്ങളെയും അതിന്റെ ഉപപ്രസ്ഥാനങ്ങളെയും ജനിപ്പിക്കുന്നവർക്കാണ് മഹാകവി സ്ഥാനം നൽകേണ്ടതെന്ന് കേസരി വാദിച്ചത്. അത് അത്തരം ജനയിതാക്കളുടെ സൃഷ്ടിയുടെ 'ശാശ്വതമൂല്യം' പരിഗണിച്ചല്ല. മലയാളത്തിൽ ഒറ്റ മഹാകാവ്യം പോലും പേരിനുപോലും ഓർമ്മിക്കപ്പെടുന്നില്ലെന്നതും വെൺമണിയുടെ ഒറ്റശ്ലോകംപോലും ഓർമ്മിക്കപ്പെടുന്നുണ്ടെന്നുമുള്ള വസ്തുത മഹാകവിപ്പട്ടത്തിന്റെ യാഥാസ്ഥിക അർത്ഥത്തെ കൊഞ്ഞനംകുത്തുന്നു.

തന്റെ നിരൂപണരീതിക്കെതിരെ ആക്ഷേപം ചൊരിഞ്ഞവർക്ക് മറുപടിയായി ഷഷ്ടിപൂർത്തി പ്രസംഗത്തിൽ കേസരി പറഞ്ഞു: "പ്രൊക്രസ്റ്റസിന്റെ ഇരുമ്പുകട്ടിലല്ല പിന്നെയോ, കുറെയധികം നീട്ടാവുന്നതും കുറെയധികം കുറയ്ക്കാവുന്നതുമായ സ്പ്രിങ്ങ് കട്ടിലാണ് സാഹിത്യാഭിവൃദ്ധിക്ക് വേണ്ടത്. ഇങ്ങനെയുള്ള ഒരു സ്പ്രിങ്ങ് കട്ടിലുണ്ടാക്കുന്നതിനുള്ള എളിയ ശ്രമമാണ് ഞാൻ ഭാഷാസാഹിത്യലോകത്ത് നടത്തിവന്നത്. ജാതിയോ മതമോ വയസ്സോ സ്ഥലമോ നോക്കി ഞാൻ ഒരു സാഹിത്യകാരനെയും കട്ടിലിൽ കിടത്തി വലിച്ചുനീട്ടുകയോ വെട്ടിക്കുറയ്ക്കുകയോ ചെയ്തിട്ടില്ല"- തന്റെ പ്രസ്ഥാനപരമായ നിരൂപണ ശൈലിയെ വിമർശിക്കുന്നവരോട് കേസരി പറഞ്ഞു: "ഞാൻ ഒരു നല്ല പുസ്തക നിരൂപകനോ നല്ല സാങ്കേതിക നിരൂപകനോ അല്ല. 'കേസരി'യിൽ നവീനകൃതികളെ പക്ഷപാതപൂർവ്വം പുകഴ്ത്തുകയും യാഥാസ്ഥിതിക സാഹിത്യത്തെ നിന്ദിക്കുകയും ചെയ്തിരുന്നു എന്നതുകൊണ്ട് ഞാൻ എഴുത്തുകാരുടെ ശരിയായ വ്യാഖ്യാതാവായിരുന്നു എന്നും പറഞ്ഞുകൂടാ. വിമർശനങ്ങളും പരിഭാഷകളും വഴി കേരളത്തിലെ വലിയ സാഹിത്യ-കലാപ്രസ്ഥാനങ്ങൾക്ക് മാർഗനിർദ്ദേശം ചെയ്തു, മോശക്കാരനല്ലാത്ത, ഒരു മൂല്യനിരൂപകനായി മാത്രമേ എന്നെ പരിഗണിക്കേണ്ടതുള്ളൂ. ഇതുകൊണ്ടുതന്നെയാണ് ഞാനൊരു പ്രസ്ഥാനഭ്രാന്തനായിത്തീർന്നതും...

'..സാങ്കേതിക നിരൂപണത്തിൽ പ്രചാരവേല ചെയ്യുന്നത് പാപം തന്നെയാണ്, മൂല്യനിരൂപണത്തിൽ അതൊരു പാപം അല്ലതാനും' എന്നാണ് പ്രസ്ഥാനഭ്രാന്തനെന്ന വിമർശനത്തിന് കേസരി മറുപടി പറഞ്ഞത്.

ജീർണതയെയും ഉച്ചനീചത്വത്തെയും അവസാനിപ്പിച്ച് ഉൽപ്പത്തിഷ്ണുക്കളുടേതായ, സാമൂഹ്യനീതിയുടേതായ ഒരു ഫ്യൂച്ചറിസ്റ്റ് നവലോകം സൃഷ്ടിക്കുന്നതിനുതകുക എന്ന ലക്ഷ്യത്തോടെ സാർവദേശീയ

സാഹിത്യസാക്ഷരതയുണ്ടാക്കാനും ഭാവുകത്വ പരിണാമത്തിനും പരിശ്രമിക്കുകയായിരുന്ന കേസരി.

കേരളത്തിൽ പുരോഗമന സാഹിത്യപ്രസ്ഥാനത്തിന് അടിത്തറ പാകിയത് കേസരിയാണ്. പുരോഗമനസാഹിത്യം എന്ന സംജ്ഞ തന്നെ മലയാളത്തിൽ വരുന്നതിനുമുമ്പ് 1925-ൽ സമദർശിയിൽ മുഖപ്രസംഗം എഴുതിക്കൊണ്ടാണ് കീഴാള ഉന്നമനത്തിനുള്ള കലയും സാഹിത്യവും ഉണ്ടാക്കേണ്ടതിന്റെ ആവശ്യം ബാലകൃഷ്ണപിള്ള ചൂണ്ടിക്കാട്ടിയത്. മുപ്പതുകളുടെ രണ്ടാംപകുതിയിൽ ജീവത്സാഹിത്യ പ്രസ്ഥാനത്തിന്റെ ആവിർഭാവത്തിന് തൊട്ടുമുമ്പും ശേഷവുമായി എഴുത്തുകാരെ പഠിപ്പിക്കാനും വായനക്കാരെ ബോധവൽക്കരിക്കാനുമായി നിരവധി സൈദ്ധാന്തിക ലേഖനങ്ങൾ പ്രസിദ്ധപ്പെടുത്തി. കേരള കലയും ഹ്യൂച്ചറിസവും, കലയിലെ പുരോഗതി, സമുദായത്തിലെ വിഷംതീനികൾ, കലയും വൈരൂപ്യവും, ജീവത്സാഹിത്യത്തിന്റെ വിഷയം, ജീവത്സാഹിത്യത്തിന്റെ സാങ്കേതിക മാർഗം, പരാജയ പ്രസ്ഥാന കവികൾ, പുരോഗമന സാഹിത്യം തുടങ്ങിയ കേസരിയുടെ ലേഖനങ്ങൾ തുടർച്ചയായി വന്നതാണ് ജീവത്സാഹിത്യ പ്രസ്ഥാനത്തിന്റെയും തുടർന്ന് പുരോഗമന സാഹിത്യപ്രസ്ഥാനത്തിന്റെയും വളർച്ചയ്ക്ക് ഏറെ സഹായിച്ചത്. എന്താണ് പുരോഗമന സാഹിത്യം എന്ന് മലയാളിയെ പഠിപ്പിച്ച ആചാര്യനത്രേ കേസരി.

അതിശക്തമായ എതിർപ്പും പരിഹാസവുമാണ് അന്ന് 'ദേശീയവാദി'കളിൽനിന്നും യാഥാസ്ഥിതികരിൽനിന്നും പുരോഗമന സാഹിത്യകാരന്മാർ നേരിട്ടത്. എതിരാളികളെ നിലംപരിശാക്കി പുതിയ എഴുത്തുകാർക്ക് കരുത്തുപകരാൻ നേതൃത്വം നൽകിയതാകട്ടെ കേസരിയും. സമുദായത്തിലെ 'വിഷം തീനികൾ' എന്ന ലേഖനത്തിൽ കേസരി എഴുതി: 'നന്മയും തിന്മയും കലർന്ന സമുദായ ജീവിതത്തിന് പ്രസ്തുത വിഷം കലർന്ന ആഹാരസാധനത്തോടും പുരോഗമന സാഹിത്യകാരന്മാർക്ക് പ്രസ്തുത വിഷം തീനികളോടും സാദൃശ്യമുണ്ട്. ഈ മഹാത്യാഗികളെ, ഈ മഹാവീരന്മാരെ, കേരളത്തിലെ സഹൃദയലോകം ഇന്ന് പുലഭ്യം പറയുകയും പ്രസ്തുത വിഷലിപ്തമായ ആഹാര സാധനത്തെ - സമുദായ ജീവിതത്തെ- ദൂരെനിന്ന് നോക്കി സ്തുതിക്കുകയും ക്ലാസിക്കും റൊമാന്റിക്കും സാഹിത്യകാരന്മാരെ ഇവർ വാനോളം വാഴ്ത്തുകയും ചെയ്തുവരുന്നു. ഇതിനെ കവച്ചുവെയ്ക്കുന്ന കൃതഘ്നത ലോകത്തിനു കാണുവാൻ സാധിക്കുമോ?' ഒരുയുഗത്തിന്റെ തന്നെ സാഹിത്യസാകല്യത്തെ വ്യാഖ്യാനിക്കുകയായിരുന്നു ഈ വരികളിലൂടെ

നിലനിൽക്കുന്ന സാമൂഹ്യ വ്യവസ്ഥിതിക്കെതിരെ ജനങ്ങളെ

ജാഗരൂകരാക്കുകയാണ് പുരോഗമന സാഹിത്യത്തിന്റെ കർത്തവ്യം -അതിനാൽ, 'തൊഴിലാളികളുടെ അടിമത്തമോചനം ആദർശമായിട്ടുള്ള പുരോഗമന സാഹിത്യപ്രസ്ഥാനത്തിന് പൂവൻ കോഴിയുടെ തത്ത്വജ്ഞാനം സ്വീകരിക്കാതെ ഗത്യന്തരമില്ലെന്ന്' തോറോയെ ഉദ്ധരിച്ച് കേസരി വ്യക്തമാക്കി. ഉണർത്തുപാട്ട്, താൽക്കാലിക വിഷയം എന്നിവയെല്ലാം പുരോഗമന സാഹിത്യത്തിന്റെ ന്യൂനതയല്ല, മേന്മയാണെന്ന് സൂചിപ്പിക്കുകയായിരുന്നു ഇതിലൂടെ. യാഥാസ്ഥിതിക സാഹിത്യത്തിനെതിരായ ശക്തമായ പ്രചാരണവും പുരോഗമന സാഹിത്യം സൃഷ്ടിക്കുന്നതിനുള്ള ആഹ്വാനവുമെന്ന നിലയിൽ 1930-35 കാലത്ത് നിരവധി മുഖപ്രസംഗങ്ങൾ കേസരിയിൽ വന്നു. സമസ്ത കേരള സാഹിത്യ പരിഷത്ത്, സാഹിത്യ പരിഷത്ത് സമ്മേനങ്ങളുമായി ബന്ധപ്പെട്ട് കേസരി എഴുതിയ ആ മുഖപ്രസംഗങ്ങളാണ് ജീവത്സാഹിത്യപ്രസ്ഥാനത്തിന് പശ്ചാത്തലമൊരുക്കിയത്; സാധാരണക്കാരന്റെ പ്രശ്നങ്ങൾ അവതരിപ്പിക്കാൻ എഴുത്തുകാർക്ക് പ്രത്യയശാസ്ത്രപരമായ കരുത്തു പകർന്നത്.

നോബൽ സമ്മാനം നേടിയ രബീന്ദ്രനാഥ ടാഗോർ, പാശ്ചാത്യർ കൊണ്ടാടുന്നത്ര വലിയ കവിയൊന്നുമല്ല, ടാഗോറിനേക്കാൾ ഉയർന്നുനിൽക്കുന്ന കവി കുമാരനാശാനാണ് എന്നു പറയാനുള്ള ചങ്കൂറ്റം കേസരിക്കുണ്ടായിരുന്നു. എസ്.എൻ.ഡി.പി യോഗത്തിന്റെ 1934-ലെ സമ്മേളനം സംബന്ധിച്ച് എഴുതിയ മുഖപ്രസംഗത്തിൽ ടാഗോറിനെയും കുമാരനാശാനെയും കേസരി താരതമ്യപ്പെടുത്തുകയുണ്ടായി. എസ്. എൻ.ഡി.പിയുടെ സാഹിത്യസമ്മേളനത്തിൽ ഈഴവരായ എഴുത്തുകാർ നേരിടുന്ന അവഗണനയെപ്പറ്റി അധ്യക്ഷനായ കവി പള്ളത്തുരാമൻ പരിതപിക്കുകയുണ്ടായി. ഈ അവഗണനക്ക് പരിഹാരമായി പള്ളത്തുരാമൻ നിർദ്ദേശിച്ചത് ഈഴവ എഴുത്തുകാർ ഹിന്ദു പുരാണങ്ങളും ഹിന്ദു സാഹിത്യവും പരിത്യജിച്ച് ബുദ്ധമത സാഹിത്യത്തിലേക്കും ഇംഗ്ലീഷ് സാഹിത്യത്തിലേക്കും ശ്രദ്ധപതിപ്പിക്കണമെന്നാണ്. ഈഴവരുടെ പ്രസാധകസംഘങ്ങളും ഈഴവ സാഹിത്യ പരിഷത്തുകളും ഉണ്ടാക്കണമെന്ന പള്ളത്തിന്റെ നിർദ്ദേശം യാഥാർത്ഥ്യമായാലും പ്രയോജനമില്ലെന്ന് ചൂണ്ടിക്കാട്ടിയ കേസരി പകരം ചെയ്യേണ്ടതെന്തെന്ന് നിർദ്ദേശിക്കുന്നു 'കേരള സാഹിത്യത്തിൽ പല നവീന പന്ഥാവുകളും വെട്ടിത്തുറക്കുകയും അതിന് ലോകസാഹിത്യത്തിൽ ഒരു സ്ഥാനം ഉണ്ടാക്കുവാൻ ശ്രമിച്ചവരിൽ അഗ്രഗണ്യനായി പ്രവർത്തിക്കുകയും ചെയ്ത ദേഹവും, ഈഴവരുടെ മാത്രമല്ല, ഇന്നത്തെ സകല വർഗ്ഗക്കാരുടെയും അവശതകൾ പരിഹരിക്കാൻ നല്ലപോലെ

ഉതകുന്നതും, ഇന്നത്തെ റഷ്യയിലെ സോവിയറ്റ് സാഹിത്യകാരന്മാർ സ്വീകരിച്ചിരിക്കുന്നതുമായ ഒരു അതിപരിഷ്കൃത സാഹിത്യമാർഗം സ്വീകരിച്ച മഹാനുമായ മഹാകവി കുമാരനാശാനെ മിസ്റ്റർ രാമൻ പ്രശംസിക്കുന്നുണ്ടെങ്കിലും അദ്ദേഹത്തിന്റെ പ്രസ്തുത പ്രായോഗിക മാർഗമെന്തെന്നറിയാതെ താൻ ആ പ്രസംഗത്തിൽത്തന്നെ പുച്ഛിച്ച ഹിന്ദുസാഹിത്യകാരന്മാരുടെ പ്രത്യേക സ്വഭാവമായ മിസ്റ്റിസിസത്തിനു മകുടോദാഹരണമായ ടാഗോറിനെയാണ് ഏറിയ കൂറും ഈഴവർ അനുകരിക്കണമെന്ന് അദ്ദേഹം പറഞ്ഞിരിക്കുന്നത്. ടാഗോർ ഭാരതീയരുടെ സാഹിത്യത്തിൽ യഥാർത്ഥമായ ഒരു വിപ്ലവം ഉണ്ടാക്കിയിട്ടില്ല. ഭാരതീയ സാഹിത്യസ്വഭാവം നല്ലപോലെ അറിയാത്ത പാശ്ചാത്യർ അദ്ദേഹത്തിന്റെ കവിതകളെ തങ്ങളുടെ റിയലിസ്റ്റിക് സാഹിത്യത്തോട് താരതമ്യപ്പെടുത്തി അദ്ദേഹത്തെ ഒരു വിപ്ലവകാരിയായി പരിഗണിച്ചു, അത്രയേയുള്ളു. കുമാരനാശാനെ ശൃംഗാരരസത്തിന്റെ വർണനയിലും കവിതയ്ക്ക് മതത്തിന്റെ പിടിയിൽനിന്നു മുക്തിനേടിക്കൊടുത്തതിലും ഈഴവ കവികൾ അനുസരിക്കണമെന്നും സാഹിത്യത്തിലും അവർ ഒരു വിപ്ലവം ഉണ്ടാക്കണമെന്നും മിസ്റ്റർ രാമൻ പറയുന്നുണ്ടെന്ന് ഞങ്ങൾ സമ്മതിക്കുന്നു. എന്നാലും ടാഗോറിന്റെ മിസ്റ്റിക് പ്രസ്ഥാനത്തോടാണ് അദ്ദേഹത്തിന് അധികം പ്രതിപത്തി. അദ്ദേഹത്തിന്റെ കൃതികളും ഇതിന് സാക്ഷ്യം വഹിക്കുന്നുണ്ട്. മതശൃംഖലകളിൽനിന്നു മുക്തനായതിലല്ല, കുമാരനാശാന്റെ അനന്യ സാധാരണത്വവും വിപ്ലവ മനഃസ്ഥിതിയും സ്ഥിതി ചെയ്യുന്നത്. ഇന്നത്തെ സാമുദായിക പ്രശ്നങ്ങൾക്ക് പരിഹാരം സാഹിത്യം മുഖേന ഉണ്ടാക്കുവാൻ ശ്രമിച്ചതിലാണ് അദ്ദേഹം വിപ്ലവകാരിയായിത്തീർന്നത്. ചന്ദ്രനെയും ആമ്പലിനെയും ദൈവമാഹാത്മ്യത്തെയും മറ്റും തന്റെ കവിതയ്ക്ക് വിഷമാക്കുന്നതിനുപകരം അദ്ദേഹം ഇന്നത്തെ സാമുദായിക അസമത്വങ്ങളെ അതിയായ കലാവാസനയോടെ തന്റെ കൃതികളിൽ ചിത്രീകരിച്ച് അവയിൽ സഹൃദയന്മാർക്ക് അവജ്ഞ തോന്നിക്കുകയാണ് ചെയ്തിട്ടുള്ളത്. ഇന്നത്തെ റഷ്യൻ സാഹിത്യകാരന്മാർ സ്വീകരിച്ചിരിക്കുന്ന പദ്ധതി ഇതാണെന്ന് അന്യത്ര ചേർത്തിട്ടുള്ള ഇന്നത്തെ റഷ്യൻ നോവൽ എന്ന ലേഖനത്തിൽനിന്നും മനസ്സിലാക്കാവുന്നതാണ്. (1934 ഒക്ടോബർ 24-ന്റെ കേസരിയിലാണ് ഈ മുഖപ്രസംഗം വന്നത്. ഇതേ ലക്കത്തിൽത്തന്നെ മേൽ സൂചിപ്പിച്ച ലേഖനവും കൊടുത്തു. ലേഖനം കേസരിയുടെ സാഹിത്യ വിമർശനങ്ങൾ എന്ന പുസ്തകത്തിലുണ്ട്). മുഖപ്രസംഗത്തിൽ കേസരി തുടരുന്നു: 'ഈ നവീന പന്ഥാവിൽക്കൂടി കേരളത്തിലെ സാഹിത്യകാരന്മാർ ചരിച്ചുതുടങ്ങിയാൽ ഇന്നത്തെ പല വിഷമപ്രശ്നങ്ങൾക്കും

ശീഘ്രമായ പരിഹാരം അവർക്കുണ്ടാക്കാൻ കഴിയുന്നതാണ്. കല കലയ്ക്കുവേണ്ടി എന്ന തത്വം ഉപേക്ഷിച്ച് കല ജീവിതത്തിനുവേണ്ടി എന്ന തത്വമാണ് അവർ സ്വീകരിക്കേണ്ടത്. ഇന്ന് മൂശയിലിരിക്കുന്ന പുതിയ ലോകത്തിന്റെ സൃഷ്ടിയിൽ ഇതര തൊഴിൽക്കാരെപ്പോലെ സാഹിത്യകാരന്മാരും സഹായിച്ചില്ലെങ്കിൽ സാഹിത്യത്തെ ഒരു ഉടഞ്ഞ കലത്തെപ്പോലെ അടുത്ത ഭാവിയിലെ ലോകർ വലിച്ചെറിയുക തന്നെ ചെയ്യും' എന്ന് വ്യക്തമാക്കിയ ശേഷം പള്ളത്തുരാമൻ ഒരു കാര്യം കൂടി ഓർക്കണമെന്ന് കേസരി ആവശ്യപ്പെടുന്നു.

പള്ളത്തുരാമൻ 'രാവണായനം എഴുതിക്കൊണ്ട് സാധിക്കാൻ ഉദ്ദേശിക്കുന്ന കാര്യം ആ അനുഗ്രഹീത മഹാകവി (കുമാരനാശാൻ) രാമായണം എഴുതിത്തന്നെ സാധിക്കുകയായിരുന്നു' എന്ന് ചിന്താവിഷ്ടയായ സീതയെക്കൂടി സൂചിപ്പിക്കുകയാണിതുവഴി.

കേസരിയുടെ ചങ്ങമ്പുഴ വിമർശനത്തിന്റെയത്ര പ്രശസ്തമല്ല ആശാൻ വിമർശനം. അതുകൊണ്ടും പുരോഗമന സാഹിത്യത്തെക്കുറിച്ച് കാച്ചിക്കുറുക്കിപ്പറയുന്നുവെന്നതിനാലുമാണ് മുഖപ്രസംഗത്തിൽനിന്നും വലിയൊരു ഭാഗം ഇവിടെ എടുത്തുചേർത്തത്.

സംസ്കാരങ്ങളുടെ മാതാവ് അറേബ്യയിൽ

ശാസ്ത്രീയ ചരിത്രകാരന്മാർ 'ചരിത്രമറിയാഞ്ഞ മുത്തശ്ശിക്കഥാകാര'നായി ആക്ഷേപിക്കുന്ന കേസരി ബാലകൃഷ്ണപിള്ള 1908-ൽ മദിരാശി സർവകലാശാലയിൽനിന്ന് ഒന്നാം ക്ലാസോടെയും മലയാളികളിൽ ഒന്നാമനായും ബി.എ ഹിസ്റ്ററി പാസ്സായി അടുത്ത വർഷംതന്നെ തിരുവനന്തപുരം വനിതാ കോളേജിൽ ഗ്രീക്ക് ചരിത്രാധ്യാപകനായി നിയമിതനായ വ്യക്തിയാണ്.

ബി.എ രാഷ്ട്രതന്ത്രത്തിൽ സർവകലാശാലയിൽ ഒന്നാമനും അദ്ദേഹമായിരുന്നു. 1916-ൽ കോളേജധ്യാപക ജോലി രാജിവെച്ചെങ്കിലും ചരിത്രപഠനത്തിൽനിന്നും ഒഴിവായില്ലെന്നു മാത്രമല്ല കൂടുതൽ സജീവമാവുകയാണ് ചെയ്തത്. 1922-ൽ സമദർശി പത്രാധിപത്യം ഏറ്റെടുക്കുന്നതിന് മുമ്പ് വക്കീൽകാലത്ത് രചിച്ച പാഠപുസ്തക സമാനമായ കൃതികളാണ് തിരുവിതാംകൂർ ചരിത്രം, ബാബിലോണും നിനവയും, രാജഭരണം, ലോഡ്കിച്ച്നർ, പുരാതത്ത്വപ്രദീപം, രണ്ടു സാഹസിക യാത്രികർ, അലക്സാണ്ടർ മഹാൻ, വിക്രമാദിത്യൻ ത്രിഭുവന മല്ലൻ, ഹർഷവർധനൻ, യുവാൻചാങ്ങ്, ലോഡ് റോബോർട്സ്, ആഫ്രിക്ക സഞ്ചാരികൾ തുടങ്ങിയവ

സമദർശി വിട്ടശേഷം മൂന്നു വർഷത്തോളമുണ്ടായ ഇടവേളയിൽ ചരിത്രാതീതകാലത്തെ ചരിത്രം ചികയുന്നതിനുള്ള 'ഉഗ്രതപസ്സി'ലും

ഗവേഷണത്തിലുമാണ് ബാലകൃഷ്ണപിള്ള മുഴുകിയത്. 1935-ൽ കേസരി നിർത്തിയശേഷം സാഹിത്യത്തിനും ചരിത്രഗവേഷണത്തിനും മാത്രമായി ആ ജീവിതം- അവസാനകാലത്ത് ചരിത്രത്തിൽ മാത്രവും, ചരിത്രത്തിന്റെ അടിവേരുകൾ (കേരള സാഹിത്യ അക്കാദമി), ഫോട്ടോഹിസ്റ്റോറിക് ക്രോണോളജി ഓഫ് വെസ്റ്റേൺ ഏഷ്യ (കേരള സർവകലാശാല), കേസരിയുടെ ചരിത്രഗവേഷണങ്ങൾ- നാലു വാല്യങ്ങൾ (കേരള ഭാഷാ ഇൻസ്റ്റിറ്റ്യൂട്ട്) എന്നിങ്ങനെ ലഭ്യമായേടത്തോളം 'കേസരി-ചരിത്ര ലേഖനങ്ങൾ' ഇപ്പോൾ പ്രസിദ്ധീകരിച്ചിട്ടുണ്ട്.

ദേശീയതയെക്കുറിച്ചുള്ള ദുരഭിമാനത്തെ അഥവാ ദേശീയോന്മാദത്തെ പിച്ചിച്ചീന്തുകയും വസുധൈവ കുടുംബകം എന്ന തത്ത്വമാണ് ചരിത്രസത്യമെന്ന് സ്ഥാപിക്കുകയുമാണ് കേസരിയുടെ ചരിത്രഗവേഷണങ്ങളുടെ ആകെത്തുക. ചരിത്രാതീതകാല ചരിത്രത്തെ സെക്ടേറിയൻ കാഴ്ചപ്പാടിലൂടെ കാണുന്നതിനും ശകലിതമായി കാണുന്നതിനും പകരം സാകല്യേന വേണം കാണാൻ എന്നാണ് കേസരി അനുശാസിച്ചത്. അദ്ദേഹം വ്യക്തമാക്കുന്നു. 'ശാസ്ത്രീയ ചരിത്രത്തിന്റെ വക്താക്കളെന്നവകാശപ്പെടുന്ന മാക്സ്മുള്ളറെപ്പോലുള്ളവർ ആര്യവംശത്തിന് ജന്മസിദ്ധമായ മേധാവിത്വമുണ്ടെന്ന് വാദിക്കുമ്പോൾ 'അശാസ്ത്രീയർ' എന്ന് ശാസ്ത്രീയ ചരിത്രകാരന്മാർ തിരസ്കരിക്കുന്ന ജെ.ജി ഫ്രേസറെയും എഫ്.ഇ പർജിറ്ററെയും എച്ച്.ജി വെൽസിനെയും പോലെയുള്ളവർ മാനവ സംസ്കാരത്തിന്റെ ഏക പൈതൃകത്തെ അഥവാ ഏകമാതൃകത്തെക്കുറിച്ച് പറയുന്നു. വംശീയതയും സങ്കുചിത ദേശീയതയുമാണ് ലോകം നേരിടുന്ന ഏറ്റവും വലിയ വിനകളെന്നും ആ വിനകൾക്കാധാരമായ ദുരഭിമാനബോധം അസംബന്ധമാണെന്ന് തെളിയിച്ചാലേ മാനവൈക്യം യാഥാർത്ഥ്യമാകൂ എന്നും അതിനാണ് താൻ സവിശേഷ രീതിയിൽ ചരിത്രഗവേഷണം നടത്തുന്നതെന്നുമാണ് കേസരി പറഞ്ഞത്. ഷഷ്ടിപൂർത്തി പ്രസംഗത്തിൽ അദ്ദേഹം പറഞ്ഞു: 'എന്റെ പ്രത്യേകതരം ഗവേഷണത്തെപ്പറ്റി നമ്മുടെ സർവകലാശാലകളിലെ ശാസ്ത്രീയ ചരിത്ര ഗവേഷകർക്ക് പരമമായ പുച്ഛമാണുള്ളത്. പുരാണങ്ങളിലെ അശാസ്ത്രീയങ്ങളായ മുത്തശ്ശിക്കഥകളെ ആസ്പദിച്ച് 'വായക്ക് തോന്നിയത് കോതയ്ക്ക് പാട്ട്' എന്ന മട്ടിൽ പല അസംബന്ധങ്ങളും എഴുതിവിടുന്ന ഒരു മുഴക്കിറുക്കനാണ് ഞാനെന്ന് ഇവർ വിചാരിച്ചുവരുന്നു. മ്ലേച്ഛമായ അറബികളുടെ ഇന്നലെ കുരുത്ത സംസ്കാരത്തെ, സ്വയംഭൂവും സനാതനവും ലോകോത്ഭവത്തോടൊന്നിച്ചുദിച്ചതുമായ ആർഷസംസ്കാരത്തിന്റെ ജനനിയാക്കി ഭാരതത്തെ അപമാനി ക്കുന്ന

ഒരു കൊടും രാജ്യദ്രോഹിയായി ഇവരിൽ ദേശീയവാദികളായ പണ്ഡിതന്മാർ എന്നെ പരിഗണിച്ചുവരുന്നു.

എന്റെ ഉണക്കാശാസ്ത്രിത്വത്തിന്റെ ഉണങ്ങിയ തൊലിക്ക് പുറകിൽ കുറെയധികം പച്ച സാധനം വാസ്തവത്തിലുണ്ട്. ആറ്റംബോംബിന്റെയും നാദതുല്യവേഗത്തിൽ പായുന്ന എയറോപ്ലെയ്നുകളുടെയും മറ്റും കണ്ടുപിടിത്തങ്ങളോട് കൂടി ദേശീയത്വമെന്ന പഴയ ആശയം ക്ഷയിച്ചു തുടങ്ങുകയും ഏകലോകം, ഏകഖണ്ഡ വ്യാപ്തിയുള്ള രാഷ്ട്രങ്ങൾ എന്ന ആശയം ഉദിക്കുകയും ചെയ്തിരിക്കുന്നു. ഈ പുതിയ ആശയങ്ങളെ നടപ്പിൽവരുത്തുവാൻ പ്രാരംഭമായി വേണ്ട മനഃസ്ഥിതി മനുഷ്യരിൽ സ്ഥാപിക്കുവാൻ എന്റെ ഗവേഷണത്തിന്റെ ഫലങ്ങൾ സഹായിച്ചേക്കും. ഈ മാനസിക പരിവർത്തനത്തിനുശേഷം സാമ്പത്തികവും രാഷ്ട്രീയവുമായ ബന്ധങ്ങൾ ഏഷ്യാരാജ്യങ്ങൾ തമ്മിൽ സൃഷ്ടിച്ചാൽ മാത്രമേ അവ ശാശ്വതമായിരിക്കുകയുള്ളൂ...

അദൃഷ്ടപൂർവമായ കാര്യങ്ങൾ കാണുന്നവനെ കിറുക്കനെന്ന് പേരിടുന്നത് പണ്ടേ മനുഷ്യരുടെ ഒരു സ്വഭാവമാണ്. എന്റെ മുത്തശ്ശിക്കഥാപ്രേമം ഏഷ്യയിലെ ഓരോ രാജ്യത്തിലും നിവസിക്കുന്ന പല മതക്കാരുടെയും പല നരവംശക്കാരുടെയും ഇടയ്ക്ക് പരസ്പരം യോജിപ്പും സൗഹാർദ്ദവും വളർത്തുന്നതാണ്. ഏഷ്യയിലെ ഓരോ രാജ്യക്കാരുടെയും ഇടയ്ക്ക് തങ്ങളുടെ സ്വന്തം സംസ്കാരത്തെക്കുറിച്ചുള്ള ശ്രേഷ്ഠത്വബോധം എന്റെ ഗവേഷണം നശിപ്പിക്കും. ഇതിന്റെ ഫലമായി കിടമത്സരം കൈവെടിഞ്ഞ് ചരിത്രാതീത കാലത്തുണ്ടായിരുന്നതുപോലെയുള്ള ഒരു ഏക ഏഷ്യൻ സംസ്കാരം കെട്ടിപ്പടുക്കുന്നതിൽ ഏഷ്യാ നിവാസികൾ ശ്രദ്ധിക്കുന്നതുമാണ്.' അതായത് ലക്ഷ്യത്തോടെയുള്ള കിറുക്കായിരുന്നു കേസരിയുടേത്.

ചരിത്രാതീതകാല ചരിത്രത്തിലേക്ക് വെളിച്ചം വീശണമെങ്കിൽ കാലഗണന പ്രധാനമാണ്. പ്രാചീനകാലത്ത് നിലനിന്നിരുന്ന കാലഗണനാ രീതികൾ ഹേതുസ്ഥമാക്കിയ ബാലകൃഷ്ണപിള്ള പണ്ട് ബാബിലോണിയയിൽ നിലനിന്നിരുന്ന കൽപ്പഗണിതത്തെ യുക്തിപൂർവം പരിഷ്കരിച്ച് ഒരു സിദ്ധാന്തം ആവിഷ്ക്കരിച്ചു. എണ്ണായിരം വർഷങ്ങൾക്കപ്പുറത്തുണ്ടായ മഹാപ്രളയവുമായി ബന്ധപ്പെടുത്തിയാണ് കൽപ്പഗണിതസിദ്ധാന്തം ആവിഷ്കരിച്ചത്. വർഷം കാലത്തെയും സ്ഥലത്തെയും പ്രതിനിധാനം ചെയ്യുന്നു. പ്രളയം സർവനാശത്തിനെന്നപോലെ പുതിയ സംസ്കാരങ്ങളുടെ ആവിർഭാവത്തിനും കാരണമായി.

വിഷുവിന്റെ ചാഞ്ചാട്ടവുമായി ബന്ധപ്പെടുത്തി അറേബ്യയിൽ നില വിലുണ്ടായിരുന്ന കാലക്കണക്കിനെ ശാസ്ത്രീയമായി നിർധാരണം ചെയ്താണ് കേസരി കൽപ്പഗണിത സിദ്ധാന്തം ആവിഷ്ക്കരിച്ചത്. കിഴക്കോട്ടും തിരിച്ച് ആരംഭബിന്ദുവിലേക്കും തുടർന്ന് പടിഞ്ഞാറേക്കും അഥവാ മുന്നിലേക്കും പിന്നിലേക്കും ഇരു സന്ദർഭത്തിലുമുള്ള ആരംഭ ബിന്ദുവിലേക്കുമുള്ള നാല് സഞ്ചാരമാണ് ഭാരതീയരും മുമ്പ് അംഗീക രിച്ചിട്ടുള്ള ചാഞ്ചാട്ടവാദം. നാല് ചലനത്തിനും അഥവാ വിഷുവിന്റെ സമ്പൂർണ വൃത്തം പൂർത്തീകരിക്കാൻ ആറായിരം കൊല്ലമെടുക്കും എന്നതാണ് ചരിത്രാതീതകാലത്ത് നിലനിന്നിരുന്ന കാലഗണന എന്ന് കേസരി വ്യാഖ്യാനിക്കുന്നു. ആധുനിക ജ്യോതിശാസ്ത്രജ്ഞരാകട്ടെ വിഷുവിന്റെ സഞ്ചാരം പൂർണമായും പിന്നോട്ടാണെന്നും പ്രതിവർഷം 50 സെക്കന്റ് വച്ച് പിറകോട്ടടിക്കുന്നുവെന്നും ഈ പ്രക്രിയ ഒരു വട്ടം പൂർത്തീകരിക്കാൻ 25780 വർഷം വേണ്ടിവരുമെന്നും നിശ്ചയിക്കുന്നു. ആറായിരം വർഷംകൊണ്ട് സഞ്ചരിച്ചുതീരുമെന്നും മുന്നോട്ടും പിന്നോ ട്ടുമുള്ള ചാഞ്ചാട്ടമെന്നുമുള്ള പഴയ കണ്ടെത്തൽ കാലഹരണപ്പെട്ടതും അശാസ്ത്രീയവുമെന്ന് സമ്മതിച്ചുകൊണ്ടുതന്നെ കേസരി പറയുന്നു- ചരിത്രാതീത ചരിത്രത്തിലെ കാലഗണന കണ്ടെത്താൻ പക്ഷേ അശാസ്ത്രീ യമായ ആ പഴയ കണക്ക് ഏറെയേറെ സഹായകമാണ്! കാരണം ആ കണക്കനുസരിച്ചാണ് പുരാതനർ സംഭവങ്ങളെ 'രേഖ പ്പെടുത്തി'യിട്ടുള്ളത്.

ചരിത്രാതീത കാലത്ത് അറേബ്യയിൽ, മെസപ്പൊട്ടേമിയയിൽ നിലവിലുണ്ടായിരുന്ന പാർസി മതത്തിന്റെ പുണ്യഗ്രന്ഥമായ ബുന്ദാ ഹിസിലും അതിന്റെ തുടർച്ചയായി കരുതപ്പെടുന്ന ബഹ്മാൻ യശ്ടിലും വളരെ വിശദമായി പ്രതിപാദിച്ചിരിക്കുന്ന കാലചക്രത്തെയാണ് കൽപ്പ ഗണിത സിദ്ധാന്തം ആവിഷ്ക്കരിക്കാൻ 'അസംസ്കൃത വസ്തു'വായി കേസരി സ്വീകരിക്കുന്നത്. രണ്ടായിരം വർഷം അടങ്ങിയ മഹാകൽപ്പം, ആയിരം വർഷം അടങ്ങിയ കൽപ്പം, അഞ്ഞൂറ് വർഷം അടങ്ങിയ ലഘുകൽപ്പം, 72 വർഷം അടങ്ങിയ മന്വന്തരം, നാല് മന്വന്തരമായ 288 വർഷം ചേർന്ന ചതുർയുഗമന്വന്തരം എന്നിങ്ങനെയായിരുന്നു കാലക്ക ണക്കെന്ന് കേസരി ചൂണ്ടിക്കാട്ടുന്നു. സപ്തർഷി വർഷം, കലിവർഷം, വിക്രമാബ്ദം, പരശുരാമാബ്ദം എന്നിങ്ങനെ മുമ്പ് നിലവിലുണ്ടായിരുന്ന കലണ്ടറുകളിൽ ഓരോന്നിലും വർഷകാല ദിവസ സംഖ്യ വ്യത്യസ്തമാണ്. ഈ വ്യത്യാസം മനസ്സിലാക്കി പുരാണ പരാമർശങ്ങളെ വ്യാഖ്യാനിച്ചു കൊണ്ടാണ് കൽപ്പഗണിതത്തിലൂടെ കാലനിർണയം നടത്തുന്നത്.

ബുന്ദാഹിസിൽ അഹ്റിമാൻ എന്ന ചെകുത്താൻ നടത്തുന്ന അതിക്രമങ്ങളെക്കുറിച്ചുള്ള കാലസൂചനകൾ സൂക്ഷ്മമായി വ്യാഖ്യാനിച്ചുകൊണ്ടാണ് കേസരി തന്റെ സിദ്ധാന്തം കെട്ടിപ്പൊക്കുന്നത്.

സ്ഥലമാനത്തിനും കാലമാനത്തിനും പണ്ട് ഒരുപോലെ വർഷം എന്ന് പ്രയോഗിച്ചതിൽ സ്ഥലമാനത്തെ കാലമാനമായി തെറ്റിദ്ധരിച്ചതാണ് പഴയ ജ്യോതിശാസ്ത്രത്തിലെയും പുരാണത്തിലേയും കാലസംഖ്യ 'അബദ്ധപഞ്ചാംഗമായി'പ്പോയതെന്ന് കേസരി വ്യക്തമാക്കുന്നു. ബുന്ദാഹിസിൽ വിഷ്ണുവിന്റെ സഞ്ചാരപഥമായി ഒരു കോടി ഇരുപത്തൊമ്പത് ലക്ഷത്തി അറുപതിനായിരം നാക്ഷത്രിക സ്ഥലാംശത്തെക്കുറിച്ച് പറയുന്നു. ഒരു കൽപ്പം എന്നാൽ നാനൂറ്റിരുപത്തൊമ്പത് കോടി നാൽപ്പത് ലക്ഷത്തി എൺപതിനായിരം വർഷമാണെന്നും മന്വന്തരമെന്നാൽ മുപ്പത് കോടി അറുപത്തേഴ ലക്ഷത്തി ഇരുപതിനായിരം വർഷമാണെന്നും പുരാണങ്ങൾ പറയുന്നു. ഇത് കാലസൂചകമല്ല, വ്യോമവൃത്തത്തിലെ സ്ഥലസൂചകമാണെന്ന് കേസരി നിരീക്ഷിക്കുന്നു.

സൃഷ്ടിക്കുശേഷം ആറായിരം കൊല്ലം കഴിഞ്ഞാണ് ക്രിസ്തുവിന്റെ ജനനം എന്ന വിശ്വാസത്തിൽനിന്നെടുക്കാവുന്ന വസ്തുത അറേബ്യയിലെ ആദി പ്രളയാനന്തരം മനുഷ്യജീവിതം വീണ്ടും തളിർത്തു തുടങ്ങിയിട്ട് ആറായിരം വർഷം എന്നതാവാം. ബി.സി 6246-ൽ പേർഷ്യൻ ഉൾക്കടലിനോട് തൊട്ട് ഖത്തറിനു തെക്കുള്ള കരയുടെ ഭാഗമായ അത്‌ലാന്റിസ് പ്രളയത്തിൽ കടലിലമർന്നു. ഇന്നത്തെ പേർഷ്യൻ ഉൾക്കടലിന്റെ രൂപം തന്നെ ആ മഹാപ്രളയത്തിന്റെ സംഭാവനയാണെന്ന് കേസരി പറയുന്നു. പരശുരാമൻ സമുദ്രത്തിൽനിന്ന് കര വീണ്ടെടുത്ത് 'കൊങ്കണം' സൃഷ്ടിച്ചുവെന്നും ആ കൊങ്കണത്തിലെ ഭാഗമാണ് കേരളം എന്നുമുള്ള വിശ്വാസത്തിലെ തരിമ്പ് യാഥാർഥ്യത്തിലേക്കും കേസരി വെളിച്ചം വീശുന്നുണ്ട്.

പരശുരാമൻ എന്ന പ്രതീകത്തിൽ പശ്ചിമേഷ്യയിലെ, കിഴക്കേ അറേബ്യയിലെ ആദിസംസ്കാര കേന്ദ്രത്തിലെ മനുഷ്യരുടെ നേതൃത്വമാണടങ്ങിയിട്ടുള്ളത്. എല്ലാ മതപുരാണങ്ങളിലും സാമൂഹ്യാബോധമനസ്സിലും ആ പ്രളയവും പ്രളയത്തിൽനിന്ന് വീണ്ടുമുള്ള തെഴപ്പും ഉണ്ട്. പരശുരാമൻ ഒരു സൂപ്പം അഥവാ മുറം കാണിച്ച് കടലിനെ പിൻമാറ്റി, വീണ്ടും മുറം കാട്ടി പിന്നെയും കടലിനെ പിൻമാറ്റി, മൂന്നാമതും സൂപ്പം വീശാൻ ശ്രമിച്ചപ്പോൾ ജലദേവനായ വരുണൻ കരയന്റെ (ചിതൽ) രൂപം പൂണ്ട് മുറം തിന്നുതീർത്തു- കരയൻ വീണ്ടെടുത്ത മണ്ണ് ആദ്യം കരയളവും പിന്നെപ്പിന്നെ കേരളവുമായി എന്ന് കരുതാവുന്നതാണെന്ന് ആനുഷംഗികമായി കേസരി എഴുതുന്നുണ്ട്.

വാസ്തവത്തിൽ മാനവസംസ്കാരത്തിന്റെ ആദി കേന്ദ്രത്തെയാണ് വീണ്ടെടുത്തത്. അവിടെ തഴച്ചുവളർന്ന സംസ്കാരത്തിന്റെ വർത്തമാനവും ഭൂതവുമായി വേർപിരിഞ്ഞുപോയ സംഘങ്ങളാണ് ലോകത്തെങ്ങും സംസ്കാരവിപ്ലവങ്ങൾക്ക് അഗ്നിപകരുന്നത്. ബാലിലോണിയക്കാരും ഈജിപ്തുകാരും പാരസികരും (പേർഷ്യക്കാർ) പ്രാചീന ഹിന്ദുക്കളും ജൈനരും പൂർവ്വബുദ്ധമതക്കാരും എബ്രായരും അറബികളും ഖാൽദ്യരും ഗ്രീക്കുകാരും റോമാക്കാരും ചീനരും ടിബറ്റുകാരുമെല്ലാം ഒരേ സംസ്കാരത്തിന്റെ അഗ്നിയും വെളിച്ചവും മനസ്സിന്റെ അടിത്തട്ടിൽ പേറുന്നവരാണെന്നും കേസരി വാദിക്കുന്നു. കേരളത്തിൽ ഓണത്തിന് മഹാബലി കടന്നുവരുന്നത് അറേബ്യൻ ബന്ധുത്വത്തെയാണ് സൂചിപ്പിക്കുന്നത്. പശ്ചിമേഷ്യയിലെ ഓക്സസ് നദിക്കരയിലെ ബാക്ട്രിയ രാജ്യം ഭരിച്ച കലീവ് അംശത്തിലെ പ്രഹ്ളാദന്റെ പൗത്രനാണ് മഹാബലി. പാതാളമെന്നും രോദസി എന്നും (സ്വർഗമെന്നും നരകമെന്നും) അറിയപ്പെട്ട പശ്ചിമേഷ്യയിലെ പുന്തിനെക്കുറിച്ചുള്ള, ഏദൻതോട്ടത്തെക്കുറിച്ചുള്ള ഗൃഹാതുര സൂചകമായും മഹാബലിയുടെ വരവിനെ കാണാം. പേർഷ്യ, അഫ്ഗാനിസ്ഥാൻ, ബലൂചിസ്ഥാൻ, തുടങ്ങിയ സ്ഥലങ്ങളടങ്ങിയ ഭൂഭാഗമാണ് പാതാളം. ചരിത്രാതീതകാല പരിഷ്കാരത്തിന്റെ കേന്ദ്രമാണ് പാതാളം. അത് ഭൂമിയേക്കാൾ ശ്രേഷ്ഠമാണെന്ന് നാരദൻ പറയുന്നത് കേസരി ചൂണ്ടിക്കാട്ടുന്നുണ്ട്.

കൽപ്പഗണിതത്തെ ഒരു സാങ്കേതിക മാർഗമായി ഉപയോഗപ്പെടുത്തുകയായിരുന്നെങ്കിൽ സ്ഥലചലന സിദ്ധാന്തം കേസരിയുടെ ചരിത്രഗവേഷണത്തിന്റെ ആത്മാവുതന്നെയാണ്. ഈജിപ്ഷ്യൻ നാഗരികതയാണ് നദീതടസംസ്കാരങ്ങളിൽ പ്രഥമമെന്ന വാദത്തെ അംഗീരിക്കുന്നതായി പറഞ്ഞുകൊണ്ട് കേസരി പറയും "അതേക്കുറിച്ചറിയാൻ പക്ഷേ, ഈജിപ്തിലല്ല ഉൽഖനനം നടത്തേണ്ടത്. പുരാവസ്തു അന്വേഷകർ പൂർവ അറേബ്യയിലാണ് ഉൽഖനനം നടത്തേണ്ടത്. കാരണം ആദിയിൽ ഈജിപ്ത് പൂർവ അറേബ്യയിലായിരുന്നു."

പരശുരാമൻ ഒന്നിലേറെ ചരിത്രപുരുഷന്മാരാണെന്നും ആദിപ്രളയകഥകൾ സത്യമാണെന്നും ആദിഭാരതവും ആദികൊങ്കണവും ആദികേരളവും പശ്ചിമേഷ്യയിലെ പൂർവ അറേബ്യയിലായിരുന്നുവെന്നും പൂർവ അറേബ്യയിലെ ഖത്തറും ബഹ്റൈനും ഒമാനും ആണ്, ഇന്നത്തെ ഇറാഖായ പഴയ ബാബിലോണിയയാണ് ആദിമാനവസംസ്കാരത്തിന്റെ കേന്ദ്രമെന്നും അത് ഈജിപ്ഷ്യൻ മിത്തോളജിയിൽ പുന്ത് എന്നറിയപ്പെട്ടിരുന്നുവെന്നും, ബാബിലോണിയൻ, സുമേറിയൻ,

അസ്സീറിയൻ നാഗരികതകളുടെ കേന്ദ്രം അതായിരുന്നുവെന്നും അവിടെ നിന്നുള്ളവർ തന്നെയാണ് സിന്ധുനദീതടസംസ്കാരത്തിന്റെയും സ്രഷ്ടാക്കളെന്നും അറേബ്യൻ വേരുള്ളവരാണ് ഇന്നത്തെ ഇന്ത്യക്കാരെന്നും മലയാള ഭാഷയുടെ വേരുകൾ അഥവാ മൂലദ്രാവിഡ ഭാഷയുടെ വേരുകൾ പൂർവ അറേബ്യൻ ഭാഷകളിലാണെന്നും രാമായണകാലത്തെ ലങ്ക ഗുജറാത്തിലാണെന്നും ലങ്കകൾ പലതുണ്ടെന്നും കാനായി തൊമ്മനാണ് പറയിപെറ്റ പന്തിരുകുലത്തിലെ ഉളിയന്നൂർ പെരുന്തച്ചനെന്നും അദ്ദേഹം ഒരു ചേരരാജാവായിരുന്ന പള്ളിബാണപെരുമാളുടെ പൊതുമരാമത്ത് മന്ത്രിയായിരുന്നുവെന്നും ഭവഭൂതി തൃശ്ശൂരിലാണ് താമസിച്ചിരുന്നതെന്നുമെല്ലാം അത്ഭുതമേതുമില്ലാതെ നിസ്സംഗമായി, കേസരി തന്റെ ഗവേഷണ ഫലമായി ചൂണ്ടിക്കാട്ടുന്നു. കേൾക്കുന്നവർ കിറുക്കനെന്ന് വിളിക്കുന്നത് മനസ്സിലാക്കിക്കൊണ്ട് കേസരി തന്നെത്തന്നെ വിശേഷിപ്പിച്ചു: "ഒരു അന്താരാഷ്ട്ര കിറുക്കനായ ഞാൻ..."

...അറേബ്യയിൽ ആരംഭിച്ച കേരളം മെസോപ്പൊട്ടേമിയ, പേർസ്യ, അഫ്ഗാനിസ്ഥാൻ എന്നിവിടങ്ങളിലൂടെ സഞ്ചരിച്ചാണ് ഭാരതത്തിലെത്തിയതെന്നും ഭാരതത്തിൽ അഞ്ചിടത്തെ ആവാസം കഴിഞ്ഞാണ് ഇന്നത്തെ കേന്ദ്രത്തിലെത്തിയതെന്നും കേസരി സിദ്ധാന്തിക്കുന്നുണ്ട്. അഫ്ഗാനിസ്ഥാനിൽ നിന്നും ഇന്നത്തെ ഭാരതത്തിലേക്ക് കേരളം ആദ്യം എത്തിയത് പാഞ്ചാലദേശത്താണ്. കാശ്മീർ-പഞ്ചാബ് മേഖലയിലെ ഈ കേരളത്തിനുശേഷം സൈന്ധവകേരളം (സിന്ദ്), മാലവ കേരളം (രാജപട്ടാണ), അപരാന്തകകേരളം (നർമദ- ഭീമ നദികൾക്കിടയിൽ), ഭീമക്കും ഗോകർണത്തിനുമിടയ്ക്കുള്ള കൊങ്കണ കേരളം, തുടർന്ന് ചരിത്രകാലത്തെ നവകേരളം (ഗോകർണത്തിനും കന്യാകുമാരിക്കുമിടയിൽ). ആദി കന്യാകുമാരി കനറ ജില്ലയിലാണെന്നും അതിനെയാണ് പെരിപ്ലസ് 'കൈനെയ്തെയ്' എന്നു വിളിക്കുന്നതെന്നും കേസരി പറയുന്നു.ഗോകർണത്തിനു തെക്കോക്ക് കേരളത്തിന്റെ സഞ്ചാരം ബി.സി 476 നുശേഷമായിരിക്കും. ദുഷ്യന്തന്റെ പൗത്രരും ഭരതന്റെ സഹോദരൻ ആന്ധ്രന്റെ പുത്രനുമായ കേരളനാണ് കാലഭാഗ് (കരവീരപുരം), തലസ്ഥാനമായി ആദി ഇന്ത്യൻ കേരളം സ്ഥാപിച്ചതെന്ന് കേസരി വിവരിക്കുന്നു. മഹാഭാരതത്തിലും പിന്നീട് രഘുവംശത്തിലും കേരളത്തെക്കുറിച്ച് പരാമർശിക്കുന്നുണ്ടെങ്കിലും ഭൂമിശാസ്ത്രപരമായി ഇന്നത്തെ കേരളമല്ല അന്നുണ്ടായിരുന്നത്. മഹാഭാരതയുദ്ധകാലം കേസരിയുടെ നിരീക്ഷണത്തിൽ ബി.സി 1438 ആണ്. അന്ന് സിന്ദിലായിരുന്ന കേരളം ബി.സി 176-ലാണ് രാമഘടമൂഷികന്റെ നേതൃത്വത്തിൽ രാഷ്ട്രീയമായി സ്വതന്ത്ര കേരളമാകുന്നത്.

ലങ്ക ഗുജറാത്തിലാണെന്ന കേസരിയുടെ കണ്ടെത്തൽ പരക്കെ വിവാദത്തിനിടയാക്കിയിട്ടുണ്ട്. അതിനു മറുപടിയായി തന്റെ കണ്ടെത്തലിന് അടിസ്ഥാനമെന്തെന്ന് വിവരിക്കുന്നു. "വാല്മീകി വർണിച്ചിട്ടുള്ള സ്ഥലങ്ങളുടെ നാമങ്ങൾക്കും ഗുജറാത്തിലെ സ്ഥലങ്ങളുടെ നാമങ്ങൾക്കും തമ്മിലുള്ള സാദൃശ്യം, ഭാരതത്തിന്റെ ശീതോഷ്ണാവസ്ഥയെപ്പറ്റി ഗവേഷണം നടത്തിയിട്ടുള്ള പണ്ഡിതന്മാർ ഗുജറാത്തിനെ ഭാരതത്തോട് ഘടിപ്പിക്കുന്ന കര പണ്ട്, പ്രത്യേകിച്ച് വർഷകാലങ്ങളിൽ നദീപ്രവാഹങ്ങളാലും അതിലുള്ള കായലുകളുടെ പ്രാചുര്യത്താലും വെള്ളത്തിനടിയിൽ കിടന്നിരുന്നുവെന്നും തന്മൂലം അത് ഇന്നത്തെപ്പോലെ ഒരു ഉപദ്വീപായിട്ടല്ല, ദ്വീപായിട്ടാണ് കിടന്നിരുന്നതെന്നും കണ്ടുപിടിച്ചിട്ടുള്ളത്, പശ്ചിമ ഹിമാലയത്തിലൊഴിച്ച് തുടരെയുള്ള കദമ്പ വാഴയെപ്പറ്റിയുള്ള ഐതിഹ്യം ഗുജറാത്തിലല്ലാതെ ഭാരതത്തിലെ മറ്റൊരു പ്രദേശത്തിലുമില്ലെന്നുള്ള സംഗതി, മേഘവാഹനൻ, മിഹിരകൻ എന്നീ കാശ്മീര രാജാക്കന്മാർ അതിദീർഘങ്ങളായ യാത്രകൾ നടത്താതെ ലങ്കയെ ആക്രമിച്ച് പിടിച്ചടക്കിയെന്നുള്ള രാജതരംഗിണിയിലെ പ്രസ്താവനകൾ, ഉത്തര ബലൂചിസ്ഥാനിലും വടക്കുപടിഞ്ഞാറൻ അതിർത്തി പ്രൊവിൻസിലും ലങ്ക വർഗക്കാർ എന്നു പേരുള്ള ഒരു വർഗക്കാർ ഇന്നും താമസിച്ചുവരുന്നതും ഇവർ ഗുജറാത്തിലെ ലങ്കയിൽനിന്ന് പോയവരാണെന്ന് വിചാരിക്കാവുന്നതും മണ്ഡോദരിയുടെ പിതാവായ മയന്റെ പേരിനെ സ്മരിപ്പിക്കുന്ന ഒരു ഭാഷ ഇന്ന് വടക്കുപടിഞ്ഞാറൻ അതിർത്തി പ്രൊവിൻസിൽ സംസാരിച്ചുവരുന്നത്, ബോംബെയ്ക്ക് വടക്കുള്ള സമുദ്രതീരപ്രദേശങ്ങളെയും ഗുജറാത്തിന്റെ ഏതാനും ഭാഗങ്ങളെയും ക്രിസ്ത്വബ്ദത്തിന്റെ പ്രാരംഭകാലം മുതൽക്ക് ഭരിച്ചിരുന്ന ശിലാഹാര രാജവംശത്തിലെ രാജാക്കന്മാർക്ക് സിംഹളാധിപർ എന്ന ബിരുദം ഉണ്ടായിരുന്നത്, ഗുജറാത്തിലുള്ള ശത്രുഞ്ജയം എന്ന ജൈന തീർത്ഥ സ്ഥലത്തിന്റെ മറ്റൊരു പേരായ ക്ഷിമണ്ഡനമെന്നത് സിംഹളദ്വീപിന്റെ തലസ്ഥാനമായിരുന്നു എന്ന് ശത്രുഞ്ജയമഹാത്മ്യം പ്രസ്താവിക്കുന്നത്-ഇവയെല്ലാമാണ് ഗുജറാത്തിൽ രാമായണത്തിലെ ലങ്കയെ സ്ഥാപിക്കാൻ ഈ ലേഖകനെ പ്രേരിപ്പിച്ചത്"- എന്ന് കേസരി വ്യക്തമാക്കുന്നു.

ചരിത്രപുരുഷന്മാരെ മഹത്ത്വവൽക്കരിച്ചാണ് മനുഷ്യർ അവർക്ക് ആരാധിക്കാനുള്ള ദൈവങ്ങളായി മാറ്റിയതെന്ന ശരിയായ ഭൗതികവാദ നിരീക്ഷണമാണ് കേസരിയുടേത്. ചരിത്രകാലത്തുതന്നെ (അടുത്ത കാലത്തുപോലും) എത്രയോ ദൈവങ്ങൾ പ്രാദേശികമായി അവ്വിധം

ഉണ്ടായിട്ടുണ്ട്. പുതിയ ദൈവങ്ങൾക്ക് (നടപ്പ് ആൾ ദൈവങ്ങൾക്കല്ല). ദേശീയമായോ സാർവദേശീയമായോ അംഗീകാരം കിട്ടാറില്ലെന്നു മാത്രം. ആ ഭാഗ്യം ജീവനുള്ള ദൈവങ്ങൾക്ക് മാത്രമേയുള്ളൂ. ആൾ ദൈവങ്ങൾക്കെതിരായ പ്രചാരണം പുരോഗമനപരമാണെങ്കിലും അതിൽ അറിയാതെ ഒരു നിഗൂഢ അന്ധവിശ്വാസം നിറഞ്ഞുനിൽക്കുന്നുണ്ട്. ശരിയായ ദൈവം വേറെയുണ്ടെന്ന്! പണ്ട് മരിച്ചാലേ ഒരാൾ ദൈവമാകുമായിരുന്നുള്ളൂവെന്ന് തോന്നുന്നു. ദശരഥനും രാമനും വിഷ്ണുവും കൃഷ്ണൻ വാസുദേവനും പരശുരാമനുമെല്ലാം പച്ച മനുഷ്യരായിരുന്നുവെന്നും അവർ ആ കാലഘട്ടത്തിലെ ജനനേതാക്കളായിരുന്നുവെന്നും അവരുടെ കാലഘട്ടാനന്തരം പിരിഞ്ഞ് വിവിധ നാടുകളിലേക്ക് പ്രയാണം ചെയ്ത ജനത വ്യത്യസ്തരൂപത്തിൽ മേൽ പറഞ്ഞ ചരിത്ര പുരുഷന്മാരെ മഹത്ത്വവൽക്കരിച്ചും മിസ്റ്റിഫൈ ചെയ്തും ബഹുമാനിച്ച് ആദരിച്ച് ആരാധിച്ച് പോന്നു എന്നതാണ് കേസരിയുടെ വാദത്തിന്റെ അർത്ഥം.

ആദി കേരളത്തിന്റെ സ്രഷ്ടാവും നവകേരളത്തിലെ ആദി ക്ഷേത്രങ്ങളുടെ പ്രതിഷ്ഠാപകനുമെല്ലാമായി ഐതിഹ്യങ്ങൾ വാഴ്ത്തുന്ന പരശുരാമനെപ്പറ്റി കേസരി ഊന്നിപ്പറയുന്നുണ്ട്. അവതാര ആശയവും ചിരഞ്ജീവി ആശയവും പരശുരാമന്റെ സൃഷ്ടിയാണ്. ഭരണം പിടിച്ചെടുക്കുന്നതിന് കുടുംബത്തിൽ നടന്ന അറുംകൊലകളിൽ നിന്നാണ് ചിരഞ്ജീവി ആശയത്തിന്റെ പിറവി. ദേവസഭ എന്നും സഭാതലം എന്നുംകൂടി പേരുള്ള ആദി ബാബിലോണിന്റെ കേന്ദ്രമായിരുന്ന ബഹ്റിനിൽ കഴിയുന്ന കാലത്ത് സോമബ്രഹ്മാവിന്റെ പുത്രനായ നാസത്യശിവനെ വധിച്ച് മറ്റൊരു പുത്രനായ ദസ്രൻ ഭരണം പിടിച്ചെടുക്കുന്നു. അതിനുമുമ്പ് നാസത്യനും ദസ്രനും ചേർന്ന് സഹോദരനായ ഹനുമാനെ കൊല്ലുന്നു. ഒടുവിൽ പരശുരാമഗണേശൻ, തന്റെ പിതാവായ നാസത്യശിവനെ കൊന്ന പിതൃസഹോദരനായ ദസ്രനെ കൊന്ന് രാജ്യം കയ്യടക്കുന്നു. തുടർന്ന് തന്റെ പിതാവ് നാസത്യശിവൻ ചിരഞ്ജീവിയായതായി പരശുരാമൻ പ്രഖ്യാപിച്ചു. ശിവന്റെ രക്തസാക്ഷിത്വത്തെ പരശുരാമൻ ഒരു മഹാസംഭവമാക്കി മാറ്റി. ഒരു ഗുഹാക്ഷേത്രം പണിത് സ്മാരകമാക്കുകയും അതിന്റെ ഉദ്ഘാടനം, അഥവാ പ്രതിഷ്ഠയോടനുബന്ധിച്ച് കായികാഘോഷങ്ങൾ സംഘടിപ്പിക്കുകയും ചെയ്തു. അവതാരം, ക്ഷേത്രം, വീരാരാധന (മരിച്ചവരെ ആരാധിക്കൽ) എന്നിവ 'ലാബറിന്ത്' അഥവാ പരശു കൊട്ടാരം എന്ന ഈ ക്ഷേത്രപ്രതിഷ്ഠയ്ക്കുശേഷമാണുണ്ടായതെന്ന് കേസരി വാദിക്കുന്നു. തിരുനാവായയിലെ മാമാങ്കം, ഈജിപ്തിലെ

പിരമിഡ്, ചരിത്രാതീതകാലത്തെ ആദിദ്രാമ എന്നിവയെല്ലാം 'ലാബ റിന്ത്'മായി ബന്ധപ്പെട്ടതാണെന്ന് കേസരി പറയുന്നു.

ഇങ്ങനെ എഴുതിവെച്ചതും മനഃപാഠമാക്കി തലമുറകൾ കൈമാറി വന്നതുമായ ചരിത്രകഥകൾ യാഗങ്ങളിലും വിവാഹാദിചടങ്ങുകളിലും പുതിയ കൂട്ടിച്ചേർക്കലുകളോടെ കാണാപാഠമായി ചൊല്ലിവന്നു. ശതപഥ ബ്രാഹ്മണത്തിലെ പതിമൂന്നാം അധ്യായത്തിൽ അതാണ് കണ്ടത്. പുതുക്കിപ്പറയുകയും പുതുക്കി എഴുതുകയും ചെയ്യുമ്പോൾ മനോധർമ്മം കടന്നുകയറുകയും അതിശയോക്തികളും തെറ്റിദ്ധാരണകളും മതചിന്തകളും ചേർക്കുകയും ചെയ്യുന്നതിനാൽ പുരാണങ്ങൾ യഥാർത്ഥചരിത്ര റിക്കോർഡുകളായി പരിഗണിക്കാൻ കഴിയാത്ത മിസ്റ്റിക്-ഐതിഹ്യരൂപമുള്ളവയായി. എന്നിരുന്നാലും പുരാണങ്ങളിലെ അതിശയോക്തിയേയും മിസ്റ്റിസിസത്തേയും ചുരണ്ടിമാറ്റിയാൽ ചരിത്രാതീതകാല ചരിത്രത്തിലേക്ക് വെളിച്ചം വീശാൻ ഉപയോഗപ്പെടുമെന്ന് കേസരി കണ്ടു.

പരാമൃഷ്ട പ്രദേശങ്ങളിലെ ഭാഷയും അതിലെ പുരാണേതിഹാസങ്ങളും ഐതിഹ്യവുമെല്ലാം പഠിച്ച് താരതമ്യപ്പെടുത്തിക്കൊണ്ടുള്ള അമ്പരിപ്പിക്കുന്ന ഹെർക്കുലിയൻ പരിശ്രമത്തിലൂടെയാണ് ഭൗതികവാദപരമായ ചരിത്രനിരീക്ഷണങ്ങളിലേക്കും നിഗമനങ്ങളിലേക്കും കേസരി എത്തുന്നത്. പുരാണേതിഹാസങ്ങളേയും മിത്തോളജിയേയും അതായത് മനുഷ്യവർഗത്തിന്റെ സാമൂഹ്യ ബോധമനസ്സിനെ, പുറംകാൽകൊണ്ട് ചവിട്ടിയെറിയുന്ന യുക്തിവാദ-യാന്ത്രിക ഭൗതികവാദപരമായ സമീപനമല്ല, ശാസ്ത്രീയ ഭൗതികവാദ സമീപനമാണ് കേസരിയുടേത്. അങ്ങനെയുള്ള സമീപനത്തോടെയുള്ള ഗവേഷണ പ്രയാണത്തിൽ വളരെയധികം പരമസത്യങ്ങൾക്കൊപ്പം ചില പരമാബദ്ധങ്ങളും പറ്റുന്നുണ്ടെന്നത് വാസ്തവവും കേസരി തന്നെ സമ്മതിച്ചതും തെറ്റ് മനസ്സിലാവുമ്പോൾ അപ്പപ്പോൾ തിരുത്താറുള്ളതുമാണ്.

ആർക്കിയോളജിയെ ഏറ്റവുമധികം മാനിച്ച ചരിത്രകാരനാണ് കേസരി. ചരിത്രാതീതകാല ചരിത്ര രചനയ്ക്ക് പ്രാചീന വസ്ത്വന്വേഷണം ഏറ്റവും പ്രധാനപ്പെട്ട മാർഗമാണെന്ന കാര്യത്തിൽ അദ്ദേഹത്തിന് സംശയമുണ്ടായിരുന്നില്ല. പുരാതന ബാബിലോണിയയിലെ, അതായത് ഇറാഖിലെ 'ഉർ' നഗരത്തിൽ നടത്തിയ ഉൽഖനനത്തിൽ കണ്ടുകിട്ടിയ മഹാപ്രളയ അവശിഷ്ടങ്ങൾ ബി.സി ആറായിരത്തിനടുത്തുണ്ടായ മഹാപ്രളയത്തെ സൂചിപ്പിക്കുന്നതാണെന്നും ഈ പ്രളയവുമായി ബന്ധപ്പെട്ടാണ് പരശുരാമൻ വീണ്ടെടുത്തതായി ഭാരതീയ

ഐതിഹ്യം പറയുന്ന സ്പതകൊങ്കണ കഥയെന്നും കേസരി പറയുന്നു. ബാബിലോണിയയിലെ തന്നെ കിഷ്നഗരത്തിൽനിന്നും കണ്ടുകിട്ടിയ മഹാപ്രളയാവശിഷ്ടങ്ങൾ ബി.സി മൂവായിരത്തോടടുപ്പിച്ചുണ്ടായ നോഹയുടെ പ്രളയവുമായി ബന്ധപ്പെട്ടാണെന്നും ഇതുതന്നെയാണ് ഭാരതീയ ഐതിഹ്യപ്രകാരമുള്ള വൈവസ്വതമനുവിന്റെ പ്രളയമെന്നും കേസരി സിദ്ധാന്തിക്കുന്നു. ബാബിലോണിയയിലെ ജെംസെറ്റ് നാസർ നഗരത്തിൽ സിന്ധുനദീതട പരിഷ്ക്കാരകാലത്തെ ലിപികളോടും ഇഷ്ടികകളോടും സാദൃശ്യമുള്ള ലിപികളും ഇഷ്ടികകളും ഉൽഖനനത്തിൽ കണ്ടുകിട്ടിയ കാര്യവും എടുത്തുകാട്ടുന്നു. ഉൽഖനനത്തിലൂടെ ലഭ്യമാവുന്ന അമൂല്യമായ വിവരങ്ങൾ ജനകീയ ഐതിഹ്യങ്ങളുമായി യുക്തിപൂർവം ബന്ധപ്പെടുത്തി വ്യാഖ്യാനിക്കാൻ കഴിഞ്ഞാൽ പ്രാചീന ചരിത്രത്തിലേക്ക് വെളിച്ചം വീശാൻ കഴിഞ്ഞേക്കുമെന്നതാണ് കേസരിയുടെ വാദം. ചൈന മുതൽ പെറുവരെയുള്ള രാജ്യങ്ങളിലെ ജനകീയ ഐതിഹ്യങ്ങളിൽ ഏറെക്കുറെ ഒരേപോലെ മഹാപ്രളയകഥയുണ്ട്. ബൈബിളിലെ പ്രളയവും നോഹയുടെ പെട്ടകവും തുടർന്നുള്ള സൃഷ്ടിയും ഭാരതീയ ഐതിഹ്യത്തിലെ പരശുരാമകഥയും അപ്പാടെ പൂച്ഛിച്ചുതള്ളേണ്ട കഥകളല്ല എന്നും പ്രളയാനന്തരം പരശുരാമന്റെ നേതൃത്വത്തിൽ, കടലിൽനിന്ന് ജലമൊഴിഞ്ഞുപോയ ചതുപ്പ് കൃഷിയോഗ്യമാക്കിയെടുത്തതിന്റെ വിദൂര സ്മൃതിയാവാം കൊങ്കണദേശോദ്ഭവ കഥയെന്നുമെല്ലാം കേസരി വിവരിക്കുന്നുണ്ട്. സ്വർഗവും നരകവും പുന്ത് തന്നെയായിരുന്നുവെന്നും നരകം പാതാളമെന്നറിയപ്പെട്ടുവെന്നും രോദനം എന്ന അർത്ഥത്തിലാണ് സുമേറിയനിൽ പുന്ത് രോദസിയായറിയെപ്പെട്ടതെന്നും കരച്ചിൽ എന്നത്രേ അതിന്റെ അർത്ഥമെന്നും പതാളത്തെക്കുറിച്ചുള്ള ബൃഹദ്പഠനത്തിൽ ബാലകൃഷ്ണപിള്ള എഴുതുന്നുണ്ട്.

സംസ്കാരങ്ങളുടെ ഉത്ഭവകാലം മുതൽക്കേതന്നെ ചരിത്രനിർമാണവും ചരിത്രകഥനവും ആരംഭിച്ചുവെന്ന അഭിപ്രായക്കാരനായിരുന്നു കേസരി. ആധുനിക ഭാരതീയരും അവരുടെ പരിഷ്ക്കാരവും അറേബ്യയിൽനിന്നുള്ള ഒരു കുടിയേറിപ്പാർപ്പ് മുഖേനയാണ് ഉത്ഭവിച്ചിട്ടുള്ളതെന്ന് സ്ഥാപിക്കുന്നതിനുള്ള ഉദ്യമത്തിനിടയിൽ ശതപഥ ബ്രാഹ്ണത്തിലെ പതിമൂന്നാം ഖണ്ഡം കേസരി എടുത്തുകാട്ടുന്നുണ്ട്. മേധാശ്വത്തെ അഴിച്ചുവിട്ടതിനുശേഷം ഭൂതകാല രാജാക്കന്മാരെക്കുറിച്ചുള്ള പാരിപ്ലവ ഐതിഹ്യം അശ്വമേധം നടത്തുന്ന രാജാവിനെ ചൊല്ലി കേൾപ്പിക്കാൻ ഹോതാവിനോടാവശ്യപ്പെടുന്നുണ്ട്. ഹോതാവ് പത്ത് ദിവസംകൊണ്ടാണ് പാരിപ്ലവ ഐതിഹ്യം പറഞ്ഞുതീരുന്നത്. പാരിപ്ലവ ഐതിഹ്യത്തിൽ പുരാണത്തെ പക്ഷികളുടെ വേദമായും ഇതിഹാസങ്ങളെ

മത്സ്യങ്ങളുടെ വേദമായും വിവരിച്ചിരിക്കുന്നു. സുമേറിയന്മാരുടെ കൂട്ടത്തിൽപെട്ട വിദ്യാധരന്മാരും കിന്നരന്മാരുമാണ് പുരാണരചനയ്ക്ക് ചുമതലപ്പെട്ടവർ. പക്ഷി വർഗം എന്ന് അവർ അറിയപ്പെട്ടു. സെമെറ്റ് വംശത്തിൽപ്പെട്ട മീനോവന്മാർ, അഥവാ മീന്യന്മാർ ആണ് ഇതിഹാസ രചന നടത്തിവന്നവർ. ദുപ്പ എന്ന ചളിമൺ ഇഷ്ടികകളിലും പപ്പൈറസ് ഇലകളിലുമാണ് ആദിപുരാണേതിഹാസങ്ങളുടെ രചന. പുരാണങ്ങൾ സുമേറിയനിലും ഇതിഹാസങ്ങൾ സെമൈറ്റ് ഭാഷകളിലുമായിരുന്നു. ഗിൽഗമേഷ് കാവ്യം ഇതിനുദാഹരണമാണെന്ന് കേസരി പറയുന്നു. ആദി സുമേറിയൻ ചരിത്രകൃതികളിൽ വർഷങ്ങൾക്ക് ആ വർഷത്തെ പ്രധാന സംഭവത്തിന്റെ നാമം നൽകിയിരുന്നതിന്റെ തുടർച്ചയാണ് കേരളത്തിലെ വർഷസൂചകമായ കലിവാക്യങ്ങളെന്നാണ് കേസരി വ്യക്തമാക്കുന്നത്.

സുമേറിയൻ ചരിത്രരചനാശീലം ഭാരതീയ പൂർവികർ നടന്നുനടന്ന് അഫ്ഗാനിസ്ഥാനിലെത്തുമ്പോഴേക്കും ഏറെ വികസിച്ചു. മൂലദ്രാവിഡ ഭാഷയും പ്രാകൃതവും സംസ്കൃതവുമെല്ലാം രൂപപ്പെട്ടുതുടങ്ങുകയും ഭൂർജപത്രങ്ങളിൽ ചെമന്ന കാവിമണ്ണ് കലക്കിയുണ്ടാക്കിയ ദിദി എന്ന മഷിയിൽ പുരാണരചന നടത്താൻ തുടങ്ങുകയും ചെയ്തു.

സെന്റ് തോമസ് കേരളത്തിൽ വന്നിരുന്നുവെന്നതാണ് വാസ്തവമെന്നും ഇടുക്കി ജില്ലയിലെ മറയൂരിലെ മസ്ദായ് രാജാവിനാൽ എ.ഡി 68-ൽ കൊല്ലപ്പെട്ടുവെന്നും എ.ഡി 222-ൽ അവിടെനിന്നും അസ്ഥികൾ മലയാറ്റൂരിലെ കുരിശുമുടിയിൽ കൊണ്ടുവന്നുവെന്നും കേസരി വാദിക്കുന്നു. തമിഴ്നാട്ടിലെ മയിലാപ്പൂരിലെ ശവകുടീരവും പള്ളിയും സെന്റ് തോമസുമായി ബന്ധപ്പെട്ടതല്ല, കാനായിത്തൊമ്മൻ എന്ന മാർത്തോമ്മാ രണ്ടാമന്റേതാണെന്നും 'കുരിശുമുടി' എന്ന ഗവേഷണ പ്രബന്ധത്തിൽ വ്യക്തമാക്കുന്നു. തോമാശ്ലീഹയെപ്പറ്റി സിറിയയിൽ പ്രചാരത്തിലുള്ള ഐതിഹ്യങ്ങളും കേരളീയ ഐതിഹ്യങ്ങളും ചരിത്രവസ്തുതകളും പരിഗണിച്ചാണ് ഈ നിഗമനം. സിറിയൻ ഐതിഹ്യത്തിൽ കലമിന, മസ്ദായ് എന്നിങ്ങനെ കേരളീയ പദങ്ങളെ സിറിയാക് ഭാഷാവൽക്കരിച്ചതാണ് ഇക്കാര്യത്തിൽ സന്ദേഹത്തിന് കാരണമായതെന്നും കേസരി പറയുന്നുണ്ട്.

സെന്റ് തോമസിന്റെ ചെയ്തികൾ എന്ന സിറിയൻ കൃതിയിൽനിന്നുള്ള തെളിവുകളും കലമിന, മസ്ദായ് എന്നീ പദങ്ങളുടെ നിരുക്തി സംബന്ധിച്ച ഭാഷാ ശാസ്ത്ര വ്യാഖ്യാനങ്ങളും ഇക്കാര്യത്തിലേക്കായി കേസരി നിരത്തുന്നുണ്ട്.

അമ്പരിപ്പിക്കുന്ന അഗാധതയും പരപ്പും ജ്ഞാനഗുരുത്വാകർഷണവും അചഞ്ചലമായ പ്രതിബദ്ധതയും ലക്ഷ്യബോധവുമെല്ലാം തികഞ്ഞ ചരിത്രകാരനായിരുന്നു കേസരി. അമ്പരപ്പിൽനിന്നുത്ഭവിച്ച അവിശ്വസനീയത കാരണം കൂടിയാവാം കേസരിയുടെ ചരിത്രഗവേഷണങ്ങൾ അവഗണിക്കപ്പെട്ടത്. ജനകീയ ഐതിഹ്യങ്ങളും സാഹിത്യവും പുരാവസ്തു അന്വേഷണത്തിൽനിന്നും ലഭ്യമായ വിവരങ്ങളുമെല്ലാം ഉപയോഗപ്പെടുത്തിക്കൊണ്ട് വിശകലനം നടത്തിയാലേ ചരിത്രാതീതകാല ചരിത്രരചന സാധ്യമാകൂ എന്നും ആ പ്രക്രിയ തന്നെ വെട്ടിയും തിരുത്തിയും പലതവണ ആവർത്തിക്കേണ്ടിവന്നേക്കാമെന്നും കേസരി അനുശാസിച്ചു. വാസ്തവത്തിൽ ചരിത്രാതീതകാല ചരിത്രത്തിലേക്ക് വെളിച്ചം വീശുന്നതിന് ഒരു രീതിശാസ്ത്രവും ജ്ഞാനത്തിന്റെ ഒരു ഖനിയുമാണ് തലമുറകൾക്ക് കേസരി സംഭാവന ചെയ്തിട്ടുള്ളത്.

സാഹിത്യ ഗവേഷണവും ചരിത്രവും

കേസരിയുടെ ചരിത്രഗവേഷണങ്ങളിൽ ഏറ്റവും പ്രധാനപ്പെട്ട ഒരു ഭാഗമാണ് സാഹിത്യഗവേഷണമാല. സംസ്കൃതം, പ്രാകൃതം തുടങ്ങിയവയിലും ദ്രാവിഡ ഭാഷകളിലും അപാരമായ പാണ്ഡിത്യം നേടിയ അദ്ദേഹം ചരിത്രാതീതകാല ചരിത്രം നിർധാരണം ചെയ്യാൻ പ്രാചീനസാഹിത്യം ഇഴകീറി പരിശോധിക്കുകയായിരുന്നു (ചരിത്രഗവേഷണങ്ങൾ- വാല്യം-4).

പിൽക്കാല ഭാരതീയ സാഹിത്യത്തിന്റെയെല്ലാം ശക്തിസ്രോതസ്സായ ബൃഹദ്കഥയുടെ കഥയിലേക്ക് ആഴത്തിൽ സഞ്ചരിക്കുന്ന കേസരി രണ്ടായിരം കൊല്ലത്തിനപ്പുറത്തുള്ള വിക്രമാദിത്യഭോജനെ മിത്താക്കി തള്ളുന്ന 'ശാസ്ത്രീയ' ചരിത്രകാരന്മാരെ വിമർശിക്കുന്നു. ബി.സി 57-ൽ ആരംഭിക്കുന്ന വിക്രമാബ്ദം വിക്രമാദിത്യ ഭോജന്റെ ഭരണവർഷവുമായി ബന്ധപ്പെട്ടിരിക്കുന്നു. ബുദ്ധമതം ഏറ്റവും ജനകീയമായ ബി.സി ഒന്നാം ശതകത്തിൽ നാടുവാണിരുന്ന മെനന്ദർ എന്ന മാലവ രാജാവ് തന്നെയാണ് വിക്രമാദിത്യഭോജൻ എന്നാണ് കേസരി സ്ഥാപിക്കാൻ ശ്രമിക്കുന്നത്. വിക്രമാദിത്യ ഭോജകഥ ഭാരതീയ ചരിത്രത്തിൽ ഏറ്റവും വെളിച്ചം പകരുന്ന ഉപാദാന വസ്തുവാണെന്ന് അദ്ദേഹം ചൂണ്ടിക്കാട്ടുന്നു. ഭാരതീയ മിത്തായ കൽക്കി വാസ്തവത്തിൽ ആദിവിക്രമാദിത്യനാണെന്നും കേസരി നിരീക്ഷിക്കുന്നുണ്ട്.

കേരളവർമ വലിയകോയിത്തമ്പുരാന്റെ മേഘസന്ദേശം തർജമയ്ക്ക് അവതാരികയായി ചേർക്കാൻ വേണ്ടിയാണ് കാളിദാസനെക്കുറിച്ചുള്ള സവിശേഷ പഠനം കേസരി ആദ്യം തയ്യാറാക്കുന്നത്. ആ പഠനം പിന്നീട് കുറേക്കൂടി വിപുലപ്പെടുത്തി എ.ആർ രാജരാജവർമ്മയുടെ മലയാള ശാകുന്തളത്തിന്റെ ആമുഖമായി ചേർക്കുകയുണ്ടായി. മൂന്നു വാല്യമായി പ്രസിദ്ധപ്പെടുത്താൻ ഉദ്ദേശിച്ച് എഴുതിയ സാഹിത്യഗവേഷണമാലയിൽ ഒന്നാം വാല്യം കേസരി ജീവിച്ചിരിക്കെത്തന്നെ പ്രസിദ്ധപ്പെടുത്തുകയുണ്ടായി. ഗുണാഢ്യന്റെ ബൃഹദ്കഥയെക്കുറിച്ചുള്ള പഠനവും കാളിദാസന്റെ ഊരും പേരും കാലവും എന്ന പ്രബന്ധവുമാണ് ഒന്നാം വാല്യത്തിൽ ചേർത്തത്.

എ.ഡി അഞ്ചാം നൂറ്റാണ്ടിൽ ഉജ്ജയിനിൽ ഭരണം നടത്തിയ വിക്രമാദിത്യ ഹർഷന്റെ സുഹൃത്തും സദസ്യനുമായിരുന്ന കൃഷ്ണേശ്വരദത്തൻ കാളിദാസൻ എന്നതാണ് കേസരിയുടെ നിഗമനം. കാശ്മീരത്തിലെ രാജാവായ തുഞ്ജീനൻ (എ.ഡി 451-460) ഒന്നാമനാണ് കാളിദാസനെ ആദ്യം സദസ്യകവിയാക്കിയത്. ഗുപ്തരാജാവായ സ്കന്ദഗുപ്തൻ തന്റെ സഹോദരനായ ബുധഗുപ്തനെ രാജപുട്ടാണിലെ ഗവർണറായി നിയോഗിക്കുകയുണ്ടായി. ബുധഗുപ്തൻ തന്റെ ആസ്ഥാനത്തേക്ക് കാളിദാസനെ കുടുംബസമേതം ക്ഷണിക്കുകയാണ്. എ.ഡി 476-ൽ ബുധഗുപ്തൻ വിക്രമാദിത്യഹർഷൻ എന്ന കുലനാമത്തോടെ ചക്രവർത്തിയായി ഭരണം തുടങ്ങിയപ്പോൾ കാളിദാസനും വരരുചി തുടങ്ങിയവർക്കൊപ്പം നവരത്നങ്ങളിലൊരാളായി ഉണ്ടായിരുന്നു. ബുധഗുപ്തനും കാളിദാസനും തമ്മിലുള്ള ബൗദ്ധിക കൂട്ടുകെട്ട് മഹത്തായ നിരവധി കൃതികളുടെ രചനക്ക് സഹായകമായി. ശൂദ്രകൻ എന്ന തൂലികാനാമത്തിൽ മൃച്ഛകടികം എഴുതിയത് ബുധഗുപ്തനാണെന്ന് കേസരി നിർണയിക്കുന്നു. ചന്ദ്രഗുപ്തൻ രണ്ടാമനായ വിക്രമാദിത്യനുശേഷം ഗുപ്തചക്രവർത്തിയായ കുമാരഗുപ്തൻ ചീനഹൂണന്മാരെയുൾപ്പെടെ തുരത്തി ദിഗ്‌വിജയം കൊണ്ടാടി; എന്നാൽ സ്കന്ദഗുപ്തന്റെയും ബുധഗുപ്തന്റെയുമെല്ലാം കാലഘട്ടത്തിൽ രാജ്യം തകർച്ചയുടെ വക്കിലായിരുന്നു. ശ്വേതഹൂണരുടെയും മറ്റും ആക്രമണങ്ങൾ ആവർത്തിച്ചുകൊണ്ടിരുന്നു. തന്റെ കുട്ടിക്കാലത്ത് കേട്ടറിഞ്ഞ കുമാരഗുപ്ത ദിഗ്‌വിജയകഥകൾ കാളിദാസനെ ഏറെ പ്രചോദിപ്പിച്ചു. അതിൽനിന്നാണ് രഘുവംശം മഹാകാവ്യത്തിന്റെ പിറവിയെന്ന് കേസരി നിരീക്ഷിക്കുന്നു. രഘുവിൽ പ്രതിബിംബിക്കുന്നത് കുമാരഗുപ്തനത്രെ. ഗവർണറായിരിക്കെ ബുധഗുപ്തന്റെ സുഹൃത്തും ഉപദേശകനുമായി ഉജ്ജയിനിയിൽ പാർത്ത കാലത്തെ വഴിവിട്ട ജീവിതം ഇതിവൃത്തമാക്കിയാണ് ധൂർത്ത-വിട സംവാദം എഴുതിയത്. പല

കാളിദാസന്മാരുള്ളതിൽ മഹാകവി കാളിദാസൻ കൃഷ്ണേശ്വരദത്തൻ കാളിദാസനാണെന്നും അദ്ദേഹം ജീവിച്ചിരുന്നത് എ.ഡി 430 മുതൽ 496 വരെയാണെന്നും കേസരി നിർണ്ണയിക്കുന്നു.

ഉജ്ജയിനിയിലെ സാഹിത്യസദസ്സിന്റെ മാതൃകയിലാണ് തമിഴ് സംഘങ്ങൾ രൂപപ്പെട്ടതെന്ന് കേസരി നിരീക്ഷിക്കുന്നു. സംഘസാഹിത്യത്തിലെ ലക്ഷണകൃതിയായ ഇറൈയനാർ അകപ്പൊരുളിൽനിന്നുള്ള വിവരങ്ങൾ വിശകലനം ചെയ്തുകൊണ്ടാണ് സംഘകാല ചരിത്രത്തിലേക്ക് വെളിച്ചം വീശുന്നത്. കായ്ചിനവഴുതി അഥവാ ഉഗ്രപാണ്ഡ്യന്റെ കാലത്ത് എ.ഡി 498-ൽ മധുരയിലാണ് ഒന്നാം സംഘത്തിന്റെ പിറവി. ഉജ്ജയിനിയിലെ സാഹിത്യസദസ്സുകൾ ക്ഷയിച്ചുതുടങ്ങുന്ന കാലമാണിത്. എ.ഡി 817 ഓടെ മൂന്നാമത് സംഘം കാലവും അവസാനിക്കുന്നു.

ചേര, ചോള, പാണ്ഡ്യ, പല്ലവ വംശങ്ങളുടെയെല്ലാം ചരിത്രത്തിലേക്ക് വിശദമായി ഇറങ്ങിച്ചെല്ലുന്ന കേസരി അവിടെയും തന്റെ സ്ഥലചലനസിദ്ധാന്തത്തിലൂടെയാണ് നിഗമനങ്ങൾ കെട്ടിപ്പൊക്കുന്നത്. നഹുഷന്റെയും യയാതിയുടെയും പരമ്പരയിൽപ്പെട്ട തുർവസുവിന്റെ അഞ്ചാം തലമുറക്കാരൻ മരുത്തൻ നഹുഷ പരമ്പരയിലെ കണ്ണിതന്നെയായ പുരുവംശജൻ ദുഷ്യന്തനെ ദത്തെടുത്തു. ദുഷ്യന്തന് ഭരതൻ എന്നും ആന്ദ്രൻ എന്നും രണ്ടു മക്കൾ. ആന്ദ്രന് പാണ്ഡ്യൻ, ചോഴൻ, കേരളൻ, കർണാടകൻ എന്ന് നാല് മക്കൾ. ഇവരുടെ പടയോട്ടവും അധിനിവേശവുമാണ് ദക്ഷിണേന്ത്യാ ചരിത്രത്തെ ഇളക്കിമറിച്ചതും മാറ്റിമറിച്ചതും. ചെറുമരും പറയരും ഇരുളരുമായിരുന്ന ഇവിടുത്തെ അന്തേവാസികളെ ബലപ്രയോഗത്തിലൂടെ അടിയാന്മാരാക്കി മാറ്റി സമ്പൂർണ അധിനിവേശം തന്നെ നടത്തുകയായിരുന്നു ദുഷ്യന്തന്റെ സന്തതിപരമ്പര എന്ന് കേസരി വിവരിക്കുന്നുണ്ട്.

കേരള ചരിത്രരചനയ്ക്ക് ഏറ്റവും മുതൽക്കൂട്ടായ 'മൂഷികവംശം' സംബന്ധിച്ച് വിശദമായ പഠനമാണ് കേസരി നടത്തിയിട്ടുള്ളത്. ബി.സി 184-ഓടെ മൗര്യവംശം ശിഥിലമാവുകയും അവരുടെ വൈസ്രോയിമാർ സ്വതന്ത്രരാജാക്കന്മാരായി ഭരണം കയ്യാളാൻ തുടങ്ങുകയും ചെയ്തു. ഇന്നത്തെ ബെൽഗാമിൽ അക്കാലത്ത് ഭരണം നടത്തിയ സത്യപുത്ര നൃപന് കേരളപുത്ര (ചേരം) റാണിയിൽ ഉണ്ടായ പുത്രനാണ് മൂഷികവംശ സ്ഥാപകനായ രാമഘട മൂഷികൻ അഥവാ ഇരാമകുടമൂവർ എന്ന് കേസരി നിരീക്ഷിക്കുന്നു. മൂഷികവംശത്തിലെ ഏഴിമല ഇന്നത്തെ ഏഴിമലയല്ലെന്നും കർണാടകത്തിലും തമിഴ്നാട്ടിലും ഇന്നത്തെ

കേരളത്തിലുമെല്ലാമായി നിരവധി ഏഴിമലകൾ പണ്ട് നിലനിന്നിരുന്നുവെന്നും മൂഷികവംശത്തിലെ ഏഴിമല സൗത്ത് കനറയിലായിരുന്നുവെന്നുമാണ് കേസരിമതം.

മൂഷികരാജധാനി നിലനിന്നിരുന്ന കോലം ആധുനിക കോലത്തുനാടല്ലെന്നും ആദികോലം കർണാടകത്തിലെ ഇന്നത്തെ ഉഡുപ്പിയാണെന്നും കേസരി വാദിക്കുന്നുണ്ട്. അതുപോലെ പയ്യന്നൂർ പാട്ടിലെ പയ്യന്നൂർ കൊയിലാണ്ടിക്കടുത്ത് പന്തലായിനിക്കൊല്ലമാണെന്നും ഇന്നത്തെ തളിപ്പറമ്പാണെന്ന് പൊതുവെ കരുതപ്പെടുന്ന പെരിഞ്ചെല്ലൂർ മംഗലാപുരമാണെന്നും തന്റേതായ യുക്തികൾ നിരത്തി കേസരി വാദിക്കുന്നുണ്ട്. 64 അവരോധഗ്രാമങ്ങളെക്കുറിച്ച് പറയുമ്പോഴാണ് പെരിഞ്ചെല്ലൂർ മംഗലാപുരമാണെന്ന വാദം. മക്കൻസി മാനുസ്ക്രിപ്റ്റിനെ കുറെയധികം ആശ്രയിക്കുന്ന കേസരിക്ക് സംഘകാലത്തെയും അതിനു മുമ്പത്തെയും സ്ഥലനിർണയത്തിൽ വലിയ പിഴവുകൾ സംഭവിക്കുന്നുണ്ട്. മക്കൻസി മാനുസ്ക്രിപ്റ്റിലെ സ്ഥലസൂചനകളിലും ഭൂപടത്തിലുമുള്ള വലിയ തെറ്റുകൾ കേസരിയെ വഴിതെറ്റിച്ചുവെന്നുവേണം അനുമാനിക്കാൻ. മൂഷികവംശം സംബന്ധിച്ച് വ്യത്യസ്തകാലങ്ങളിൽ നടത്തിയ പഠനങ്ങളിൽ പരസ്പര വിരുദ്ധമായ നിരീക്ഷണങ്ങൾ കാണാം. പുതിയ ശരികൾ കണ്ടെത്തുന്ന അതേ നിമിഷം പഴയ തെറ്റുകൾ തിരുത്തുകയും ചെയ്യുന്നു. താൻ നടത്തുന്നതു പോലെയുള്ള സവിശേഷമായ ചരിത്ര ഗവേഷണം രണ്ടുതലമുറയെങ്കിലും നടത്തിയാലേ ഏറെക്കുറെയെങ്കിലും ശരിയായ ചരിത്രാതീതകാല കേരള ചരിത്രരചന സാധ്യമാകൂ എന്ന് അദ്ദേഹം അടിവരയിട്ടു പറയുന്നുമുണ്ട്.

വിക്രമാദിത്യസദസ്സിലെ നവരത്നങ്ങളും പന്തിരുകുലവും

ഉജ്ജയിനിയിലെ വിക്രമാദിത്യ സദസ്സിലെ നവരത്നങ്ങളെപ്പോലെ സംഘകാല കേരളത്തിലും പ്രതിഭകളുടെ കൂട്ടായ്മ നിലനിന്നിരുന്നുവെന്ന് സ്ഥാപിക്കാനുണ്ടാക്കിയ കഥയാണ് പന്തിരുകുലം ഐതിഹ്യമെന്ന് കേസരി വാദിക്കുന്നു. എ.ഡി 639-696ൽ കേരള പുത്രം ഭരിച്ച കുലശേഖരൻ ഒന്നാമൻ പള്ളിബാണപ്പെരുമാൾ, തുളുവൻപെരുമാൾ എന്നിവരുടെ ആശ്രിതരായ വ്യത്യസ്ത ജാതി-മതവിഭാഗത്തിൽപ്പെട്ട ഒരു വിദുഷി ഉൾപ്പെടെ 13 മഹാപ്രതിഭകളെയാണ് പന്തിരുകുല ഐതിഹ്യത്തിൽ പ്രതിപാദിക്കുന്നത്.

പറയിപെറ്റ പന്തിരുകുലത്തിലെ വരരുചി ഓത്തനും ബ്രാഹ്മണനുമായ കുമാരില ഭട്ടനത്രെ. പുലവൻ എന്നത് പണ്ഡിതനും പറയൻ എന്നത് വേദമന്ത്രകണക്ക് പറയുന്നവനുമാണ്. വരരുചിയായ കുമരിലഭട്ടൻ ശ്രീകൃഷ്ണവിലാസം കാവ്യത്തിന്റെ കർത്താവായ മഹാകവി സുകുമാര കവിയത്രേ.

തൃത്താലക്കടുത്ത് മേഴത്തൂരിലെ മണ്ഡനമിത്രൻ എന്ന മീമാംസകനാണ് അഗ്നിഹോത്രി. ഭാവന, വിവേകം, സ്ഫോടസിദ്ധി, ബ്രഹ്മസിദ്ധി തുടങ്ങിയ മീമാംസകൃതികളുടെ കർത്താവുമാണ് അഗ്നിഹോത്രി.

ബൃഹതി, ലഘ്വി എന്നീ മീമാംസാകൃതികളുടെ കർത്താവായ ശുകപുരത്തെ പ്രഭാകരമിത്രനത്രേ രജകൻ. എ.ഡി 699-ൽ ഏഷ്യാമൈനറിലെ

കപ്പഡോക്കിയിൽ നിന്നുവന്ന കാനായി തൊമ്മൻ 671-696ൽ ചേരച ക്രവർത്തിയായിരുന്ന തുളുവൻ പെരുമാളിന്റെ മരാമത്ത് മന്ത്രിയായി രുന്നുവെന്ന് കേസരി സ്ഥാപിക്കുകയുണ്ടായി. ചേന്ദമംഗലം കേന്ദ്രീക രിച്ച് പ്രവർത്തിച്ച കാനായ് തൊമ്മനത്രേ ഉളിയന്നൂർ പെരുന്തച്ചൻ. ഹിന്ദുക്ഷേത്ര നിർമിതിയുടെ സാങ്കേതികവശങ്ങൾ കുമാരിലഭട്ടനാണ് തൊമ്മനെ പഠിപ്പിച്ചത്. പന്തിരുകുല ഐതിഹ്യത്തിൽ ഏഷ്യാമൈന റിലെ ഗ്രീക്കുകാരുടെ ഐതിഹ്യങ്ങളും കൂടിക്കലർന്നിട്ടുണ്ട്. ദേദലസിന്റെ മരപ്പണി, കോറിന്ത്റ്റപന്റെ കല്ലുരുട്ട് തുടങ്ങിയ മിത്തുകൾ പെരുന്തച്ച ന്റെ കഥയിലും നാറാണത്ത് ഭ്രാന്തന്റെ കഥയിലും കൂടിക്കലർന്നിരിക്കു ന്നത് കേസരി ഉദാഹരണമായി ചൂണ്ടിക്കാട്ടുന്നു.

പന്തിരുകുലത്തിലെ വള്ളുവൻ ബൗദ്ധ ന്യായശാസ്ത്രകാരനായ ധർമകീർത്തിയത്രേ. തിരുക്കുറൾ രചിച്ച തിരുവള്ളുവരാണ് വള്ളുവനായ ധർമകീർത്തി. പൊന്നാനി തൃക്കണ്ടിയൂരിലെ (ആലത്തൂർ)ആഴ്വാഞ്ചേരി തമ്പ്രാക്കളിൽ ഒന്നാമനായ ഭട്ടനാരായണനാണ് വായില്ലാക്കുന്നി ലപ്പൻ. ദ്വാരകക്കുന്നിലെ ഹസ്താമലക്ഷേത്രവുമായി ബന്ധപ്പെട്ടാണ് വായിൽക്കുന്ന് എന്നുവന്നതെന്നും ദ്വാരം വാതിലും വാതിൽ വായിലും ആണെന്നും കേസരി വാദിക്കുന്നു.

വടുതല നായർ തലപ്പിള്ളി താലൂക്കിലെ ഒരു ഹിന്ദു പുരോഹിതനാ യിരിക്കാം എന്ന് കേസരി ഊഹിക്കുന്നു. കർണാടകത്തിലെ ഉഡുപ്പി കാരക്കല്ലിലെ ബൈരരഘുവംശത്തിലെ ഒരു സ്ത്രീയാണ് കാരയ്ക്കലമ്മ. തുളുവൻപെരുമാളിന്റെ പത്നിയായ അവർ ജൈനമത വിശ്വാസിയാ യിരുന്നു. കാരയ്ക്കലമ്മയുടെ പരമ്പരയാണ് വള്ളുവനാട്ടിലെ നായന്മാർ എന്ന ഐതിഹ്യമുള്ളതും കേസരി എടുത്തുകാട്ടുന്നു.

കാനായിത്തൊമ്മനൊപ്പം കപ്പഡോക്കിയിൽ നിന്നുവന്ന കാനോസയിലെ മെത്രാൻ മാർ ജോസഫാണ് ഉപ്പുകൊറ്റൻ. ലവണ ദേശത്തെ നായകൻ എന്ന അർത്ഥത്തിലാവാം മാർ ജോസഫിനെ ഉപ്പുകൊറ്റൻ എന്ന് നാട്ടുകാർ വിളിച്ചതെന്ന് കേസരി ഊഹിക്കുന്നു. തൃശ്ശിനാപ്പള്ളിക്കടുത്ത് ശ്രീരംഗം സ്വദേശിയായ ശാലികനാഥനാണ് തിരുവരങ്കത്ത് പാണനർ. പ്രഭാകരന്റെ ബൃഹതിക്ക് ഔജത് വിമല, പഞ്ചാക, ദീപശിഖ എന്നീ ഭാഷ്യങ്ങൾ രചിച്ച ശാലികാനാഥൻ ഭാഗവത പുരാണത്തിന്റെ കർത്താവുമാണ്. ഭാഗവതം രചിച്ചതിനാൽ പാട്ടുകാരൻ എന്ന അർത്ഥത്തിൽ പാണനായി കൊണ്ടാടപ്പെട്ടു.

പട്ടാമ്പിക്കടുത്ത് രായിരനെല്ലൂരിലെ ഹരിദത്തനാണ് നാരായണ ത്ത് അടികൾ അഥവാ നാറാണത്ത് ഭ്രാന്തൻ- പ്ടാര, മൂസത്, പാട്ടാളി

വിഭാഗത്തിൽ ഏതിലോ ഉൾപ്പെട്ടിരുന്ന ഹരിദത്തന്റെ പ്രധാനകൃതി ഗ്രഹാചാരനിബന്ധന അഥവാ പരഹിതകരണം എന്ന ജ്യോതിശാസ്ത്രഗ്രന്ഥമത്രേ. വടക്കാഞ്ചേരിയിലെ വൈശ്യ (ചെട്ടി) സമുദായത്തിൽപ്പെട്ട ഒരു പണ്ഡിതനായിരിക്കാം അകവൂർ ചാത്തൻ എന്നാണ് കേസരിയുടെ നിഗമനം. ചെന്തമഴിലെ ഭദ്രകാളിപ്പാട്ട് പാക്കനാപാട്ടിന്റെയും (കളംപാട്ട്) അഷ്ടാംഗഹൃദയ വ്യാഖ്യാനമായ പാഠ്യത്തിന്റെയും കർത്താവായ പുലാമന്തോൾ മൂസത് ആണ് പാക്കനാർ എന്നത്രേ കേസരിയുടെ പക്ഷം. കൈരളി എന്ന അഷ്ടാംഗ ഹൃദയവ്യാഖ്യാനത്തിന്റെ കർത്താവായ പുലാമന്തോൾ മൂസതല്ല ഈ മൂസത്.

ഒന്നാം കുലശേഖരനെ കേരള വിക്രമാദിത്യനായി കൽപ്പിച്ച് അദ്ദേഹത്തിന്റെ പണ്ഡിതസദസ്സെന്ന പേരിൽ കെട്ടിച്ചമയ്ക്കപ്പെട്ടതാവാം പന്തിരുകുലകഥ. ചരിത്രപുരുഷന്മാരെ പുരസ്കരിച്ചുണ്ടാക്കിയ കെട്ടുകഥ. വൈദിക ഹിന്ദു, വൈഷ്ണവ, ശൈശവ, ശാക്തേയ, ബൗദ്ധ, ജൈന ക്രൈസ്തവ വിഭാഗത്തിൽപ്പെട്ടവർ ഏകോദര സഹോദരങ്ങളെപ്പോലെ ചേരനാട്ടിൽ കഴിഞ്ഞു എന്നു സൂചിപ്പിക്കാൻ കെട്ടിച്ചമച്ച ഫലിതകഥയാണ് പന്തിരുകുല ഐതിഹ്യം എന്ന് കേസരി വിലയിരുത്തുന്നു.

ഫ്യൂച്ചറിസ്റ്റ് ദാർശനികനും പഴമകൊല്ലി പ്രസ്ഥാനത്തിന്റെ നായകനുമായ കേസരി ചരിത്രാതീതകാല ചരിത്രത്തിലേക്ക് ഊളിയിട്ടതെന്തുകൊണ്ടെന്ന് പലരും ആശ്ചര്യം കുറിയിട്ടുണ്ട്; പരിഹാസം പൊഴിച്ചിട്ടുമുണ്ട്. അതിന് പ്രഫ. എം.എൻ വിജയൻ മറുപടി പറയുന്നു: "ഭാവിയുടെ സൃഷ്ടിക്ക് മനുഷ്യനു ലഭിച്ചിട്ടുള്ള മുഖ്യമായ ആയുധം-ഒരുപക്ഷേ, ഒരേയൊരായുധം-ഭൂതകാലമായതുകൊണ്ടാണ് കേസരി ഫ്യൂച്ചറിസ്റ്റ് ദാർശനികനും പ്രാക്ചരിത്രഗവേഷകനുമായിത്തീർന്നത്. മനുഷ്യചരിത്രത്തിലും കലാചരിത്രത്തിലും അദ്ദേഹം ഭാവിയുടെ മുളകളാണ് തേടിയിരുന്നത്. ചരിത്രത്തിന്റെ സ്വസ്ഥദശമായ യാത്രയിൽ പുരോഗതിയേയും ആവർത്തനത്തേയും സമന്വയിപ്പിക്കുകയും ചെയ്തു."

ചെംഗൽ പെരുമാളും മുത്തപ്പനും

ചേരചരിത്രവും സേലം മേഖലയിലെ വേട്ടുവ ഐതിഹ്യങ്ങളും വിശകലനം ചെയ്തുകൊണ്ട് ഉത്തരകേരളത്തിലെ തിറയാട്ടങ്ങളുടെ വേരുകൾ കണ്ടുപിടിക്കാൻ കേസരി ശ്രമിക്കുന്നുണ്ട്. സാമൂതിരി വംശത്തിന്റെ മൂലകുലസ്ഥാപകൻ എന്ന ഗവേഷണ പ്രബന്ധത്തിലും സംഘകാല ചരിത്രാവലോകത്തിലെ 'കൊംഗ്' പഠനത്തിലുമാണ് തിറയാട്ടവുമായി ബന്ധപ്പെട്ട നിരീക്ഷണങ്ങളുള്ളത്. ഉത്തരകേരളത്തിലെ തെയ്യങ്ങളുമായി ബന്ധപ്പെട്ട പൊതുവായ ഒന്നായല്ല പറശ്ശിനിക്കടവ് മുത്തപ്പൻ, അണ്ടലൂർക്കാവ് ദൈവത്താർ എന്നിവരുടെ ഉത്ഭവവുമായി ബന്ധപ്പെട്ട നിരീക്ഷണങ്ങളാണ് കേസരി നടത്തുന്നത്.

സംഘകാലത്ത് ചേരവംശത്തിലേക്ക് വേട്ടുവരാജവംശത്തിൽനിന്നും രണ്ട് ദത്ത് നടന്നിരുന്നുവെന്നും അതിൽ ഒരാളാണ് ചെംഗൽ പെരുമാൾ എന്ന് കേരളോൽപ്പത്തിയും ശംഖവർമ്മൻ എന്ന് മൂഷികവംശവും ചിക്കർവള്ളി തുഞ്ചിയ ചെൽവകൊട്ടുങ്കോവാഴി ആതൻ എന്ന് സംഘം കൃതികളും പേരിട്ടിരിക്കുന്ന പെരുമാളാണ് പൂന്തുറ ഏറാടിമാരുടെ പൂർവികൻ എന്ന് സ്ഥാപിക്കാൻ കേസരി യുക്തികൾ നിരത്തുന്നു. സേലം തൃച്ചെങ്കോട് (ഈറോഡ്) താലൂക്കിൽനിന്നാണ് ചെംഗൽ പെരുമാളിന്റെ വരവ്. സാമൂതിരി വംശത്തിന്റെ സ്ഥാപകരായി പറയുന്നത് പൂന്തുറ ഏറാടിമാർ എന്നറിയപ്പെട്ട മാനിച്ചൻ, വിക്രമൻ എന്നറിയപ്പെട്ട മാനിച്ചൻ എന്നിവരത്രേ. കൊംഗ് ദേശത്തെ ഇടങ്കൈ എന്ന അവർണവിഭാഗത്തിൽപ്പെട്ടവരുടെ നായകനായിരുന്ന

ചെംഗൽ പെരുമാൾ അന്തുവൻ ചേരൻ ഇരുമ്പൊറൈ എന്നും സംഘം കവികളാൽ വിശേഷിപ്പിക്കപ്പെട്ടു.

ചെംഗൽ പെരുമാളിന്റെ കാലത്താണ് കേരളത്തിലെ ഇസ്ലാമിക ബന്ധത്തിന്റെ തുടക്കമെന്നും ആ പാരമ്പര്യമാണ് സാമൂതിരിയും ഇസ്ലാം മതവും തമ്മിലുള്ള ഹാർദമായ ബന്ധത്തിന്റെ അടിസ്ഥാനമെന്നും കേസരി ആനുഷംഗികമായി സൂചിപ്പിക്കുന്നുണ്ട്. മാമാങ്കത്തിലെ അധ്യക്ഷ സ്ഥാനം കയ്യടക്കാനും സാമൂതിരി സാമ്രാജ്യം പടുത്തുയർത്താനും കോഴിക്കോട് കോയയുടെ നേതൃത്വത്തിലുള്ള മുസ്ലീങ്ങളാണ് സാമൂതിരിയെ സഹായിച്ചതെന്നും ഹൈന്ദവ ഇസ്ലാമിക ബന്ധം സുദൃഢമാക്കാൻ സാമൂതിരി മുസ്ലീം യുവതിയെ വിവാഹം ചെയ്തെന്നും കേസരി വിവരിക്കുന്നു. ചാലിയം മുതൽ തിരൂരങ്ങാടി വരെയുള്ള വിശാലമായ പ്രദേശത്ത് മുസ്ലീം വിഭാഗത്തിന് സവിശേഷമായ അധികാരങ്ങളും കൽപ്പിച്ചുനൽകി. സാമൂതിരിയുടെ ഈ മതസൗഹാർദ്ദ സമീപനത്തിൽ അങ്കലാപ്പിലായ ബ്രാഹ്മണ മേധാവിത്വമാണ് ശാങ്കര സ്മൃതി എന്ന ഗ്രന്ഥമെഴുതി പ്രചരിപ്പിച്ചത്. ചെംഗൽ പെരുമാളിന്റെ പാരമ്പര്യമാണ് പറശ്ശിനിക്കടവ് മുത്തപ്പൻ മടപ്പുരയിലും മുസ്ലീങ്ങൾക്ക് പ്രത്യേക സ്ഥാനം ലഭിക്കാൻ കാരണമെന്ന് കേസരി അഭിപ്രായപ്പെടുന്നു.

ചെംഗൽപെരുമാളാണ് പുരളിമല മുത്തപ്പന്റെയും അണ്ടലൂർ ദൈവത്താറിന്റെയും ആദിരൂപം എന്ന മൗലിക നിരീക്ഷണമാണ് ഇവിടെ എടുത്തുപറയേണ്ടത്. മുത്തപ്പനും ദൈവത്താറും ചേരമാൻകോട്ട നായനാരും ചെംഗൽ പെരുമാളെന്ന ഒരേയൊരാളത്രെ. മരുമകനും പിൻഗാമിയുമായ കുലശേഖര പെരുമാളാണ് നമ്പോലമുത്തപ്പൻ.

കൊംഗിലെ കരുവൂർ എന്ന സ്ഥലനാമത്തിൽനിന്നാണ് അന്തുവൻ ചേരൻ എന്ന മറുപേര് ചെംഗൽ പെരുമാളിന് കിട്ടിയതെന്നും 'കരു' അണ്ഡമായും അതിൽനിന്ന് അന്തവനായും അന്തവൻ ഒടുവിൽ അന്ധനായി തെറ്റിദ്ധരിക്കപ്പെടുകയും ചെയ്തു! ദൈവത്താറിനെ അന്ധനായി പൊയ്ക്കണ്ണുകളോടെ കെട്ടിയാടിക്കുന്നത് ആ തെറ്റിദ്ധാരണ മൂലമാണെന്നും കേസരി വാദിക്കുന്നു.

ചെംഗൽ പെരുമാൾ എ.ഡി ഏഴാം നൂറ്റാണ്ടിന്റെ പൂർവാർധത്തിൽ പറശ്ശിനിക്കടവിൽ വച്ച് ചരമമടഞ്ഞുവെന്നും ജഡം തളിപ്പറമ്പിൽ സംസ്കരിച്ചുവെന്നും കേസരി പറയുന്നു.

'കോട്ടംപുറത്ത് ശിവയോഗിപ്പെരുമാൾ മോക്കംപൂകി' എന്ന വിശ്വാസം തളിപ്പറമ്പ് മേഖലയിൽ മുമ്പ് ഉണ്ടായിരുന്നത്

ചെംഗൽപെരുമാളുടെ ശവസംസ്കാരത്തെപ്പറ്റിയാണെന്നാണ് കേസരിയുടെ നിഗമനം.

പുരളിമല മുത്തപ്പ ഐതിഹ്യത്തിലെ സ്ഥലനാമങ്ങളെല്ലാം കൊംഗുദേശത്തെ സ്ഥലനാമങ്ങൾ മാറ്റി സ്ഥാപിച്ചതാണെന്ന് കേസരി വിവരിക്കുന്നു. കൊംഗിലെ സുബ്രഹ്മണ്യക്ഷേത്രത്തിലെ സുബ്രഹ്മണ്യനാണ് അയ്യങ്കര അപ്പനെന്നും പാടിക്കുറ്റി അമ്മ കൊംഗിലെ വള്ളിദേവി ആണെന്നും അദ്ദേഹം വ്യക്തമാക്കി. മൂഷികവംശത്തിൽ ശതസോമൻ സ്ഥാപിച്ചുവെന്നു പറയുന്ന പെരിഞ്ചെല്ലൂർ ശിവക്ഷേത്രം ചെംഗൽ പെരുമാൾ പുതുക്കിപ്പണിതെന്നും തൃച്ചംബരം ശ്രീകൃഷ്ണക്ഷേത്രത്തിന്റെ സ്ഥാപകനോ പരിഷ്കർത്താവോ ചെംഗൽ പെരുമാളാണെന്നും കേസരി ഊഹിക്കുന്നു. മതസഹിഷ്ണുതയുടെയും മതസൗഹാർദ്ദത്തിന്റെയും വക്താവും പ്രയോക്താവുമായതിനാലാവാം ഒരേ സമയം ശൈവ വൈഷ്ണവ ക്ഷേത്രങ്ങൾ നിർമിക്കാനും പുതുക്കിപ്പണിയാനും ചെംഗൽ പെരുമൾ നേതൃത്വം നൽകിയത്. മുഹമ്മദ് നബിയുടെ ദൂതന്മാരുമായി സംസാരിച്ച് മുസ്ലീംമത പ്രചാരണത്തിന് സൗകര്യം ചെയ്തുകൊടുത്തുവെങ്കിലും അദ്ദേഹമല്ല, പക്ഷേ, മക്കത്തുപോയ പെരുമാൾ. എ.ഡി 870-910 കാലത്ത് ഭരിച്ച 55-ാം പെരുമാൾ, തപതീ സംവരണത്തിന്റെ കർത്താവ് കുടിയായ കുലശേഖരൻ രണ്ടാമനാണ് മക്കത്ത് പോയതെന്നാണ് കേസരി കണ്ടെത്തുന്നത്.

മാടവനപ്പറമ്പിൽ

1935-ൽ കേസരി നിർത്തി. പിന്നീട് ശാരദാ പ്രസ് വിറ്റു. എന്നിട്ടും കടം തീരാഞ്ഞ് തന്റെ പ്രിയപ്പെട്ട കസേരയും മേശയുമടക്കമുള്ള എല്ലാം വിറ്റശേഷം അമ്പത് രൂപയാണ് അവശേഷിച്ചത്. വീടില്ല, സ്ഥലമില്ല. കാസരോഗം കൊണ്ട് താനും കുടൽരോഗം കൊണ്ട് ഭാര്യയും കടുത്ത പ്രയാസത്തിൽ- ചികിത്സക്ക് പണം വേണം.

കേസരി കെട്ടിടത്തിൽനിന്ന് പുളിമൂട്ടിലെ തന്നെ മറ്റൊരു വാടക വീട്ടിലേക്കു മാറിയ ബാലകൃഷ്ണപിള്ളയ്ക്ക് മാതൃഭൂമിയിൽനിന്ന് ലേഖനങ്ങൾക്കു തുടർച്ചയായി കിട്ടിയ ചെറിയ പ്രതിഫലവും കമലാലയ ബുക്ക് ഡിപ്പോയിൽനിന്ന് ലഭിച്ചുകൊണ്ടിരുന്ന റോയൽറ്റിയും അനുജൻ ഡോ. എ.പി പിള്ള അയച്ചുകൊണ്ടിരുന്ന മണിഓർഡറും മാത്രമായി വരുമാനം. അർധപട്ടിണി. പറവൂരിൽ തന്റെ വീട്ടിലേക്കു പോകാമെന്ന ഭാര്യയുടെ നിർബന്ധത്തിനു വഴങ്ങാതെ കേസരി പിടിച്ചുനിന്നത് പ്രധാനമായും തിരുവനന്തപുരം പബ്ലിക് ലൈബ്രറിയിലെ പുസ്തകലഭ്യതയെ കരുതിയാണ്.

മാസത്തിൽ പത്തുരൂപ വാടകപോലും താങ്ങാനാവാതെ പാറ്റൂരിലെ ഒരു കൊച്ചു കുരയിലേക്കു താമസം മാറിയ പത്രാധിപർക്ക് ദുരിതങ്ങൾ ഏറിയേറി വന്നു. കടലാസും സ്റ്റാമ്പും വാങ്ങാൻ പണമില്ല. അരിയില്ല. സ്റ്റാമ്പ് കിട്ടാതെ അദ്ദേഹം എരിപൊരികൊണ്ടപ്പോൾ പെട്ടിയിൽ ഭദ്രമായി വച്ചിരുന്ന സ്വർണമെഡൽ തപ്പിയെടുത്ത് ഭാര്യ. 1916-ൽ

രാജകീയ വനിതാ കോളേജിൽനിന്ന് പിരിയുമ്പോൾ ലക്ഷ്മി എൻ മേനോൻ ഉൾപ്പെടെയുള്ള വിദ്യാർത്ഥിനികളും സഹ അധ്യാപകരും സമ്മാനിച്ചതാണത്. 15 രൂപക്കാണ് അത് വിറ്റത്. പ്രസ്സിലെ ജീവനക്കാരനും പരിചാരകനുമായ ഭാസ്കരൻ വേറെ ജോലി നോക്കിപ്പോയി. പ്രസ് മാനേജരും സന്തതസഹചാരിയുമായ രാമചന്ദ്രൻ തമ്പി 'മലയാളി' പത്രാധിപരായി പോയി.

തികച്ചും ഒറ്റപ്പെട്ട കേസരി (പത്രം നിർത്തിയശേഷം ആ പേരിലാണ് പിള്ള അറിയപ്പെട്ടുപോന്നത്). പാറ്റൂരിലെ കൊച്ചു കുടിലിൽ ചരിത്രാതീതകാല ചരിത്രഗവേഷണം തുടർന്നു. ഈ ഘട്ടത്തിലാണ് നവീനചിത്രകലയെക്കുറിച്ചുള്ള ലേഖനങ്ങൾ എഴുതി മാതൃഭൂമിയിൽ പ്രസിദ്ധപ്പെടുത്തിയത്. അതോടൊപ്പം, കമലാലയ ക്കുവേണ്ടി പാഠപുസ്തകം തയ്യാറാക്കുകയും (ചങ്ങമ്പുഴയുൾപ്പെടെയുള്ള ചെറുപ്പക്കാർക്ക് പാഠപുസ്തകത്തിൽ ആദ്യം പ്രവേശനം നൽകിയത് കേസരിയാണ്). സാമ്പത്തിക ഞെരുക്കത്തിന് തെല്ലെങ്കിലും പരിഹാരമുണ്ടാക്കുക എന്ന ലക്ഷ്യത്തോടെ 'ദി ഹിന്ദു' പത്രത്തിലും ഇക്കാലത്ത് ലേഖനങ്ങൾ എഴുതി. മലയാള സാഹിത്യത്തിൽ വിപ്ലവത്തിന്റെ വിത്തുകൾ വിതച്ച 'നവലോകം', രൂപമഞ്ജരി, രാജരാജീയം തുടങ്ങിയ കൃതികൾ ഇക്കാലത്തുതന്നെ പ്രസിദ്ധപ്പെടുത്തി. തന്റെ പ്രിയ ഗുരുവായ എ.ആർ തമ്പുരാന്റെ നിരൂപണ ലേഖനങ്ങൾക്കുള്ള 'പ്രകാശന' ലേഖനങ്ങളാണ് 'രാജരാജീയം' എന്ന കൃതി. മലയാളത്തിലെ ഏറ്റവും മികച്ചതെന്നു വിശേഷിപ്പിക്കപ്പെട്ട സാഹിത്യ ലക്ഷണഗ്രന്ഥമായ രൂപമഞ്ജരിയുടെ അനുബന്ധം തന്നെ രാജരാജീയം.

ബാലകൃഷ്ണപിള്ളയുടെ അഭ്യുദയകാംക്ഷിയും ഉദാരമതിയുമായ കമലാലയ നാരായണൻനായരാണ് പുസ്തകങ്ങൾ പ്രസിദ്ധപ്പെടുത്തിയത്. മുപ്പതുകളുടെ അവസാനത്തോടെ 'സമദർശി' പത്രം മാറിത്തിരിഞ്ഞ് കമലാലയയിൽ എത്തിച്ചേർന്നു. ബാലകൃഷ്ണപിള്ളയുടെ ഉപദേശനിർദ്ദേശങ്ങളോടെ കേസരിയുടെ രൂപത്തിൽ സമദർശി വീണ്ടും പുറത്തുവരാൻ തുടങ്ങി. കേസരി സദസ്സിലെ അംഗങ്ങളായ കെ.എ ദാമോദരമേനോൻ പത്രാധിപരും സി നാരായണപിള്ള, കെ.പി ശങ്കരമേനോൻ എന്നിവർ സഹപത്രാധിപന്മാരും... എന്നാൽ നാളിതുവരെ മാതൃഭൂമി പത്രാധിപരായിരുന്ന പി നാരായണൻ നായർ കമ്യൂണിസ്റ്റ് പാർട്ടി രൂപീകരണത്തോടെ മാതൃഭൂമിയിൽനിന്ന് വിട്ടു. അതോടെ കെ.എ ദാമോദരമേനോന്റെ സേവനം മാതൃഭൂമിക്ക് വിട്ടുകിട്ടാൻ ആവശ്യം വന്നു. അത് നല്ലതാണെന്ന് ബാലകൃഷ്ണപിള്ള

നിർദ്ദേശിക്കുകയും ചെയ്തു. സമദർശി അതോടെ പൂട്ടി. 'സമദർശിയുടെ നഷ്ടം മാതൃഭൂമിയുടെ നേട്ടമായി' എന്ന് കേസരി അഭിപ്രായപ്പെട്ടു.

ഇതെല്ലാം നടന്നുകൊണ്ടിരിക്കെയും കേസരി കുടുംബം സാമ്പത്തികമായി ദയനീയാവസ്ഥയിലായിരുന്നു. അനുജൻ ഡോക്ടർ പത്മനാഭ പിള്ളയുടെ എം.ബി.ബി.എസ് പഠനത്തിനുവേണ്ടി ഇരുപതു കൊല്ലത്തിലേറെ മുമ്പ് പണയപ്പെടുത്തിയ തൈക്കാട്ടെ വിശാലമായ പറമ്പുകൾ പലിശ അടക്കാത്തതിനാൽ നഷ്ടപ്പെടുന്ന സ്ഥിതിയായി. കാര്യമറിഞ്ഞ് ഡോക്ടർ ബോംബെയിൽനിന്ന് നാട്ടിലെത്തുകയും പണയസ്ഥലം വിൽക്കുകയും ചെയ്തു- തറവാട്ടുവകയായി കിട്ടിയ ഏക്കർ കണക്കിന് സ്ഥലം എന്നെന്നേക്കുമായി നഷ്ടപ്പെട്ടെങ്കിലും കേസരിക്ക് വലിയ ആശ്വാസമായി - എല്ലാം തട്ടിക്കഴിച്ച് മുന്നൂറ് രൂപ കിട്ടി. അതുകൊണ്ട് വാടകബാക്കിയും ചെറുചെറു കടങ്ങളും വീട്ടി.

പലതവണ മരണത്തെ അതിജീവിച്ചെങ്കിലും ആസ്ത്മയും പ്ലൂരസിയും കാരണം ഏതു ദിവസവും മരിച്ചേക്കാമെന്ന അവസ്ഥ. രണ്ടാം ലോകയുദ്ധം കൊടുമ്പിരികൊണ്ടതോടെ വറുതി വർദ്ധിച്ചു. വർഷങ്ങൾക്കു മുമ്പേ തന്നെ ഭാര്യ ചെല്ലമ്മ (ഗൗരിക്കുട്ടിയമ്മ) നിർബന്ധിക്കുന്ന കാര്യം -പറവൂർ മാടവനപ്പറമ്പിലെ അവരുടെ വീട്ടിലേക്കു പോവുക- 1118 ചിങ്ങം 18-ന് (1843 സെപ്റ്റംബർ) ആ ദമ്പതികൾ കെട്ടുംകെട്ടി പറവൂരിലേക്കു ബസ് കയറി.

പറവൂർ ടൗണിൽനിന്ന് ആശ്രമസദൃശമായ മാടവനപ്പറമ്പിലെ വയലുമഠം വീട്ടിൽ സന്ന്യാസതുല്യമായ ജീവിതം. മുഴുവൻ സമയ ചരിത്രഗവേഷണവും ഇടവേളകളിൽ അവതാരിക-നിരൂപണമെഴുത്തും. സായാഹ്നങ്ങളിൽ ഒരൽപ്പനേരം ഗൃഹാങ്കണത്തിലെ പൂന്തോട്ടത്തിൽ ഉലാത്തലും- ഭാര്യാസഹോദരൻ കുമാരൻനായരുടെ മക്കളുമായുള്ള കുശലം, എല്ലാറ്റിലുമുപരി തന്റെ സന്തത സഹചാരികളായ മാർജാരന്മാരുമായുള്ള സല്ലാപം. വൈക്കം മുഹമ്മദ് ബഷീറിന്റെ പൊൻകുരിശ് തോമയുടെ സ്മരണാർത്ഥം തന്റെ പൂച്ചകളിലൊന്നിന് തിമ്മൻ തൊമ്മൻ എന്നാണ് കേസരി പേരിട്ടത്. അപരൻ വെള്ളോനും.... ഷഷ്ടിപൂർത്തി പ്രസംഗത്തിനും ദന്തഡോക്ടറെ കാണാനും തിരുവനന്തപുരം ആകാശവാണിക്കുവേണ്ടി പ്രഭാഷണം റെക്കോഡ് ചെയ്യാൻ പറവൂർ ടിബിയിൽ പോയതുമുൾപ്പെടെ മൂന്നോ നാലോ തവണ മാത്രമാണ് മാടവനപ്പറമ്പിൽനിന്നും കേസരി പുറത്തിറങ്ങിയത്.

മാടവനപ്പറമ്പിലെ ജീവിതത്തിനിടയിലാണ് മലയാള വിമർശസാഹിത്യത്തിലെ അനർഘസംഭാവനകളായ നാല് അവതാരികകളും

സാങ്കേതിക ഗ്രന്ഥനിരൂപണങ്ങൾ, കുറേക്കൂടി സാങ്കേതിക ഗ്രന്ഥനിരൂപണങ്ങൾ എന്നീ കൃതികളും ഉണ്ടായത്. ഈഴവ സമുദായാംഗവും തൊഴിലാളി വർഗ്ഗത്തിൽപ്പെട്ടവനും ചെത്തുതൊഴിലാളി യൂണിയൻ സെക്രട്ടറിയുമായ കെടാമംഗലം പപ്പുക്കുട്ടി വക്കീൽ താൻ എഴുതിയ ഒരു കവിത കേസരിയെ കാണിക്കുന്നു. എഴുതിവച്ച മറ്റു കവിതകൾ കൂടി എടുത്തുകൊണ്ടുവരാൻ കേസരി നിർദ്ദേശിക്കുന്നു. കവിതകൾ വായിച്ച് ഇഷ്ടപ്പെട്ട കേസരി പപ്പുക്കുട്ടിയെ വിളിച്ചുവരുത്തി അഭിനന്ദിക്കുകയും മലയാളത്തിലെ ആദ്യത്തെ പ്രോലിറ്റേറിയൻ കവിതകളാണിവയെന്നഭിപ്രായപ്പെടുകയും താൻ എഴുതുന്ന അവതാരികയോടെ ഇത് 'കടത്തുവഞ്ചി' എന്ന പേരിൽ പുസ്തകമാക്കണമെന്ന് നിർദ്ദേശിക്കുകയും ചെയ്തു. ഒരു മാസത്തോളം കഠിനാദ്ധ്വാനം ചെയ്ത് നോട്ടുകൾ തയ്യാറാക്കുകയും തന്റെ സദസ്യനും പിൽക്കാലത്ത് ജീവചരിത്രകാരനുമായ കെ.പി ശങ്കരമേനോന് നാല് സായാഹ്നങ്ങളിൽ ഡിക്റ്റേറ്റ് ചെയ്തുകൊടുക്കുകയും ചെയ്തതത്രെ കടത്തുവഞ്ചിയുടെ അവതാരിക. 68 പേജുള്ള കവിതാ സമാഹാരത്തിന് 82 പേജുള്ള അവതാരിക. മലയാള സാഹിത്യത്തിൽ ഒരു കോളിളക്കം തന്നെ സൃഷ്ടിച്ച ഈ അവതാരികയുടെ പേരിൽ ബാലകൃഷ്ണപിള്ളക്ക് എല്ലാ ഭാഗത്തുനിന്നും ആക്ഷേപം നേരിട്ടു. പപ്പുക്കുട്ടിയെ മഹാകവി എന്നു വിശേഷിപ്പിച്ചതാണ് എതിർപ്പിന് നിദാനം. പുരോഗമന സാഹിത്യത്തിന്റെ മാനിഫെസ്റ്റോ സമാനമായ മലയാളത്തിലെ എക്കാലത്തെയും മികച്ച ആ അവതാരികയും കെടാമംഗലത്തിന്റെ കവിതകളും കേസരി തന്നെ വൈക്കം മുഹമ്മദ് ബഷീറിന്റെ കയ്യിൽ കൊടുത്തുവിടുകയായിരുന്നു, എ.കെ.ടി.കെ.എം നമ്പൂതിരിപ്പാടിന് നൽകി മംഗളോദയത്തെക്കൊണ്ട് പുസ്തകമാക്കാൻ.

പറവൂരിൽ വെച്ചുതന്നെ (1944ൽ) കേസരി എഴുതിയ 'മണിനാദം' അവതാരികയും തുടർന്നുവന്ന 'കടത്തുവഞ്ചി' അവതാരികയും വായിച്ച മഹാകവി ചങ്ങമ്പുഴ തന്റെ സ്പന്ദിക്കുന്ന അസ്ഥിമാടത്തിന് മുഖവുര എഴുതാൻ അഭ്യർത്ഥിച്ച് എഴുതി. മൂന്നാഴ്ചകൊണ്ടാണ് രാപകൽ ചെലവഴിച്ച് മഹത്തായ ആ അവതാരിക തീർത്തത്.

ചങ്ങമ്പുഴയുടെ അകാലമൃത്യുവിനെ മുൻകൂട്ടി കണ്ടുകൊണ്ട്, റൊമാൻ റൊളാങ്ങിനെ ഉദ്ധരിച്ചുകൊണ്ട് മുഖവുരയിൽ കേസരി എഴുതി: "ജീവിതത്തിലെ നൈരാശ്യങ്ങളും അഗ്നിപരീക്ഷണങ്ങളും സൂക്ഷ്മഗ്രഹണശക്തിയുള്ളതു നിമിത്തം കലാകാരന്മാരെയാണ് അത്യധികം പീഡിപ്പിക്കാറുള്ളത്. പ്രസ്തുത സങ്കടപാരമ്യത്തിന്റെ പ്രധാന കാരണം തങ്ങളുടെ പ്രതിഭ തങ്ങളെ സമകാലീനരെക്കാൾ ഇരുപതോ മുപ്പതോ അമ്പതോ

കൊല്ലങ്ങൾക്ക് (ചിലപ്പോൾ ഏതാനും ശതാബ്ദങ്ങൾക്ക്) അപ്പുറത്തുള്ള കാലത്തിൽ സ്ഥാപിച്ച്, തങ്ങളുടെ ജീവിതങ്ങളെ നാശപ്പെടുത്തി, വിജയിക്കുന്നതിനുമാത്രമല്ല, ജീവിക്കുന്നതിനുപോലും കൂടി ഭഗീരഥ പ്രയത്നം ചെയ്യുന്നതിന് അവരെ നിർബന്ധിക്കുന്നതുമാകുന്നു." സാർവ്വത്രികമായ ഈ അനുഭവവും 'സൃഷ്ടിക്കുന്നതായാൽ മരണത്തെ അതിജീവിക്കാം' എന്ന് പ്രസ്തുത മഹാസാഹിത്യകാരൻതന്നെ പ്രസ്താവിച്ചിട്ടുള്ളതും മനസ്സിലാക്കി ശ്രീ ചങ്ങമ്പുഴ അനന്യസദൃശങ്ങളായ തന്റെ ഗാനങ്ങൾ മുഖേന കേരളീയരെ കോൾമയിർകൊള്ളിച്ചുകൊണ്ട് നീണാൾ വാഴുമാറാകട്ടെ" എന്ന പ്രാർത്ഥനയോടെയാണ്, കവിയോടുള്ള അഭ്യർത്ഥനയോടെയാണ് മുഖവുര അവസാനിപ്പിക്കുന്നത്.

തിരുവനന്തപുരത്ത് വിദ്യാർത്ഥിയായിരിക്കെ വിളിപ്പാടപ്പുറം കേസരിയുണ്ടായിരുന്നിട്ടും ചങ്ങമ്പുഴ ആ സന്നിധിയിൽ ചെന്നിരുന്നില്ല. അതിന് മുമ്പ് മുപ്പതുകളുടെ ആദ്യം കേസരി ഓഫീസിൽച്ചെന്ന് കവിത പ്രസിദ്ധപ്പെടുത്താൻ കൊടുത്തിട്ടുണ്ട്. സ്പന്ദിക്കുന്ന അസ്ഥിമാടത്തിന്റെ മുഖവുര കിട്ടി ഒരു വർഷത്തിനുശേഷം ചങ്ങമ്പുഴ നോവലിസ്റ്റ് ഇ.എം കോവൂരിനൊപ്പം മാടവനപ്പറമ്പിലെത്തി. തിരിച്ചുപോകാൻ നേരത്ത് കവിയെ പിടിച്ചുനിർത്തി കേസരി പറഞ്ഞു: 'മിസ്റ്റർ കൃഷ്ണപിള്ളേ, നിങ്ങളിൽനിന്ന് ഭാഷയ്ക്ക് ഇനിയും അധികം സംഭാവനകൾ വേണ്ടിയിരിക്കുന്നു എന്ന് ഓർക്കണേ..."

അതൊന്നും ഫലവത്താകാതെ രണ്ടു വർഷത്തിനകം ചങ്ങമ്പുഴ മരിച്ചപ്പോൾ എഴുതിയ ലേഖനമാണ് 'ചങ്ങമ്പുഴയുടെ തത്ത്വശാസ്ത്രം'... ജി ശങ്കരക്കുറിപ്പിന്റെ 'നിമിഷ'ത്തിനുകൂടി അവതാരികയെഴുതിയതോടെ കേസരി അവതാരികയെഴുത്ത് ഏറെക്കുറെ നിർത്തി- കാരണം അവതാരികയെഴുതുന്ന ഘട്ടത്തിൽ അദ്ദേഹം ഭൂതാവിഷ്ടനെപ്പോലെയായിരുന്നു. ആരോഗ്യം തകർക്കുന്ന ആ സംഗതി ഇനിയും തുടർന്നാൽ താൻ ജീവനൊടുക്കിക്കളയുമെന്നുവരെ ഭാര്യ ഭീഷണിപ്പെടുത്തിക്കളഞ്ഞുപോൽ..

മാടവനപ്പറമ്പിലെ താമസത്തിനിടയ്ക്കാണ് ഒറ്റയൊറ്റ കൃതികളുടെ നിരൂപണത്തിന് കേസരി കൂടുതൽ പ്രാധാന്യം നൽകിയത്. മുണ്ടശ്ശേരിയുടെ പത്രാധിപത്യത്തിൽ തൃശ്ശൂരിൽനിന്നും പ്രസിദ്ധപ്പെടുത്തിയിരുന്ന സുപ്രസിദ്ധമായ 'മംഗളോദയ'ത്തിൽ എല്ലാ ലക്കത്തിലും നിരൂപണമെഴുതാൻ ഉടമസ്ഥനായ എ.കെ.ടി.കെ.എം വാസുദേവൻ നമ്പൂതിരപ്പാട് മാടവനപ്പറമ്പിൽ ചെന്ന് നേരിട്ട് അഭ്യർത്ഥിക്കുകയായിരുന്നു. മംഗളോദയത്തിൽ 1945 മുതൽ 1950 വരെ അഞ്ച് വർഷത്തിനിടയിൽ എഴുതിയ 32 പുസ്തകനിരൂപണങ്ങളാണ് മംഗളോദയം തന്നെ സാങ്കേതിക

ഗ്രന്ഥനിരൂപണങ്ങൾ, കുറേക്കൂടി സാങ്കേതിക ഗ്രന്ഥനിരൂപണങ്ങൾ എന്ന പേരിൽ രണ്ട് പുസ്തകമായി പ്രസിദ്ധപ്പെടുത്തിയത്.

മാടവനപ്പറമ്പിലെ താമസക്കാലത്ത് ആദ്യഘട്ടത്തിൽ കുറെക്കാലം തീരെ ഒറ്റപ്പെട്ട ജീവിതമായിരുന്നു. 'നാടുകടത്തപ്പെട്ട ഒരു മഹാവിപ്ലവ'മാണ് തങ്ങളുടെ നാട്ടിൽ ഒരു സന്ന്യാസിയെപ്പോലെ നിസ്വനായി കഴിഞ്ഞുകൂടുന്നതെന്ന് അധികമാളുകൾ മനസ്സിലാക്കിയില്ല. മഹാകവി ജിയും മുണ്ടശ്ശേരിയും കുറ്റിപ്പുഴ കൃഷ്ണപിള്ളയും ഇടശ്ശേരിയും തകഴിയും എം.പി പോളും വി.ടി ഭട്ടതിരിപ്പാടും അക്കിത്തവും ചങ്ങമ്പുഴയും ബഷീറുമടക്കം കേരളത്തിലെ എഴുത്തുകാർ ആ മഹാസന്നിധിയിൽ എത്താൻ വഴിയറിയാതെ ഏറെ പാടുപെടുകയുണ്ടായി.

മാടവനപ്പറമ്പിലെ താമസക്കാലത്താണ് കമ്യൂണിസ്റ്റ് പാർട്ടിയിലെ ഒരു വിഭാഗവും പുരോഗമനസാഹിത്യകാരരിൽ ഒരു വിഭാഗവും കേസരിയെ അതിനിശിതമായി ആക്രമിച്ചത്. ചങ്ങമ്പുഴയെ ഫാസിസ്റ്റ് കവി, കാശിനു കൊള്ളാത്തവൻ എന്നൊക്കെ ആക്ഷേപിച്ചവർ തന്നെയാണ് കേസരിയെ വൃത്തികെട്ട ഭാഷയിൽ ആക്ഷേപിക്കാനും മുന്നിട്ടുനിന്നത്. നിർഭാഗ്യവശാൽ അന്നത്തെ ദേശാഭിമാനി പത്ര (കമ്യൂണിസ്റ്റ് പാർട്ടിയുടെ മുഖപത്രം) നടത്തിപ്പുകാരും അവരായിരുന്നു- വി.ടി ഇന്ദുചൂഡൻ, എം.എസ് ദേവദാസ്, സി അച്യുതക്കുറുപ്പ്. വള്ളത്തോളിനേക്കാൾ മികച്ച കവിയാണ് ചങ്ങമ്പുഴയെന്നും മറ്റുമുള്ള അഭിപ്രായങ്ങൾ അവരെ പ്രകോപിപ്പിച്ചതാവാം. പോരാത്തതിന് കെ.പി.ജിയുടെ കവിതാ സമാഹാരത്തിന് അവതാരിക എഴുതിക്കൊടുക്കണമെന്ന ആവശ്യം സാധിച്ചുകൊടുക്കാനായില്ല. സോപ്പുകുമിള എന്നും ബൂർഷ്വാ പണ്ഡിതമൂഢൻ എന്നും അധിക്ഷേപിക്കപ്പെടുന്നതിനാണിതിടയാക്കിയത്. ഇ.എം.എസിന്റെ 'മാർക്സിസവും മലയാള സാഹിത്യവും' എന്ന പുസ്തക (1974) ത്തിൽ കേസരിയേയും ചങ്ങമ്പുഴയെയും അധിക്ഷേപിക്കുന്ന ലേഖനങ്ങൾ കാണാം. എന്നാൽ പിൽക്കാലത്ത് ആ ആക്ഷേപങ്ങൾ അമ്പേ തെറ്റായിപ്പോയെന്ന് ഇ.എം.എസ് സ്വയം വിമർശനം നടത്തിയതോടെ പ്രസ്തുത ലേഖനങ്ങൾ അസാധുവായിരിക്കുന്നു.

പുരോഗമന സാഹിത്യസംഘടനയിലെ സാഹിത്യകാര വിഭാഗം -അതായത് എം.പി പോൾ, മുണ്ടശ്ശേരി വിഭാഗം ഇതേ കാലത്തുതന്നെ കേസരിയുടെ കൂടെ അണിനിരന്നു. അവർ കേസരിയുടെ ഷഷ്ടിപൂർത്തി ആഘോഷിക്കാനും നിത്യദാരിദ്ര്യത്തിൽനിന്ന് അദ്ദേഹത്തെ തൽക്കാലത്തേക്കെങ്കിലും മോചിപ്പിക്കാൻ ഒരു പണക്കിഴി നൽകാനും തീരുമാനിച്ചു. പണക്കിഴിയുമായി മാടവനപ്പറമ്പിനടുത്തേക്ക് പ്രവേശിക്കുകപോലും

അരുതെന്ന് വിലക്കിയ കേസരി ഷഷ്ടിപൂർത്തിയാഘോഷത്തെയും എതിർത്തു. ആ എതിർപ്പുകൾ വകവെക്കാതെ പറവൂരിലെ സഹൃദയരുടെ കമ്മിറ്റിയും പുരോഗമന സാഹിത്യപ്രസ്ഥാനവും ചേർന്ന് ഷഷ്ടിപൂർത്തി ആഘോഷ നോട്ടീസടിച്ചു. പിന്നെയും എതിർപ്പുണ്ടായി. "എനിക്ക് തന്റേടം വന്നശേഷം ഞാൻ എന്റെ പിറന്നാളാഘോഷിച്ചിട്ടില്ല. പിറന്നാൾ ആഘോഷിക്കുന്നതിനെ കളിയാക്കി ചെറുകഥകളും നാടകങ്ങളും രചിക്കണമെന്ന് ഉപദേശിച്ചവനാണ് ഞാൻ"- കേസരി അങ്ങനെ പറഞ്ഞപ്പോൾ കുറ്റിപ്പുഴയെപ്പോലുള്ളവർ തർക്കിച്ചത്, ഞങ്ങൾ സ്വന്തം നിലയ്ക്ക് നടത്തുന്ന പരിപാടിക്ക് ആരുടെയും സമ്മതം വേണ്ട! ഒടുവിൽ കേസരി സമ്മതിച്ചു; മറുപടി പ്രസംഗം നടത്തുന്നതിന് സമ്മതിപ്പിക്കാനും സംഘാടകർക്ക് കഴിഞ്ഞു.

1949 ഏപ്രിൽ 13-ന് പറവൂർ ടൗണിനടുത്ത് വണ്ടാനപ്പറമ്പിൽ ശ്രീകൃഷ്ണ ടാക്കീസിൽ നടന്ന ഷഷ്ടിപൂർത്തി പൊതുയോഗത്തിൽ കേരളത്തിന്റെ നാനാഭാഗങ്ങളിൽനിന്നുമായി നൂറുകണക്കിനാളുകൾ സംബന്ധിച്ചു. ആഘോഷത്തിന്റെ പ്രസക്തിയെപ്പറ്റി പുരോഗമന സാഹിത്യ പ്രസ്ഥാനത്തിന്റെ അധ്യക്ഷൻ കൂടിയായ യോഗാധ്യക്ഷൻ പ്രഫ. എം.പി പോൾ പറഞ്ഞു: "രാഷ്ട്രീയ പ്രക്ഷോഭങ്ങളിൽനിന്നും ജീവിതമത്സരങ്ങളിൽനിന്നും അകന്ന് ഏറെക്കാലമായി പൂർവാർജിതവും സ്വയാർജിതവുമായ അസ്വാരസ്യങ്ങളോട് മല്ലിട്ട് ജീവിതം നയിക്കുന്ന ഈ അറുപതുകാരനെ അഭിനന്ദിക്കുന്നതിനാണ് അഖിലകേരള പുരോഗമന സാഹിത്യസമിതിയുടെ ആഭിമുഖ്യത്തിൽ ഈ സമ്മേളനം ഇവിടെ കൂടിയിട്ടുള്ളത്. പുരോഗമനസാഹിത്യകാരന്മാർ ഒരു വ്യക്തിയെയും അധികം ആദരിക്കുന്ന കൂട്ടത്തിലല്ല; അവരിൽ അനേകംപേർ ഇന്ന് പല കഷ്ടതകളും വിഷമതകളും സഹിച്ച് ഇവിടെ എത്തിച്ചേർന്നതിന്റെ രഹസ്യമെന്താണ്? ശ്രീ ബാലകൃഷ്ണപിള്ള ഇന്ന് കേരളത്തിലെ ഒരു ശക്തികേന്ദ്രമാണ്. ഇന്നത്തെ തലമുറ അറിയുന്നില്ല; അവർ അദ്ദേഹത്തെ നോക്കി പരിഹസിക്കുന്നു; ചിരിക്കുന്നു. പക്ഷേ, ഭാവിചരിത്രകാരന്മാർ അത് അറിയും. അവർ അദ്ദേഹത്തിന്റെ പ്രാധാന്യത്തെയും സംഭാവനകളെയും ശരിയായ കാഴ്ചപ്പാടിൽ ദർശിക്കും. ഇന്നു കേരളത്തിലെ ഒരു ബുദ്ധിജീവിക്കും ഇത്രയും അനുയായികളെ, ആളുകളെ ആകർഷിക്കാൻ കഴിഞ്ഞിട്ടില്ല... അറിയേണ്ടവർ അദ്ദേഹത്തെ അറിയുന്നുണ്ട്, അഭിനന്ദിക്കുന്നുണ്ട്; ആരാധിക്കുന്നുമുണ്ട്. ഇന്ന് ഒരു പുതിയ ചിന്താഗതി ഉദയം ചെയ്തിരിക്കുന്നു. രാഷ്ട്രീയകക്ഷിയിൽ ചേർന്നാൽ സർവജ്ഞത്വം നേടി എന്നുള്ള മനോഭാവം. പാർട്ടിയിൽ

ചേർന്നാൽ എന്തിനെപ്പറ്റിയും വിദഗ്ദ്ധാഭിപ്രായം പറയാമെന്നായിട്ടുണ്ട്. ശ്രീ ബാലകൃഷ്ണപിള്ളയുടെ സേവനങ്ങളുടെ ആകത്തുക കണക്കാക്കി മനുഷ്യപുരോഗതിക്ക് അത് എത്രമാത്രം ഉപയുക്തമായിട്ടുണ്ട് എന്ന മാനദണ്ഡം വെച്ചു നോക്കിയാൽ കേരളത്തിലെ ഒരൊറ്റ വ്യക്തിയും ഇദ്ദേഹത്തെപ്പോലെ ബഹുമാന്യത അർഹിക്കുന്നില്ല... കേസരിക്ക് ഈ വക പ്രകടനം (ഷഷ്ടിപൂർത്തി ആഘോഷം) അരോചകമാണെന്ന് ഞങ്ങൾക്കറിയാം. ഞങ്ങളുടെ മനസ്സമാധാനത്തിനാണ് ഞങ്ങൾ അദ്ദേഹത്തെ ഇപ്രകാരം പൂജിക്കുന്നത്. അതുകൊണ്ട് ഞങ്ങൾ ഞങ്ങളെത്തന്നെയാണ് പൂജിക്കുന്നത്; മാനിക്കുന്നത്. മാനിക്കേണ്ടവനെ മാനിക്കുന്നതുകൊണ്ട് മാനിക്കുന്നവനുതന്നെയാണ് മാനം' - എം.പി പോൾ ആവേശത്തോടെ അധ്യക്ഷഭാഷണം തുടർന്നു.

കേരളീയ സാഹിത്യകാരന്മാർക്കുവേണ്ടി കുറ്റിപ്പുഴ കൃഷ്ണപിള്ള മംഗളപത്രം വായിച്ചു: '.... ഡോക്ടർ ജോൺസൺ ഗോൾഡ് സ്മിത്തിനെപ്പറ്റി പറഞ്ഞിട്ടുള്ളതുപോലെ അങ്ങ് കൈവച്ചിട്ടില്ലാത്ത വിജ്ഞാനശാഖയില്ല; കൈവച്ചിട്ടുള്ളതൊന്നും അലങ്കരിക്കാതെയുമിരുന്നിട്ടില്ല. അങ്ങേയ്ക്ക് ഏറ്റവും പ്രിയങ്കരമായ പ്രാചീന ചരിത്രഗവേഷണത്തിൽ അങ്ങ് സമാർജ്ജിച്ചിട്ടുള്ള നൂതന ജ്ഞാനസമ്പത്തിന്റെ മൂല്യം നിർണയിക്കാൻ ഇതേവരെ ഇന്നാട്ടിൽ ആർക്കും കഴിഞ്ഞിട്ടില്ല. അങ്ങ് ആസൂത്രണം ചെയ്തിട്ടുള്ള കൽപ്പകാലഗണന ഒരു നവീന ഗവേഷണ പദ്ധതിയെ ഉദ്ഘാടനം ചെയ്തിട്ടുണ്ടെന്ന് 'വിശ്വഭാരതി'യിലെ ചൈനീസ് പ്രൊഫസർ അഭിപ്രായപ്പെട്ടിട്ടുള്ളത് ഞങ്ങൾ ഈ അവസരത്തിൽ അഭിമാനപൂർവ്വം സ്മരിക്കുന്നു. പൗരാണികത്വത്തിൽനിന്ന് അധികം മുന്നോട്ടുനീങ്ങാതിരുന്ന മലയാള സാഹിത്യത്തെ ഇരുപതാം നൂറ്റാണ്ടിലെ പുരോഗതിയിലേക്ക് കടത്തിവിട്ടത് അങ്ങയുടെ നേതൃത്വമാണെന്നുള്ളത് ഞങ്ങളോടൊപ്പം ഭാവിയിലെ ചരിത്രകാരന്മാരും സമ്മതിക്കുന്നതാണ്. പത്രലോകത്തിന് അങ്ങയുടെ 'കേസരി' ഇന്നും ദുഷ്പ്രാപമായ ഒരു മാതൃകയായി പരിലസിക്കുന്നു. വിമർശം, വിവർത്തനം, പരാമർശം എന്നിവകൾ വഴിയായി അങ്ങ് ഞങ്ങൾക്ക് പരിചയപ്പെടുത്തിത്തന്നെ വിവിധ വിദേശീയ ഭാഷകളിലുള്ള ഉൽകൃഷ്ടങ്ങളായ അനേകം ഗ്രന്ഥങ്ങൾ എത്രയെത്ര സാഹിത്യകാരന്മാർക്കാണ് പ്രചോദനവും പ്രബുദ്ധതയും നൽകിയിട്ടുള്ളത്. മലയാള സാഹിത്യനിരൂപണത്തിൽ സാഹിത്യത്തിന്റെ വിശ്വവ്യാപകതയെ ആസ്പദമാക്കി 'താരതമ്യവിമർശം' എന്ന പദ്ധതി വെട്ടിത്തുറന്നതും അങ്ങല്ലാതെ മറ്റാരുമല്ല. മനുഷ്യത്വത്തെ അധഃപതിപ്പിക്കുന്ന ഇന്നത്തെ സാമൂഹ്യ- രാഷ്ട്രീയ

വ്യവസ്ഥകളെ പാടെ തട്ടിമാറ്റി ശാസ്ത്രജ്ഞാനത്തിന്റെ പ്രകാശത്തിൽ ഒരു പുതിയ സമുദായത്തെ വാർത്തെടുക്കുന്നതിനുള്ള വിപ്ലവാത്മകമായ സംസ്കാരമാണ് അങ്ങ് നാനാപ്രകാരേണ വിതരണം ചെയ്തുകൊണ്ടിരിക്കുന്നത്.'

മുണ്ടശ്ശേരി, കുറ്റിപ്പുഴ, തകഴി, പൊൻകുന്നം വർക്കി, ഉറൂബ്, എം ഗോവിന്ദൻ, പി കേശവദേവ്, ഒളപ്പമണ്ണ, സി.ജെ തോമസ്, ആലപ്പുഴയിലെ ലേബർ അസോസിയേഷൻ സെക്രട്ടറിയായിരുന്ന (ബാലകൃഷ്ണപിള്ളക്ക് പകരം) പി.എൻ കൃഷ്ണപിള്ള തുടങ്ങിയവരാണ് ഷഷ്ടിപൂർത്തിക്ക് ആദ്യവസാനം നേതൃത്വം നൽകിയത്. കേശവദേവും തകഴിയും കെ.എ ദാമോദരമേനോനുമെല്ലാം ആശംസാ പ്രസംഗം ചെയ്തു.

ഭാര്യാ സഹോദരീ പുത്രനായ രവിക്ക് പറഞ്ഞുകൊടുത്ത് എഴുതിക്കൊണ്ടുവന്ന മറുപടിപ്രസംഗമാണ് ബാലകൃഷ്ണപിള്ള വായിച്ചത്. ഉജ്ജ്വലവും ഐതിഹാസികവും അന്യാദൃശവും അനശ്വരവുമായ ആ മറുപടി പ്രസംഗത്തിൽ വൃദ്ധപൂജക്കെതിരെ ശക്തമായി പ്രതികരിക്കുന്നു. സാമൂഹ്യവും വ്യക്തിപരവുമായ കാരണങ്ങളാൽ (രോഗപീഢ, ചരമദുഃഖങ്ങൾ) താൻ ദീർഘായുസ്സ് കാമിക്കുന്നില്ലെന്നു വ്യക്തമാക്കിക്കൊണ്ട് കേസരി പറഞ്ഞു: "രണ്ടാമതായി എനിക്കു പറയാനുള്ളത്, എന്നെപ്പോലെയുള്ള കിഴവന്മാരെ മാത്രം ബഹുമാനിക്കുന്ന നിങ്ങളുടെ പോക്കിനെപ്പറ്റിയാണ്. വാടിക്കരിയാൻ പോകുന്ന ചെടിക്ക് വളമിടാൻ പോകുന്നതുപോലെയുള്ള ഒരു പ്രവൃത്തിയാണിത്. ചെടി മുളച്ചു തുടങ്ങുന്ന കാലത്തു വളമിട്ടാലേ ഫലം അധികം കിട്ടുകയുള്ളൂ. എന്നെപ്പോലയുള്ള കിഴവൻ സാഹിത്യകാരന്മാരിൽ കാണിക്കുന്ന കരുണയുടെ ഒരു അംശമെങ്കിലും യുവസാഹിത്യകാരന്മാരോട് കാണിക്കണേ എന്നു ഞാൻ നിങ്ങളോട് അപേക്ഷിച്ചുകൊള്ളുന്നു. ഇവരുടെ സങ്കടങ്ങൾ ഇവരുമായുള്ള നിത്യസമ്പർക്കത്തിൽനിന്ന് എനിക്ക് നേരിട്ട് അറിയാം. പേരെടുത്ത മധ്യവയസ്കരും വൃദ്ധന്മാരുമായ സാഹിത്യകാരന്മാരുടെ കൃതികൾ മാത്രമേ നമ്മുടെ പ്രസിദ്ധീകരണശാലക്കാർ സ്വീകരിച്ചു വരുന്നുള്ളൂ. യുവാക്കന്മാരുടെ കൃതികൾ സ്വീകരിക്കണമെങ്കിൽ പേരെടുത്ത നിരൂപകരുടെ അവതാരിക കൂടിയുണ്ടായിരിക്കണം. ഇത് എല്ലാവർക്കും ലഭിക്കുവാൻ സ്വാഭാവികമായി സാധിക്കുന്നതല്ലല്ലൊ. നിർമാണ സാഹിത്യകാരന്മാരെ അപേക്ഷിച്ച് നിരൂപകർക്കുള്ള സ്ഥാനം വളരെ നിസ്സാരമാണ്. ഭാവിതലമുറകൾ നിർമാണ സാഹിത്യകാരന്മാരെ മാത്രമേ ഓർക്കുകയുള്ളൂ. നിരൂപകരെ അവർ മറന്നുകളയും. നിങ്ങൾ യുവസാഹിത്യകാരന്മാരെ പ്രോത്സാഹിപ്പിക്കുമെന്നറിഞ്ഞാൽ പ്രസിദ്ധീകരണശാലകൾ ഇന്നത്തെ നയം മാറ്റും. സമുദായത്തിന്റെയും

സാഹിത്യത്തിന്റെയും ഗുണത്തെ കരുതി മാത്രമല്ല, നിങ്ങളുടെ സ്വന്തം ഗുണത്തെ കരുതിയും കൂടി നിങ്ങൾ ഈ യുവസാഹിത്യകാരന്മാരെ പ്രോത്സാഹിപ്പിക്കേണ്ടതാണ്"- എന്നാണ് കേസരി ആഹ്വാനം ചെയ്തത്.

കലാപരമായി പരാജയപ്പെടുന്ന ക്ലാസിക് കവികൾക്ക് മഹാകവിപ്പട്ടം നൽകുകയും വാസനാസമ്പന്നരായ പുതിയ കവികളെ 'ബാലിശ കവികൾ' എന്ന ധ്വനിയിൽ 'യുവകവികൾ' എന്നു വിളിക്കുകയും ചെയ്യുന്നതിനെ 'മഹാകവിപ്പട്ടം' എന്ന പ്രബന്ധത്തിൽ കേസരി വളരെ മുമ്പ് അപലപിക്കുകയുണ്ടായി. യുവകവി എന്ന വിശേഷണം ഒരു 'കായംകുളം വാളാണ്'എന്നാണ് കേസരി അഭിപ്രായപ്പെട്ടത്.

ചില കാര്യങ്ങളിൽ വല്ലാത്ത കടുംപിടുത്തം തന്നെയുണ്ടായിരുന്നു ബാലകൃഷ്ണപിള്ളയ്ക്ക്. അതിലൊന്ന് പണം കൈകൊണ്ട് തൊടില്ലെന്നതാണ്. അന്യരിൽനിന്ന് സൗജന്യം സ്വീകരിക്കില്ലെന്നതാണ് മറ്റൊന്ന്. ഷഷ്ടിപൂർത്തി വേളയിൽ ആയിരത്തൊന്ന് രൂപയുടെ പണക്കിഴി നിരസിച്ചത് അതിന്റെ ഭാഗമാണ്. കേസരി പത്രത്തിന് സഹായമായി പെനാങ്കിൽനിന്ന് ഒടുവിൽ അയച്ചുകിട്ടിയ പണം തിരിച്ചയക്കുകയുണ്ടായി... കേസരിയുടെ സ്ഥിതി എത്രയും പരിതാപകരമാണെന്നറിയാവുന്ന തിരുകൊച്ചി ഗവൺമെന്റ്, അതിന്റെ മുഖ്യമന്ത്രി ടി.കെ നാരായണപിള്ള സർക്കാർ വകയായി ബാലകൃഷ്ണപിള്ളക്ക് സാമ്പത്തികസഹായം നൽകാൻ അതിയായി ആഗ്രഹിച്ചു. തിരു-കൊച്ചി ഗവൺമെണ്ടിനെ നയിക്കുന്ന സ്റ്റേറ്റ് കോൺഗ്രസ് നേതൃത്വത്തിന്റെ രാഷ്ട്രീയ ഗുരുവായിരുന്നല്ലോ കേസരി. സഹപാഠിയും സഹപ്രവർത്തകനുമായ പട്ടം താണുപിള്ള മുഖ്യമന്ത്രിയായിരിക്കെയാണ് ആദ്യം നിർദ്ദേശം മുന്നോട്ടുവെച്ചത്. നിത്യദാരിദ്ര്യത്തിൽനിന്ന് പൂർണമായും മോചനം ലഭിക്കുന്നതിന് പര്യാപ്തമായ തുക സർക്കാർവക- ഒരു കാരണവശാലും അത് സ്വീകരിക്കാൻ നിർവാഹമില്ലെന്ന് ബാലകൃഷ്ണപിള്ള അറുത്തുമുറിച്ചു പറഞ്ഞതിനെ തുടർന്ന് തിരുവിതാംകൂർ സർക്കാരിന്റെ ആലോചന പാതിവഴിയിൽ മുടങ്ങി. അടുത്തതായി തിരു-കൊച്ചി മുഖ്യമന്ത്രി ടി.കെ നാരായണപിള്ള തന്റെ രാഷ്ട്രീയ ഗുരുഭൂതന് സർക്കാർ വകയായി വലിയൊരു തുക ഗ്രാന്റ് നൽകിയാൽ സ്വീകരിക്കുമോ എന്നാരാഞ്ഞു. തന്റെ പ്രവൃത്തിസ്വാതന്ത്ര്യത്തേയും അഭിപ്രായനിഷ്പക്ഷതയേയും അത് പ്രതികൂലമായി ബാധിക്കും എന്നാണ് പിള്ള ആദ്യം മറുപടി പറഞ്ഞത്. നിർബന്ധം തുടർന്നപ്പോൾ അദ്ദേഹം പറഞ്ഞു: 'ഞാൻ പലപ്പോഴും നിശിതമായി വിമർശിച്ചിട്ടുള്ള തിരുവിതാംകൂർ ഗവൺമെന്റിൽനിന്നും യാതൊരു സഹായങ്ങളും സ്വീകരിക്കുന്ന പ്രശ്നമില്ല.

എന്നാൽ 1957-ൽ ഐക്യകേരളത്തിലെ ആദ്യത്തെ തിരഞ്ഞെടുക്കപ്പെട്ട സർക്കാർ ഇ.എം.എസ് നമ്പൂതിരിപ്പാടിന്റെ നേതൃത്വത്തിൽ അധികാരത്തിൽ വന്നപ്പോൾ കേസരിയെ സഹായിക്കാൻ ഒരു സൂത്രം പ്രയോഗിച്ചു. കേസരിയുടെ ചരിത്രഗവേഷണങ്ങളിൽ രണ്ടു ഭാഗങ്ങൾ പ്രസിദ്ധപ്പെടുത്തുന്നതിന് കേരള സാഹിത്യ അക്കാദമി മുഖേന മുൻകൂർ റോയൽറ്റി നൽകലായിരുന്നു പ്രസ്തുത സൂത്രം.

കേസരിയെ സഹായിക്കുന്നതിന് എന്തു ചെയ്യാൻ കഴിയുമെന്ന് ആലോചിക്കുക മുഖ്യ അജണ്ടയായി കേരള സാഹിത്യ അക്കാദമി നിർവാഹക സമിതിയുടെ യോഗം 1957 സെപ്തംബർ ഒന്നിന് നടന്നു. വിദ്യാഭ്യാസമന്ത്രി ജോസഫ് മുണ്ടശ്ശേരിയുടെ ഔദ്യോഗികവസതിയിൽ അദ്ദേഹത്തിന്റെ സാന്നിധ്യത്തിലും അക്കാദമി വർക്കിങ് ചെയർമാൻ കെ.പി കേശവമേനോന്റെ അധ്യക്ഷതയിലും. എ. ബാലകൃഷ്ണപിള്ളയുടെ ഗവേഷണ സംബന്ധമായ കയ്യെഴുത്ത് പ്രതികൾ പ്രസിദ്ധപ്പെടുത്തുന്നതിനുള്ള അവകാശം അയ്യായിരം രൂപ മുൻകൂർ പ്രതിഫലമായി നൽകി വാങ്ങണമെന്നും അതിനുള്ള കാര്യങ്ങൾ ചർച്ച ചെയ്ത് ഏർപ്പാടാക്കാൻ എസ്.കെ പൊറ്റെക്കാടിനെ ചുമതലപ്പെടുത്തുന്നുവെന്നുമാണ് അക്കാദമി യോഗം തീരുമാനിച്ചത്. പൊറ്റെക്കാട് മാടവനപ്പറമ്പിലെത്തി രണ്ടുതവണ ചർച്ച നടത്തുകയും കേസരിയെക്കൊണ്ട് അതിന് സമ്മതിപ്പിക്കുകയും ചെയ്തു. സൗജന്യമോ പുരസ്കാരമോ അല്ല, റോയൽറ്റിയാണ് എന്ന നിലയിലും പുസ്തകം പ്രസിദ്ധപ്പെടുത്താനുള്ള 'ഏക സാധ്യത' എന്ന നിലയിലുമാണ് കേസരി അതിന് വഴങ്ങിയത്. തനിക്ക് അവാർഡ് (പണക്കിഴി) നൽകാൻ വിവിധ കേന്ദ്രങ്ങളിൽ ശ്രമം നടക്കുന്നുവെന്നറിയുന്ന നിമിഷം അത് മുളയിലേ നുള്ളാൻ സന്ദേശമായക്കുക പിള്ളയുടെ സ്വഭാവമായിരുന്നു. പുരസ്കാരങ്ങൾക്ക് പകരം പുസ്തകം പ്രസിദ്ധപ്പെടുത്താൻ സഹായിക്കുക, പ്രതിഫലം ലഭ്യമാക്കുക, എഴുത്തുകാർക്കും ട്രേഡ് യൂണിയനുണ്ടാക്കുക തുടങ്ങിയ സങ്കൽപ്പങ്ങളാണദ്ദേഹത്തിനുണ്ടായിരുന്നത്.

ചരിത്രഗവേഷണങ്ങളുടെ രണ്ടും മൂന്നും ഭാഗങ്ങൾ പ്രസിദ്ധപ്പെടുത്താനുള്ള അവകാശമാണ് അയ്യായിരം രൂപ റോയൽറ്റി നൽകി സാഹിത്യ അക്കാദമി വാങ്ങിയത്. മാടവനപ്പറമ്പിലെ വയലുമഠം വീട്ടുവളപ്പിൽ ഹൃദ്യമായ ഒരു ചടങ്ങിൽ വച്ചാണ് അയ്യായിരം രൂപയുടെ ചെക്ക് കേസരിയെ ഏൽപ്പിച്ചതും ചരിത്രഗവേഷണങ്ങളുടെ മാനുസ്ക്രിപ്റ്റ് കേസരി നൽകിയതും.

വിദ്യാഭ്യാസ മന്ത്രി മുണ്ടശ്ശേരി, അക്കാദമി വർക്കിങ്ങ് പ്രസിഡന്റ് കെ.പി കേശവമേനോൻ, വിദ്യാഭ്യാസ സെക്രട്ടറി പി.കെ നമ്പ്യാർ, കുറ്റിപ്പുഴ, എസ്.കെ പൊറ്റെക്കാട്, വയലാർ രാമവർമ തുടങ്ങിയവരും തിരുവനന്തപുരം മുതൽ കേസരി സദസ്യനായിരുന്ന കെ.പി ശങ്കരമേനോൻ, പറവൂരിലെ 'കേസരി സ്കൂൾ' അംഗങ്ങളായ മേലങ്ങത്ത് നാരായണൻ കുട്ടി, ഇടപ്പള്ളി വേലായുധൻ, പിൽകാലത്ത് കേസരിയുടെ സമഗ്രജീവചരിത്രകർത്താവ് കൂടിയായ പറവൂർ ശിവൻ തുടങ്ങിയവരുമുൾപ്പെടെ നല്ലൊരു സദസ്സ്... കെ.പി കേശവമേനോനാണ് കേസരിക്ക് ചെക്ക് കൈമാറിയത്.

കേസരിയിൽനിന്നും ഏറ്റുവാങ്ങിയ ഗവേഷണ ലേഖനങ്ങൾ മാറിമാറിവന്ന അക്കാദമി ഭരണസമിതികൾ തുറന്നുനോക്കുകപോലും ചെയ്യാതെ വെച്ച, ഇരുപത്തെട്ട് വർഷത്തിനുശേഷം 1985-ൽ ആ കയ്യെഴുത്ത് പ്രതിയിൽ ഏതാനും ലേഖനങ്ങൾ ചേർത്ത് 'ചരിത്രത്തിന്റെ അടിവേരുകൾ' എന്ന പുസ്തകം പ്രസിദ്ധപ്പെടുത്തി 'കടമ' തീർത്തു...

തസ്കരനെപ്പോലെ മരണം

മരണവുമായി കേസരിക്ക് പ്രത്യേകമായ അടുപ്പം ചെറുപ്പം തൊട്ടേയുണ്ട്. ജന്മസിദ്ധമായ ആസ്ത്മയും പിന്നീട് തുടരെ വന്നുപെട്ട പ്ലൂരസിയടക്കമുള്ള രോഗങ്ങളും തന്നെ ഏകാകിയാക്കുകയും അന്തർമുഖനാക്കുകയും 'വീട്ടുതടങ്കലി'ലാക്കുകയും ചെയ്തുവെന്ന് തന്റെ മാനസിക വളർച്ചയെക്കുറിച്ചുള്ള കുറിപ്പിൽ അദ്ദേഹം വ്യക്തമാക്കുന്നുണ്ട്.

തന്റെ ശൈശവാനുഭവങ്ങളിൽ ഒന്നുമാത്രമേ ഒരു ചിത്രംപോലെ മനസ്സിൽ അവശേഷിച്ചിട്ടുള്ളുവെന്ന് ബാലകൃഷ്ണപിള്ള പിൽക്കാലത്ത് വ്യക്തമാക്കുകയുണ്ടായി. നാലുവയസ്സുള്ളപ്പോൾ മാതാപിതാക്കൾ, കരുനാഗപ്പള്ളി തഹസിൽദാരായിരുന്ന അമ്മാവൻ എന്നിവർക്കൊപ്പം കെട്ടുവള്ളത്തിൽ നടത്തിയ ഒരു പാതിരായാത്രയാണത്. 'ഏക്കപ്പിശാചായ' കുട്ടപ്പനെ (ബാലകൃഷ്ണപിള്ളയുടെ ചെല്ലപ്പേര്) രോഗശാന്തിക്കായി ഏറ്റുമാനൂരപ്പന്റെ സന്നിധിയിൽ തൊഴുവിച്ച് കെട്ടുവള്ളത്തിൽ മടങ്ങിവരികയായിരുന്നു. ആലപ്പുഴ പുന്നപ്രക്കടുത്ത് പള്ളാത്തുരിത്തിയാറ്റിലൂടെ അർധരാത്രി ആ കെട്ടുവള്ളം മന്ദംമന്ദം മുന്നോട്ടു പോയ്ക്കൊണ്ടിരിക്കെ രണ്ട് വള്ളങ്ങളിൽ ആജാനുബാഹുക്കളായ ആറേഴ് കച്ചവടക്കാർ കെട്ടുവള്ളം തടഞ്ഞുനിർത്തുകയും ബലപ്രയോഗത്തിനു മുതിരുകയും, ചെയ്തപ്പോൾ കെട്ടുവള്ളത്തിന്റെ നടുപ്പടിയിൽ വാച്ച്മാനായി ഇരുന്നിരുന്ന താലൂക്കാപ്പീസ് ശിപായി ചാടിയെഴുന്നേറ്റ് തിരിച്ച് ആക്രോശിച്ച- ഉടനെ പിന്തിരിഞ്ഞുപോയില്ലെങ്കിൽ തടികിട്ടില്ല. തഹസിൽദാരും

പൊലീസുകാരുമാണ് അകത്ത്... തഹസിൽദാരുടെ നേതൃത്വത്തിൽ രാത്രികാലത്ത് പരിശോധനക്കിറങ്ങിയതാവും എന്നും കരുതി നാടൻ ഗുണ്ടകൾ പിൻവാങ്ങി. ഈ സമയത്ത് അർധമയക്കത്തിലായിരുന്ന പിതാവിന്റെ മടിയിൽ പൂർണമായും കണ്ണുതുറന്നുകിടക്കുകയായിരുന്നു ബാലകൃഷ്ണപിള്ള. വള്ളത്തിൽ തൂക്കിയിട്ടിരുന്ന രണ്ട് മണ്ണെണ്ണ വിളക്കുകൾ പ്രസരിപ്പിച്ച അരണ്ട വെളിച്ചത്തിൽ കൊട്ടുവാളിന്റെ തിളക്കം കണ്ട് കുഞ്ഞ് നടുങ്ങി- മരണവക്ത്രത്തിൽനിന്ന് കഷ്ടിച്ച് രക്ഷപ്പെടുകയായിരുന്നുവെന്ന് വളരെപ്പിന്നീടാണ് മനസ്സിലായത്. തന്റെ മനസ്സിൽ ഒരിക്കലും മാഞ്ഞുപോകാതെ നിൽക്കുന്ന ചിത്രം മരണഭീഷണിയുടെ ആ ചിത്രമാണെന്ന് കേസരി പറയുമായിരുന്നു.

അന്ന് ഒഴിഞ്ഞുപോയ മരണം കേസരിയുടെ മനസ്സിൽ സവിശേഷമായ ഒരു മൃത്യുബോധം സൃഷ്ടിക്കാൻ ഇടയാക്കി. രണ്ടാമത്തെ മകൾ ജനിച്ച് മുപ്പതാംദിവസം കണ്ണടച്ചപ്പോൾ, നാലുവയസ്സുള്ളപ്പോൾ അർധരാത്രിയിൽ തന്നെ വലയം ചെയ്ത മൃത്യുവിനെ അദ്ദേഹം വീണ്ടും കണ്ടു. ഏഴുവർഷത്തിനുശേഷം 1926 മെയ് ആറിന് രാത്രി കേസരിയുടെ പുളിമൂട്ടിലെ വാടകവീട്ടിൽ മരണം വീണ്ടും പതുങ്ങിപ്പതുങ്ങി എത്തി. ആ വീട്ടിലെ ഒരേയൊരു സന്തതിയായ ശാരദയുടെ ജീവനും കവർന്ന് മരണം കടന്നുകളഞ്ഞു. വീട്ടുമുറ്റത്ത് ഓടിക്കളിക്കുന്നതിനിടയിൽ നെഞ്ചടിച്ച് വീഴുകയും അതിന്റെ വേദന മാറുമ്പോഴേക്കും ചുമ പിടിപെടുകയും മൂന്നു മാസത്തെ നാട്ടുചികിത്സയിലൂടെ അത് മാറിയെന്നു നിശ്ചയിച്ച് കുളിച്ചതോടെ ന്യൂമോണിയ പിടിപെടുകയുമായിരുന്നു. കടംവാങ്ങിയും സ്വർണാഭരണങ്ങൾ മുഴുവൻ വിറ്റും കഴിയാവുന്നത്ര ചികിത്സ ലഭ്യമാക്കുകയും ചെയ്തു. രോഗം ഭേദപ്പെട്ടുവെന്നു കരുതി ആശ്വസിച്ച് എല്ലാവരും ഉറങ്ങാൻപോയശേഷം അച്ഛൻ വീണ്ടുംവന്ന് നോക്കിയപ്പോഴാണ് മകൾ എന്നെന്നേക്കുമായി വിട്ടുപോയെന്ന് മനസ്സിലായത്. എട്ടുവർഷവും രണ്ടരമാസവും മാത്രം ജീവിച്ച ശാരദ ബാലകൃഷ്ണപിള്ളയുടെ മനസ്സിൽ ഒരു നൊമ്പരമായി അന്ത്യം വരെ പിന്തുടർന്നു. സ്നേഹലാളനകൾക്ക് സമയമില്ലാത്ത, അതറിയാത്ത ആ മനസ്സ് എന്നും തേങ്ങിക്കൊണ്ടിരുന്നു.

ഫ്രഞ്ച് പഠനത്തിലേക്കും അതുവഴി ആധുനികതയിലേക്കും യാദൃച്ഛികമായി എത്തിച്ച സതീർഥ്യവൻ വീരകുമാരൻ അർബുദം ബാധിച്ച് 1919-ൽ അകാലത്തിൽ മരിച്ചത് ബാലകൃഷ്ണപിള്ളക്ക് വലിയ ആഘാതമായി...

അച്ഛൻ ദാമോദരൻ കർത്താവിന്റെ മരണവും പിള്ളയ്ക്ക് ഓർത്ത് സങ്കടപ്പെടുന്നതിന് കാരണമായി. രണ്ടാം ഭാര്യയ്ക്കും മക്കൾക്കുമൊപ്പം

താമസിക്കുകയായിരുന്ന കർത്താവിനെ ബാലകൃഷ്ണപിള്ള ചെന്നുകാണുക പതിവില്ല. ഏതാനും ആഴ്ചകളോളം അസുഖമായി കിടന്നശേഷം 1921 ഒക്ടോബർ എട്ടിനാണ് കർത്താവ് മരിച്ചത്. കോടതിയിൽ നിന്നും വീട്ടിൽ തിരിച്ചെത്തി വിശ്രമിക്കുമ്പോഴാണ് അച്ഛൻ മരിച്ച വിവരവുമായി മൂത്തമകനായ ബാലകൃഷ്ണപിള്ളയുടെ വീട്ടിൽ ആളെത്തിയത്. അസുഖവിവരം തന്നെ അറിയിക്കാത്തതിനാലും ദീർഘകാലമായി ബന്ധമൊന്നുമില്ലാത്തതിനാലും ശവസംസ്കാരത്തിന് പിള്ള പോയില്ല. ചരമവിവരമറിയിച്ചെത്തിയ ബന്ധുവിനെ തർക്കിച്ചാണ് പറഞ്ഞയച്ചത്... മുൻകോപം കാരണം അങ്ങനെ ചെയ്തുപോയത് വലിയ അപരാധമായിപ്പോയെന്ന് പിള്ള പിന്നീട് പശ്ചാത്തപിച്ചു.

കടുത്ത സാമ്പത്തിക പ്രയാസവും സർക്കാർ നിശ്ചയിച്ച പിഴയൊടുക്കാൻ ഗത്യന്തരമില്ലാത്ത അവസ്ഥയുമെല്ലാം കാരണം കേസരി അടച്ചുപൂട്ടുന്നത് 1935 ഏപ്രിലിലാണ്. അതിന് ഏതാനും മാസം മുമ്പാണ് ബാലകൃഷ്ണപിള്ളയുടെ അമ്മ മരിച്ചത്. പുളിമൂട്ടിലെ ശരദാ പ്രിന്റിങ്ങ് വർക്സ് കെട്ടിടത്തിലെ താമസസ്ഥലത്ത് ബാലകൃഷ്ണപിള്ളയുടെ കിടപ്പുമുറിക്ക് തൊട്ടടുത്ത മുറിയിലായിരുന്ന അമ്മ പാർവതിയുടെ കിടപ്പ്. പത്രപ്രവർത്തനത്തിന്റെയും രാഷ്ട്രീയ ചിന്തയുടെയും പ്രാചീന ചരിത്ര ഗവേഷണത്തിന്റെയും രാപകൽ തിരക്കിനിടയിൽ അമ്മയെയും വേണ്ടവിധം പരിചരിക്കാൻ കഴിഞ്ഞില്ലെന്ന ബോധം പിള്ളയെ അലട്ടുകയുണ്ടായി. ചരമാനന്തരമുള്ള മതപരമായ കർമങ്ങളിൽ വിശ്വാസമില്ലാത്തതിനാൽ ബാലകൃഷ്ണപിള്ള ഉത്തരവാദിത്തം അനുജനായ ബി ചന്ദ്രശേഖപിള്ളക്കു നൽകി. ചരമാനന്തര ക്രിയകളിൽ പിള്ള സംബന്ധിച്ചില്ല...

മകൾ ശാരദ മരിച്ചപ്പോഴുണ്ടായ അത്രതന്നെ തീവ്രദുഃഖമുണ്ടായത് അനുജൻ ഡോക്ടർ എ.പി പിള്ളയുടെ മരണത്തിലാണ്. അനുജനെ മകനെപ്പോലെയെന്നപോലെയോ അതിലേറെയോ പിള്ള സ്നേഹിച്ചു. അച്ഛൻ ഇല്ലാത്ത കുറവ് അവന് അനുഭവപ്പെടരുതെന്ന ശാഠ്യത്തോടെ കഠിനാദ്ധ്വാനം ചെയ്താണ് 'പപ്പുണ്ണി' എന്നു വിളിക്കുന്ന പത്മനാഭനെ ബാലകൃഷ്ണപിള്ള പഠിപ്പിച്ചത്. അവന്റെ ഒരാവശ്യത്തിനും എതിരുനിന്നില്ല. കഠിനാധ്വാനം ചെയ്തും കടം വാങ്ങിയും എം.ബി.ബി.എസ് പഠിപ്പിച്ചു. രാജഭരണത്തിനുകീഴിൽ ഉദ്യോഗം സ്വീകരിക്കരുതെന്ന് പറഞ്ഞ് ബ്രിട്ടീഷ് സർവീസിൽ ചേരാൻ നിർദ്ദേശിച്ചു.... 1916-ൽ ബ്രിട്ടീഷ് ഇന്ത്യൻ മെഡിക്കൽ സർവീസിൽ ലെഫ്റ്റനന്റായും പിന്നീട് ക്യാപ്റ്റനായും പ്രവർത്തിച്ച ഡോക്ടർ എ.പി പിള്ള ബസ്റ, ബാഗ്ദാദ്, ബർമ എന്നിവിടങ്ങളിലെല്ലാം പ്രശസ്തമായ സേവനമനുഷ്ഠിച്ചു. ശസ്ത്രക്രിയാവിദഗ്ധൻ

എന്ന നിലയിൽ സർക്കാർ അവാർഡ് ലഭിച്ച ഡോക്ടർ പിള്ളയ്ക്ക് ഒന്നാം ലോകയുദ്ധത്തിലെ മികവുറ്റ പ്രവർത്തനം മാനിച്ച് ബ്രിട്ടീഷ് ഗവൺമെന്റ് 1919-ൽ ഓഡർ ഓഫ് ദി ബ്രിട്ടീഷ് എംപയർ അവാർഡ് നൽകുകയുണ്ടായി. പിന്നീടാണദ്ദേഹം ജോലി രാജിവച്ച് മഹാരാഷ്ട്രയിലും ഇംഗ്ലണ്ടിലും സ്വകാര്യ പ്രാക്ടീസ് നടത്തിയതും അന്താരാഷ്ട്ര പ്രശസ്തനായ ലൈംഗികശാസ്ത്രവിദഗ്ധനായതും.

ബാലകൃഷ്ണപിള്ളക്ക് ജീവിതം തള്ളിനീക്കാൻ കഴിഞ്ഞത് അനുജന്റെ സഹായംകൊണ്ടാണ്. ജ്യേഷ്ഠന്റെ പ്രതിഭയെയും പ്രതിബദ്ധതയെയും കുറിച്ച് നന്നായി അറിയാമായിരുന്ന അനുജൻ ജ്യേഷ്ഠന് ആവശ്യമായി വരുമെന്നറിയാവുന്ന ലഭ്യമായ പുസ്തകങ്ങൾ വാങ്ങി അയച്ചുകൊടുത്തു, കഴിയാവുന്നത്ര പണം മണിയോഡറായി അയച്ച് പട്ടിണിയിൽനിന്ന് രക്ഷിക്കാൻ ശ്രമിച്ചു.

ലൈംഗികരോഗ ചികിത്സയിൽ പ്രത്യേക വൈദഗ്ധ്യം നേടിയ ഡോക്ടർ പിള്ള ലൈംഗികതയുമായി ബന്ധപ്പെട്ട് ലോകത്ത് നിലനിന്ന യാഥാസ്ഥിതിക വിശ്വാസങ്ങളും അതിന്റെ അനാവശ്യ നിഗൂഢതയും പ്രകടിപ്പിക്കുന്നതിലെയും പറയുന്നതിലെയും ലജ്ജയും ഇല്ലാതാക്കുന്നതിൽ സാർവദേശീയമായിത്തന്നെ വലിയ പങ്കുവഹിച്ചു. ബാലകൃഷ്ണപിള്ള മലയാളത്തിൽമാത്രം അറിയപ്പെടുന്ന ഒരു പത്രാധിപരാണെങ്കിൽ ഡോക്ടർ പത്മനാഭപിള്ള അന്താരാഷ്ട്ര പ്രശസ്തനായ പത്രാധിപരായിരുന്നു. ലൈംഗിക വിദ്യാഭ്യാസത്തിന്റെയും കുടുംബാസൂത്രണത്തിന്റെയും പ്രാധാന്യം ജനങ്ങളെ ബോധവൽക്കരിക്കുക എന്ന ഉദ്ദേശ്യത്തോടെ 'മാരിയേജ് ഹൈജീൻ' എന്ന ഇംഗ്ലീഷ് മാസിക മുംബൈയിൽനിന്നും ഡോക്ടർ പിള്ളയുടെ പത്രാധിപത്യത്തിൽ പ്രസിദ്ധപ്പെടുത്തി. നാലുവർഷം മുടക്കമില്ലാതെ നടന്ന ആ മാസികയ്ക്കുശേഷം 'ദി ഇന്റർനാഷണൽ ജേണൽ ഓഫ് സെക്സോളജി'യുടെ പത്രാധിപരായി അദ്ദേഹം ചുമതലയേറ്റു. ഇരുപത് രാഷ്ട്രങ്ങളിൽനിന്നുള്ള ഓരോ ലൈംഗിക ശാസ്ത്രജ്ഞൻ, അതിന്റെ സഹപത്രാധിപന്മാരായിരുന്നു. ബേർത്ത് കൺട്രോൾ സിമ്പ്ളിഫൈഡ്, ആർട് ഓഫ് ലവ് ആൻഡ് സെക്സ് ലിവിങ്ങ്സ്, ഡിസീസ് ഓഫ് വുമൻ ആന്റ് ചിൽഡ്രൻ, സെക്സ് നോളേജ് ഫോർ ബോയ്സ്, സെക്സ് നോളേജ് ഫോർ ഗേൾസ് തുടങ്ങി ഇരുപതാം നൂറ്റാണ്ടിന്റെ ആദ്യപകുതിയിൽ അന്താരാഷ്ട്ര പ്രസിദ്ധിയാർജിച്ച ഗ്രന്ഥങ്ങളുടെ കർത്താവുമായിരുന്നു ഡോക്ടർ പിള്ള.

1956 ജൂണിൽ മുംബൈയിൽനിന്ന് അനുജന്റെ ഒരു കത്ത് കേസരിക്ക് കിട്ടി. ഗുരുതരമായ ശ്വാസകോശ രോഗത്തിനടിപ്പെട്ടിരിക്കുന്നെന്നും വൈകാതെ മുംബൈയിലെ ആശുപത്രിയിൽ ശസ്ത്രക്രിയക്ക് വിധേയനാകുമെന്നുമാണ് കത്ത്. അതോടെ ഊണും ഉറക്കവും നഷ്ടപ്പെട്ടപോലെയായി അദ്ദേഹം. ഏതാനും ദിവസത്തിനകം ലഭിച്ചത് ടെലഗ്രാമാണ്. ലണ്ടനിൽനിന്നും തന്റെ സഹപാഠിയായ എ ഗോപാലമേനോന്റെ (മുൻ വിദ്യാഭ്യാസ ഡയറക്ടർ) സഹോദരൻ അയച്ച ടെലഗ്രാം.... ഡോക്ടർ എ.പി പിള്ള ലണ്ടനിലെ ആശുപത്രിയിൽ മരണപ്പെട്ടു... അന്ന് കേസരി പൊട്ടിക്കരഞ്ഞു.

തന്റെ ശിഷ്യതുല്യരായ മൂന്ന് വാത്സല്യഭാജനങ്ങളുടെ മരണവും ബാലകൃഷ്ണപിള്ളയെ വല്ലാതെ തളർത്തുകയുണ്ടായി. പ്രതീക്ഷിച്ചിരുന്നതും 'തടയാൻ' ശ്രമിച്ചിരുന്നതുമായ ചങ്ങമ്പുഴയുടെ മരണം; അപ്രതീക്ഷിതവും നടുക്കിക്കളഞ്ഞതുമായ എം.പി പോളിന്റെ അകാല ചരമം- ചങ്ങമ്പുഴയെപ്പോലെ തന്നെ മാനസപുത്രനെപ്പോലെ കണ്ടിരുന്ന സി.ജെ തോമസിന്റെ അകാലമൃത്യ- അന്ത്യകാലത്ത് ശരീരത്തിനും പ്രജ്ഞക്കും ക്ഷീണം സംഭവിച്ച് കോട്ടയത്ത് ചികിത്സയും വിശ്രമവുമായി കഴിയുന്നതിനിടയിലാണ് വെല്ലൂർ ആശുപത്രിയിൽവച്ച് സി.ജെ മരിച്ചെന്ന വാർത്തയറിയുന്നത് - വർത്തമാനപത്രം കണ്ണീർ വീണ് കുതിർന്നു- കേസരിയുടെ ചരിത്രഗവേഷണങ്ങൾ മുഴുവൻ സമാഹരിച്ച് എഡിറ്റ് ചെയ്ത് അത്യാവശ്യം വിശദീകരണം സഹിതം പ്രസിദ്ധപ്പെടുത്താൻ ശ്രമിക്കൽ താൻ ഉത്തരവാദിത്തമായി ഏറ്റെടുക്കുന്നുവെന്ന് അറിയിച്ചിരുന്നു സി.ജെ- പക്ഷേ, കേസരിയേക്കാൾ മുമ്പേ സി.ജെ പോയി...

മരണം എന്ന തമാശയും ജ്യോതിഷവും

പ്രിയപ്പെട്ടവരുടെ അകാലമൃത്യു ഒടുവിലൊടുവിൽ മരണത്തെ തമാശയോടെ കാണാൻ കേസരിയെ പരിശീലിപ്പിച്ചു! സ്വന്തം മൃത്യു പ്രവചിക്കുകയും മരണസമാനമായ അവസ്ഥയിൽ അൽപ്പനേരമെങ്കിലും കഴിയുകയും സ്വന്തം ചരമവാർത്ത പത്രത്തിൽ വായിച്ച് രസിക്കുകയും ചെയ്യുന്നതിലേക്കുവരെ എത്തി അത്.

ജ്യോതിഷം കേസരിയുടെ ഇഷ്ടപ്പെട്ട വിഷയങ്ങളിലൊന്നായിരുന്നു. വിശ്രമവിനോദം, സ്വകാര്യ ഭ്രാന്തുകളിലൊന്ന്, എന്നെല്ലാം ജ്യോതിഷത്തോടുള്ള ഇഷ്ടം വിശേഷിപ്പിക്കപ്പെട്ടിട്ടുണ്ടെങ്കിലും വാസ്തവത്തിൽ കേസരിക്ക് അതൊരു ജ്ഞാനസ്രോതസ്സ് തന്നെയായിരുന്നു. സഹസ്രാബ്ദങ്ങൾക്കപ്പുറത്ത് ബാബിലോണിയയിലും ഇന്നത്തെ അറബ് നാടുകളായ പുരാതന മെസൊപ്പൊട്ടേമിയൻ, സുമേറിയൻ നാഗരികതകളുടെ നാട്ടിലുമെല്ലാം നിലനിന്നിരുന്ന കാലഗണനാ സമ്പ്രദായങ്ങൾ മനസ്സിലാക്കി കൽപ്പഗണിതസമ്പ്രദായം ആവിഷ്ക്കരിച്ചുവെന്നതാണ് തന്റെ വ്യക്തിപരമായ ഏറ്റവും വലിയ സംഭാവനയായി കേസരി അഭിമാനിച്ചിരുന്നത്. ജ്യോതിഷത്തിലെ ഗണിതത്തെ ശാസ്ത്രീയമായി വ്യാഖ്യാനിക്കുക കൂടി ചെയ്തുകൊണ്ടാണിത്. ജ്യോതിഷത്തിലെ 'പരിഹാരക്രിയകളായി' കർമങ്ങളെയോ അന്ധവിശ്വാസങ്ങളെയോ ഒരിക്കലും

അംഗീകരിച്ചിട്ടില്ലാത്ത കേസരി പക്ഷേ, സ്വയം ജാതകം നോക്കുകയും മരണം പ്രവചിച്ച് നിരന്തരം പരാജയപ്പെടുകയും ചെയ്യുപോന്നു.

കേരളത്തിലെ യുക്തിവാദ പ്രസ്ഥാനത്തിന്റെ നായകനായ കുറ്റിപ്പുഴ കൃഷ്ണപിള്ള എഴുതുന്നു: 'ജ്യോതിഷ വിശ്വാസത്തിൽക്കൂടി ഈശ്വരവിശ്വാസത്തിലേക്കും കേസരി കടന്നിട്ടില്ലേ എന്നു ചിലർ സംശയിക്കുന്നുണ്ട്. ഇതിന് യാതൊരടിസ്ഥാനവുമില്ല. ജ്യോതിഷത്തിലെ ഗണിതഭാഗം മാത്രമേ അദ്ദേഹം ശ്രദ്ധിച്ചിരുന്നുള്ളൂ. അതും ഒരു വിശ്രമത്തിനു വേണ്ടി മാത്രമായിരുന്നുതാനും. സാധാരണ ജ്യോത്സ്യന്മാരെപ്പോലെ ഗ്രഹദോഷപരിഹാര മാർഗങ്ങളും മറ്റും അദ്ദേഹം നിർദ്ദേശിച്ചിരുന്നില്ല; അതൊക്കെ അന്ധവിശ്വാസമാണെന്ന് പറയുകയും പതിവായിരുന്നു. അപ്പോൾപ്പിന്നെ ഈ ജ്യോതിഷ വിനോദത്തിനും ഈശ്വരവിശ്വാസത്തിനും തമ്മിലെന്താണ് ബന്ധം? പത്തുപതിനഞ്ച് വർഷത്തോളം ഞാൻ അദ്ദേഹത്തോട് വളരെ അടുത്ത് ബന്ധപ്പെട്ട് പെരുമാറുകയും വിവിധ വിഷയങ്ങളെപ്പറ്റി ഞങ്ങൾ വാദപ്രതിവാദം നടത്തുകയും ചെയ്തിട്ടുണ്ട്. ഒരവസരത്തിലും ഇത്തരമൊരു വിശ്വാസത്തെപ്പറ്റി സംശയിക്കാനിടവന്നിട്ടില്ല. തത്ത്വദൃഷ്ട്യാ രണ്ടും സങ്കൽപ്പ സൃഷ്ടങ്ങളായിട്ടേ അദ്ദേഹം ഗണിച്ചിരുന്നുള്ളൂ. മരണാനന്തരം ഒന്നും അവശേഷിക്കുന്നില്ല എന്ന അഭിപ്രായത്തിൽ അദ്ദേഹം ഉറച്ചുനിന്നു.'

സ്വന്തം അച്ഛന്റെ മൃതദേഹം കാണാൻ പോവുകയോ കർമ്മങ്ങളിൽ പങ്കെടുക്കുകയോ ചെയ്തില്ല. അമ്മയുടെ അന്ത്യകർമങ്ങൾക്കുള്ള ചുമതല അനുജന് വിട്ടുകൊടുത്ത് എല്ലാ ചടങ്ങിൽനിന്നും മാറിനിന്നു. താൻ മരിച്ചാൽ മതപരമായ യാതൊരു കർമങ്ങളും പാടില്ല, എന്ന് ഒസ്യത്തായി പറഞ്ഞുവെച്ചു.

വി.ടി ഭട്ടതിരിപ്പാട് ബാലകൃഷ്ണപിള്ളയെ മാടവനപ്പറമ്പിലെ വീട്ടിൽ സന്ദർശിച്ച് മടങ്ങുമ്പോഴത്തെ അനുഭവം അനുസ്മരിക്കുന്നതിങ്ങനെ: 'ഈശ്വരനില്ല എന്ന് ഉറപ്പിച്ചു പറയുന്ന ബാലകൃഷ്ണപിള്ളയോട് യാത്ര പറഞ്ഞ് പിരിയുമ്പോൾ ഒരു ഋഷിവാടത്തിൽനിന്ന് ഇറങ്ങിപ്പോരുമ്പോഴുണ്ടാകുന്ന മധുരമായ വേദനയോടുകൂടി അലൗകികതയിലേക്കാണ് കാലൂന്നിപ്പോകുന്നതെന്നത്രെ തോന്നുക.'

യുക്തിവാദാചാര്യനായ കുറ്റിപ്പുഴയുടെ വിചാരവിപ്ലവം, വിമർശരശ്മി എന്നീ കൃതികൾക്ക് സമഗ്രമായി നിരൂപണമെഴുതുകയും ഇനി അവതാരിക എഴുതില്ല എന്ന പ്രതിജ്ഞയെടുത്ത ശേഷം അത് താൽക്കാലികമായി ലംഘിച്ച് എം.സി ജോസഫിന്റെ 'പുരോഗതി'ക്ക് വിശദമായ അവതാരികയെഴുതിയതും എല്ലാവിധ അന്ധവിശ്വാസങ്ങൾക്കുമെതിരും

ആധുനികതക്കും ശാസ്ത്രീയതക്കും വേണ്ടി പ്രതിജ്ഞാബദ്ധവുമായ സമീപനത്തിന് ദൃഷ്ടാന്തമാണ്.

എന്നിട്ടും അദ്ദേഹം തന്റെ മരണം നക്ഷത്രഫലം വച്ച് പലതവണ പ്രവചിക്കുകയും ആ നിമിഷത്തിനായ് കാത്തുകിടക്കുകപോലും ചെയ്തു! ഒരിക്കൽ അദ്ദേഹത്തിന്റെ 'മരണവൃത്താന്തമറിഞ്ഞ്' പ്രിയസുഹൃത്ത് സീതാരാമൻ (ഹാസ്യസാഹിത്യകാരൻ) വയൽമഠം വീട്ടിൽ എത്തിയപ്പോൾ കേസരി എഴുന്നേൽക്കാൻപോലും വയ്യാതെ കിടക്കുകയായിരുന്നു. ചുറ്റും ബന്ധുജനങ്ങൾ. മരണവിവരമറിഞ്ഞ് സുഹൃത്ത് വരുന്നുണ്ടെന്നറിഞ്ഞപ്പോൾ മരണം അഭിനയിച്ച് കിടക്കാമെന്ന് തമാശപറയുകയും 'നിശ്ചല'നായി കിടക്കുകയും ചെയ്തു. ദുഃഖഭാരത്തോടെ സീതാരാമൻ പരേതാത്മാവിനെ നോക്കുമ്പോൾ അതാ കോട്ടുവാ.. അപ്പോ സാറ് മരിച്ചില്ല അല്ലേ എന്ന് സീതാരാമൻ- തനിക്ക് ഹാസ്യസാഹിത്യമെഴുതാൻ ഇതൊരു പ്ലോട്ടാകട്ടെ എന്ന് കേസരി.

സ്വന്തം ചരമവാർത്തയും അനുശോചനമുഖപ്രസംഗങ്ങളും വായിക്കാൻ അവസരം ലഭിച്ച, അറിയപ്പെട്ടേടത്തോളം ഏക മലയാളിയും മറ്റാരുമല്ല. കോട്ടയത്തെ പ്രശസ്തമായ പൗരധ്വനി പത്രത്തിൽ 1944 ഏപ്രിൽ 19-ന് കേസരിയുടെ ചരമവാർത്ത വന്നു. നിര്യാതനായി. എ ബാലകൃഷ്ണപിള്ള എന്ന തലവാചകത്തിനുതാഴെ അവർ താഴെപറയും പ്രകാരം റിപ്പോർട്ട് ചെയ്തു; 'വിഖ്യാതപണ്ഡിതനും പേരെടുത്ത സാഹിത്യകാരനുമായിരുന്ന മി. എ ബാലകൃഷ്ണപിള്ള ബി.എ.ബി.എൽ പറവൂരുള്ള ഭാര്യാഗൃഹത്തിൽ വെച്ചു നിര്യാതനായിരിക്കുന്ന വിവരം ഇവിടെ അറിവ് കിട്ടിയിരിക്കുന്നു. കേസരി, പ്രബോധകൻ, സമദർശി മുതലായ പത്രങ്ങളുടെ പത്രാധിപരായിരുന്ന ഇദ്ദേഹം ഒരു സ്വതന്ത്ര പത്രപ്രവർത്തകനെന്നു പ്രസിദ്ധിയെ സമാർജ്ജിച്ചിരുന്നു. ഒരു ഫ്രഞ്ച് ഗ്രന്ഥത്തിന്റെ തർജമയായ 'കാമുകൻ' എന്ന നോവൽ അദ്ദേഹം കേസരി നടത്തിക്കൊണ്ടിരുന്ന കാലത്ത് പ്രസിദ്ധപ്പെടുത്തിയിട്ടുള്ളതാണ്. കേരള ചരിത്ര സംബന്ധമായ ഒരു വിപുലഗ്രന്ഥം ഇദ്ദേഹം എഴുതിക്കൊണ്ടിരിക്കുകയായിരുന്നു. മി. ബാലകൃഷ്ണപിള്ളയുടെ ചരമം കേരള സാഹിത്യ ലോകത്തിന് ഒരു അപരിഹാര്യമായ നഷ്ടമാണ്. പരേതാത്മാവിന് നിത്യശാന്തിക്കായി പ്രാർത്ഥിച്ചുകൊള്ളുന്നു.'

ഈ വാർത്ത വന്ന പത്രവുമായി സംഗതി സത്യമാണോ എന്നറിയാൻ മറ്റൊരു പത്രത്തിന്റെ ലേഖകൻ മാടവനപ്പറമ്പിലെത്തുകയാണ്. പെരുമ്പാവൂർ ഇൻകംടാക്സ് ഓഫീസറായ അളിയൻ കുമാരൻ നായർ കേസരിയുടെ അടുത്തെത്തി പത്രത്തിലെ മരണവാർത്ത

അറിയിച്ചപ്പോൾ നിസ്സംഗമായ മറുപടി, 'നന്നായി' എന്നത്രേ. മരണത്തെ അദ്ദേഹം കൊതിച്ചിരുന്നു. ദുരിതങ്ങൾ, വേദനകൾ അകലുമല്ലോ എന്ന തോന്നൽ... തന്റെ മരണത്തീയതി കുറിക്കുന്നതിലും ആരോഗ്യസ്ഥിതിയിൽ അൽപ്പമെങ്കിലും വ്യതിയാനമുണ്ടാകുമ്പോൾ മരണം അടുത്തുവെന്ന് പറയലും അതിന്റെ ഭാഗമാകാം. കുറെ ദിവസങ്ങളോളം കേസരിക്ക് അസുഖം കലശലാവുകയും അത്യാസന്നമാണെന്ന അഭ്യൂഹം പരക്കുകയും ചെയ്ത ഘട്ടത്തിൽ വൃദ്ധനായ ഒരു പത്ര ഏജന്റിനു പറ്റിയ അബദ്ധമാണ് മരണവാർത്തയായി അച്ചടിക്കപ്പെട്ടതത്രേ. അതുമായി ബന്ധപ്പെട്ട് പല അഭ്യൂഹങ്ങളും വിവാദങ്ങളുമുണ്ടായി.

ഏതായാലും പത്രവാർത്ത ബാലകൃഷ്ണപിള്ളക്ക് നന്നായി ബോധിച്ചു, ഉടനെ തന്നെ ടൗണിൽനിന്നും പത്രം വിലകൊടുത്ത് വാങ്ങിപ്പിച്ച് പിള്ള വായിച്ചു. പൗരധ്വനിയുടെ മുഖപ്രസംഗം പരേതന് നന്നെ ഇഷ്ടപ്പെട്ടു. അവർ എഴുതിയിരിക്കുന്നു: 'മി. എ ബാലകൃഷ്ണപിള്ളയുടെ ചരമം തിരുവിതാംകൂറിനും വിശിഷ്യ പത്രലോകത്തിനും ഒരു നഷ്ടമാണെന്നുള്ളതിൽ സംശയമില്ല. വിദ്യാഭ്യാസകാലത്തെ പ്രശസ്തമായ വിജയങ്ങൾക്കുശേഷം, കോളേജ് ക്ലാസുകളിൽ ട്യൂട്ടറായി ജീവിതമാരംഭിച്ച അദ്ദേഹം, സ്വതന്ത്രമായ ഒരു തൊഴിലിനുവേണ്ടി പത്രപ്രവർത്തനത്തിൽ ഏർപ്പെടുകയാണ് ചെയ്തത്. തിരുവിതാംകൂറിൽ അദ്ദേഹം പല പത്രങ്ങളുടേയും ആധിപത്യം വഹിച്ചിട്ടുണ്ട്. ഒടുവിൽ കേസരി നിന്നുപോയതോടെ , മി ബാലകൃഷ്ണപിള്ളയുടെ പത്രാധിപത്യം അവസാനിക്കുകയുണ്ടായി.

വിവിധ ഭാഷകളിൽ ഉറച്ച പാണ്ഡിത്യം, സാഹിത്യ നിരൂപണ പാടവം, രാഷ്ട്രീയമായ അണുപോലും വ്യതിചലിക്കാത്ത നിഷ്പക്ഷത, നിരന്തരമായ പുസ്തക പാരായണം, പ്രശസ്തിയിൽ കൊതിയില്ലായ്മ എന്നിവയിൽ അദ്ദേഹം ഒരു മാതൃകാ പുരുഷനായിരുന്നുവെന്ന് ശത്രുക്കൾക്കുപോലും സമ്മതിക്കാതെ ഗത്യന്തരമില്ല. പ്രലോഭനങ്ങൾക്കും ലൗകികമായ മേന്മകൾക്കും വഴിപ്പെട്ട് ഉന്നതനിലയിൽ എത്താൻ സകല കഴിവുകളും ഉണ്ടായിരുന്ന മി. ബാലകൃഷ്ണപിള്ള, അവയെല്ലാം ഉപേക്ഷിച്ചത് അദ്ദേഹത്തിന്റെ പരാജയമായിരുന്നെങ്കിൽ ത്യാഗത്തിന്റെ വിജയമായിരുന്നു.

ഇപ്രകാരമുള്ള ഒരു വ്യക്തിയുടെ വിയോഗത്തിൽ, അദ്ദേഹത്തിന്റെ ബന്ധുമിത്രാദികളോടൊപ്പം ഞങ്ങൾ അനുശോചിക്കുകയും അദ്ദേഹത്തിന്റെ ആത്മാവിന് നിത്യശാന്തി പ്രാർത്ഥിക്കുകയും ചെയ്തുകൊള്ളുന്നു.'

ബാലകൃഷ്ണപിള്ളയുടെ ചരമവാർത്ത രണ്ടു ദിവസം കഴിഞ്ഞു മാത്രമാണ് കോഴിക്കോട്ടെ മാതൃഭൂമിക്ക് കിട്ടിയത്. കഴിഞ്ഞ ഒമ്പത്

വർഷത്തോളമായി തങ്ങളുടെ പത്രത്തിലും ആഴ്ചപ്പതിപ്പിലുമായി എല്ലാ ആഴ്ചയും എഴുതുന്ന 'കേസരി'യുടെ 'നിര്യാണം' മാതൃഭൂമിയെ ഏറെ വേദനിപ്പിച്ചു! 1944 ഏപ്രിൽ 21-ന് മാതൃഭൂമി മുഖപ്രസംഗത്തിൽ എഴുതി: "സുപ്രസിദ്ധ ദേശാഭിമാനിയും പത്രാധിപരും സാഹിത്യകാരനുമായ ശ്രീ എ ബാലകൃഷ്ണപിള്ള വടക്കൻ പറവൂരിലുള്ള അദ്ദേഹത്തിന്റെ വസതിയിൽവെച്ച് കാസശ്വാസ രോഗത്താൽ അന്തരിച്ച വിവരം വ്യസനപൂർവം രേഖപ്പെടുത്തിക്കൊള്ളുന്നു. തിരുവിതാംകൂർ ഗവൺമെന്റ് പത്രമാരണ നിയമപ്രകാരം നിരോധിക്കുന്നതുവരേയും അദ്ദേഹം 'കേസരി' എന്ന പത്രത്തിന്റെ അധിപനായിരുന്നു. തനിക്ക് ശരിയെന്നു തോന്നിയ അഭിപ്രായങ്ങൾ തുറന്നുപറയുന്നതിൽ അദ്ദേഹം ആരേയും ഭയപ്പെട്ടില്ല. ഇംഗ്ലീഷ്, ഫ്രഞ്ച്, ജർമൻ എന്നീ പശ്ചാത്യഭാഷകളിലും സംസ്കൃതം, ഹിന്ദി, തമിഴ് മുതലായ ഭാരതീയ ഭാഷകളിലും അസാമാന്യ പാണ്ഡിത്യമുണ്ടായിരുന്ന അദ്ദേഹം 'കേസരി' മുഖേന ഒരു പുതിയ നിരൂപണരീതിതന്നെ സൃഷ്ടിച്ചു എന്നു പറയാം. ആധുനിക ശാസ്ത്രജ്ഞാനത്തിലും അദ്ദേഹം ആരുടെയും പിറകിലല്ലായിരുന്നു...."

താൻ മരിച്ചുവെന്ന വാർത്ത പൂർണമായി നിഷേധിക്കുന്നതിനു പകരം, പൗരധ്വനി പത്രാധിപർക്ക് കേസരി എഴുതിയത് ഇമ്മട്ടിലത്രേ- "താങ്കളുടെ പത്രത്തിൽവന്ന എന്റെ ചരമ വൃത്താന്തം കുറെ അതിശയോക്തിപരമായിപ്പോയി... തന്റെ സ്വന്തം മരണ വാർത്തയും തന്റെ മരണശേഷം തന്നെക്കുറിച്ചുള്ള പൊതുജനാഭിപ്രായവും വായിക്കുന്നതിനു വളരെ അപൂർവമായി മാത്രമേ മനുഷ്യനു സാധിക്കുകയുള്ളൂ. പ്രായേണ അദൃഷ്ടപൂർവമായ ഈ അനുഭവം എനിക്കുണ്ടാക്കിതന്നതിനും എന്നെക്കുറിച്ച് താങ്കളുടെ നല്ല അഭിപ്രായത്തിനും താങ്കളോട് ഞാൻ കൃതജ്ഞനായിരിക്കുന്നു."

ഈ അപൂർവാനുഭവത്തിനു ശേഷവും കേസരി തന്റെ മരണത്തീയതി ഗണിച്ചു പറഞ്ഞുകൊണ്ടിരുന്നു!

മരണത്തോട് കേസരി ഇങ്ങനെയൊരു നിലപാടെടുത്തതിന് കാരണമുണ്ടായിരുന്നു. അനുഭവജന്യമായ കാരണം. പ്രഫസർ കുറ്റിപ്പുഴ കൃഷ്ണപിള്ള അതേക്കുറിച്ച് പറയുന്നതിങ്ങനെ: "കേസരി ബാലകൃഷ്ണപിള്ള മരിച്ചുവെന്നു കേട്ടപ്പോൾ സത്യം പറഞ്ഞാൽ സങ്കടത്തേക്കാൾ ആശ്വാസമാണ് തോന്നിയത്. എത്രയോ വർഷമായി അദ്ദേഹം മൃത്യുവക്ത്രത്തിൽക്കിടന്ന് കഷ്ടപ്പെടുകയായിരുന്നു. മരണത്തെക്കാൾ നല്ലതായ മറ്റെന്തൊരു ജീവിതമോചനമാണ് നമുക്ക് പ്രതീക്ഷിക്കാവുന്നത് എന്ന് മഹാത്മാഗാന്ധി ഒരിക്കൽ ചോദിക്കുകയുണ്ടായി. കേസരിയെ

സംബന്ധിച്ചിടത്തോളം തികച്ചും ശരിയാണിത്. അദ്ദേഹത്തിന്റെ അഭിപ്രായവും ഇതുതന്നെയായിരുന്നു. മരണത്തെ മധുരീകരിച്ചുകൊണ്ട് തത്ത്വജ്ഞാനികൾ എഴുതുകയും മഹാകവികൾ പാടുകയും ചെയ്തിട്ടുണ്ട്. എന്നാൽ ഇവരിലധികം പേരും അത് അടുത്തുവന്നപ്പോൾ വെറും പ്രാകൃതരെപ്പോലെ സങ്കടപ്പെടുകയും ഭയപ്പെടുകയുമാണ് ചെയ്തിട്ടുള്ളത്. ഇക്കാര്യത്തിൽ കേസരി ഒരു സോക്രട്ടീസായിരുന്നു. ഇത്ര കരൾക്കട്ടിയോടെ മന്ദഹാസപൂർവം മരണത്തെ അഭിമുഖീകരിച്ച മറ്റൊരു ധീരനെ കേരളം കണ്ടിട്ടുണ്ടാകില്ല."

അനുജനും 'അശ്ലീലവും'

ലൈംഗിക ശാസ്ത്രവിദഗ്ധനായ അനുജൻ ഡോക്ടർ എ പി പിള്ള ബാലകൃഷ്ണപിള്ളയുടെ ധൈഷണിക ജീവിതത്തിൽ വലിയ സ്വാധീനം ചെലുത്തുകയുണ്ടായി. ഹാവ്‌ലോക് എല്ലീസിന്റെയും മറ്റും ലൈംഗികശാസ്ത്ര കൃതികളും അക്കാലത്ത് കേരളത്തിൽ ലഭ്യമല്ലാതിരുന്ന ഫ്രോയിഡ് ഉൾപ്പെടെയുള്ളവരുടെ മനഃശാസ്ത്രഗ്രന്ഥങ്ങളിൽ ചിലതും അനുജൻ മുഖേനയാണ് കേസരിക്ക് അപ്പപ്പോൾ എത്തിക്കൊണ്ടിരുന്നത്. അനുജൻ പത്രാധിപരായ മാര്യേജ് ഹൈജീനിന്റെ എല്ലാ ലക്കങ്ങളും യഥാസമയം ലഭിച്ചു കൊണ്ടിരുന്നു. ഒരു ശാസ്ത്രവും വിജ്ഞാനശാഖയും എന്ന നിലയിലും മനഃശാസ്ത്രപരമായ അതിന്റെ പ്രാധാന്യം സംബന്ധിച്ചും സാർവദേശീയ സാഹിത്യത്തിലും ഭാരതീയ സാഹിത്യത്തിലും അതിന്റെ നില സംബന്ധിച്ചും ആഴത്തിൽ അവഗാഹം നേടാനും തനത് കാഴ്ചപ്പാട് രൂപപ്പെടുത്താനും അനുജൻ വലിയ തുണ നൽകി. 1938 ജനുവരി 15-ന്റെ മാതൃഭൂമി ദിനപത്രത്തിലാണ് കേസരി നാലപ്പാട്ട് നാരായണ മേനോന്റെ 'രതി സാമ്രാജ്യം' എന്ന ലൈംഗികശാസ്ത്രം സംബന്ധിച്ച ബൃഹദ്കൃതിയുടെ നിരൂപണം പ്രസിദ്ധപ്പെടുത്തിയത്. അപ്പോഴേക്കും കേസരി നിർത്തി രണ്ടരക്കൊല്ലത്തോളം പിന്നിട്ടിരുന്നു. ഒറ്റ കൃതികളുടെ നിരൂപണത്തിലേക്ക് ബാലകൃഷ്ണപിള്ള പ്രവേശിച്ചുകഴിഞ്ഞിരുന്നില്ല. എന്നാൽ 'രതി സാമ്രാജ്യം' പ്രത്യേകമായി നിരൂപണം ചെയ്യേണ്ടതും ഭാഗികമായി അത് സ്വാഗതം ചെയ്യുമ്പോൾത്തന്നെ അതിലെ കുറവുകളും

അശാസ്ത്രീയതകളും ചൂണ്ടിക്കാട്ടാതിരിക്കുന്നതും അപരാധമാകുമെന്നു കേസരി കണ്ടു. ഹാവ്‌ലോക് എല്ലിസിനെ പൂർണമായും പിന്തുടരുകയും ഫ്രോയിഡിന്റെ ശാസ്ത്രീയമായ കണ്ടുപിടിത്തങ്ങളെ അവഗണിക്കുകയും ചെയ്തത് അക്ഷന്തവ്യമാണെന്ന് കേസരി ചൂണ്ടിക്കാട്ടി., ലൈംഗികതയും ലൈംഗികശാസ്ത്രവും മനുഷ്യവംശത്തിന്റെ ആരോഗ്യത്തിന് അതിന്റെ അനിവാര്യതയും സംബന്ധിച്ച് അഗാധമായ ജ്ഞാനം നേടിയ കേസരിയുടെ രതിസാമ്രാജ്യനിരൂപണം വലിയ ചലനങ്ങൾ സൃഷ്ടിച്ചു. സാഹിത്യത്തിൽ സെക്സ് കടന്നുവരുന്നത് സ്വാഭാവികമാണെന്നും അതിനെ എതിർക്കുന്നത് വിവരക്കേടും അതിലേറെ കാപട്യവുമാണെന്നും വ്യക്തിമാക്കിക്കൊണ്ടിരുന്ന കേസരി രതിസാമ്രാജ്യ നിരൂപണത്തിനുപുറമെ രണ്ട് ഉജ്ജ്വല പ്രബന്ധം കൂടി ഈ വിഷയവുമായി ബന്ധപ്പെട്ട് പ്രസിദ്ധപ്പെടുത്തി- ശാസ്ത്രവും ലിംഗബന്ധവും, പാശ്ചാത്യപരിഷ്കാരവും ഭാരതീയരുടെ ലിംഗബന്ധനിലയും.

ലൈംഗികതയെക്കുറിച്ചുള്ള തികച്ചും ശാസ്ത്രീയവും ആധുനികവുമായ കാഴ്ചപ്പാടുകൾ ഫ്രോയിഡിയൻ മനഃശാസ്ത്രത്തിന്റെ കൂടി വെളിച്ചത്തിൽ അവതരിപ്പിച്ചതോടെ യാഥാസ്ഥിതികരും കപടസദാചാരവാദികളും ഒന്നടങ്കം ബാലകൃഷ്ണപിള്ളക്കെതിരെ നീങ്ങി. എന്നാൽ അതൊന്നും കാര്യമാക്കാതെ മനുഷ്യസ്നേഹത്തിലും ശാസ്ത്രീയതയിലും അധിഷ്ഠിതമായ തന്റെ പ്രവർത്തനം കേസരി തുടർന്നുകൊണ്ടിരുന്നു. രതിസാമ്രാജ്യത്തിൽ 'കുടുംബാസൂത്രണം' സംബന്ധിച്ച് 620 പേജിൽ കേവലം ആറ് വാചകം മാത്രം പറഞ്ഞ നാലാപ്പാടനെ അദ്ദേഹം നിശിതമായി വിമർശിച്ചു. തന്റെ പത്രത്തിൽ, കുടുംബാസൂത്രണം പ്രോത്സാഹിപ്പിക്കാൻ സർക്കാരിനോടാവശ്യപ്പെട്ടുകൊണ്ട് തൊള്ളായിരത്തി ഇരുപതുകളിൽ ത്തന്നെ ബാലകൃഷ്ണപിള്ള ശക്തമായ മുഖപ്രസംഗം എഴുതിയിരുന്നുവെന്നതും സ്മരണീയമാണ്. ലൈംഗികതയുമായി ബന്ധപ്പെട്ട് കേരളത്തിൽ നിലവിലുള്ള കാപട്യം അവസാനിപ്പിക്കണമെന്ന് കേസരി നിരന്തരം ആവശ്യപ്പെട്ടുവെങ്കിലും കപടവും യാഥാസ്ഥിതികവും ശത്രുനിഗ്രഹോത്സുകവുമായ ലൈംഗികതാ സമീപനത്തിൽ മാറ്റം വന്നില്ലെന്നു മാത്രമല്ല കൂടിവരികയാണ് ചെയ്തതെന്നതാണ് കേരളീയാനുഭവം. ലൈംഗികശാസ്ത്രവുമായി ബന്ധപ്പെട്ട് കേസരി മലയാളികൾക്ക് നൽകിയ സംഭാവനകൾ ഇനിയും ശരിയായ നിലയിൽ പഠിക്കപ്പെട്ടിട്ടില്ല. രതിസാമ്രാജ്യ നിരൂപണവും ലിംഗബന്ധനിലയുമായി ബന്ധപ്പെട്ട മേൽ സൂചിപ്പിച്ച പ്രബന്ധങ്ങളും വാസ്തവത്തിൽ കൂലങ്കഷമായ പഠനത്തിന് വിധേയമാക്കേണ്ടതാണ്. രതിമൂർഛയുമായി ബന്ധപ്പെട്ട് തനി മലയാളത്തിൽ രണ്ടു പദങ്ങൾ കേസരി നിർദ്ദേശിച്ചിട്ടുണ്ട്- വീർപ്പും ഒഴിപ്പും.

സെക്സിനെ സംബന്ധിച്ച് യാഥാസ്ഥിതിക സങ്കൽപ്പങ്ങളെ ആധുനിക ശാസ്ത്രത്തിന്റെ വെളിച്ചത്തിൽ പിച്ചിച്ചീന്തുകയാണ് കേസരി ചെയ്തത്. സന്താനോൽപ്പാദനമാണ് ലൈംഗിക ബന്ധത്തിന്റെ പരമലക്ഷ്യമെന്ന പ്രചാരണത്തെ ചോദ്യം ചെയ്യുന്നു. വിവാഹിതയാകുമ്പോൾ സ്ത്രീ കന്യകയായിരുന്നേ തീരൂ എന്ന മതപരമായ നിർബന്ധത്തെയും കേസരി ചോദ്യം ചെയ്യുന്നുണ്ട്. ഒഴിപ്പല്ല, വീർപ്പാണ് ലൈംഗിക ബന്ധത്തിലെ സുപ്രധാനമായ കാര്യമെന്ന് ശാസ്ത്രീയമായി ചൂണ്ടിക്കാട്ടുന്ന കേസരി വീർപ്പ് ജനനേന്ദ്രിയവുമായി മാത്രം ബന്ധപ്പെട്ടതല്ല, മാനസികമായുള്ള, നാഡീവ്യൂഹപരമായിട്ടുള്ള ഒന്നാണെന്നും ഇതിനനുബന്ധമായ ഒഴിപ്പ് ചുഴലി രോഗത്തിന് സമാനമാണെന്നും ചൂണ്ടിക്കാട്ടുന്നു. തന്റെ സഹോദരനായ ഡോക്ടർ എ.പി പിള്ള എ.ഡിറ്റ് ചെയ്ത മാര്യേജ് ഹൈജീൻ മാസികയും പിള്ള അയച്ച ഗ്രന്ഥങ്ങളുമാണ് മലയാളത്തിൽ ഏറ്റവും ശാസ്ത്രീയവും ആധുനികവുമായ രതിസിദ്ധാന്തങ്ങൾ ആവിഷ്ക്കരിക്കാൻ ബാലകൃഷ്ണപിള്ളയെ സഹായിച്ചത്. എന്നാൽ ചിന്താഗതിയിലല്ല, വിശദാംശങ്ങളിലാണ് ഈ സഹായങ്ങൾ. യാഥാസ്ഥിതിക സമൂഹം എന്ത് കരുതും എന്നത് ഒരിക്കലും ബാലകൃഷ്ണപിള്ളയുടെ പരിഗണനാവിഷയമായിരുന്നില്ല.

1949 ആഗസ്റ്റിൽ എം ഗോവിന്ദന് അയച്ച ഒരു കത്തിൽ കേസരി പറയുന്നു. 'സാഹിത്യത്തിലെ ലൈംഗികതയോടുള്ള നമ്മുടെ കമ്യൂണിസ്റ്റുകാരുടെ സമീപനത്തിലേക്കു വരാം, ഇവിടെയും അവർ സ്വന്തം ഉപബോധത്തിലെ ആത്മാർത്ഥതയില്ലായ്മയുടെയും കപടനാട്യത്തിന്റെയുമായ മുതലാളിത്ത വാസനയും ആദർശവാദിത്വവും ഫാസിസവും പ്രകടമാക്കുന്നു. ഇയ്യിടെ പുരോഗമന സാഹിത്യത്തിലെ സെക്സിനെയും ഫ്രോയ്ഡിസത്തെയും കുറിച്ച് ഞാനെഴുതിയിരുന്ന കത്ത് മംഗളോദയം പത്രാധിപർ ഉദ്ധരിച്ചിരുന്നത് താങ്കൾ വായിച്ചിരിക്കുമല്ലോ. ഫ്രോയ്ഡിൽ നിന്നും സ്റ്റെഖെലിൽനിന്നും മാർക്സിൽനിന്നും വളരെ മുന്നോട്ടു പോയി 'ലൈംഗിക സമ്പദ്ശാസ്ത്രം' എന്നൊരു പുതിയ ശാസ്ത്രം തന്നെ സ്ഥാപിച്ചിട്ടുള്ള ജർമൻ മാർക്സിസ്റ്റ് ശാസ്ത്രജ്ഞനായ വില്യം റീഹിനെക്കുറിച്ച് ഞാനതിൽ സൂചിപ്പിച്ചിട്ടുണ്ട്. ലൈംഗിക ചോദനകളുടെയും അവയുടെ അമിതനിയന്ത്രണത്തിന്റെയും സാമൂഹ്യപ്രധാനതയുടെ പഠനത്തിൽ പ്രത്യേകം പ്രത്യേകം ശ്രദ്ധിച്ചിട്ടുള്ളയാളാണ് ഈ ശാസ്ത്രജ്ഞൻ എന്ന് വ്യക്തമാക്കിക്കൊണ്ട് റീഹിന്റെ പഠനങ്ങളുടെ ഉള്ളടക്കം സംബന്ധിച്ച് തന്റെ അനുജന്റെ പത്രത്തിൽ കോപ്പൻ ഹേഗനിലെ ലൈംഗിക ശാസ്ത്രജ്ഞൻ ഡോക്ടർ ല്യൂനർബാക്ക് എഴുതിയ ലേഖനം

(മാര്യേജ് ഹൈജീൻ - 1935 ഫെബ്രുവരി) ഉദ്ധരിച്ചുചേർക്കുകയാണ് കേസരി. സാഹിത്യത്തിലെ ലൈംഗികതയും ലൈംഗിക ശാസ്ത്രവും സംബന്ധിച്ച തന്റെ കാഴ്ചപ്പാടുകൾ കമ്യൂണിസ്റ്റുകാരെയും പുരോഗമന സാഹിത്യക്കാരെയും തന്നിൽ നിന്നകറ്റിയെന്ന് കേസരി ചരിത്രകാര നായ സെയ്തു മുഹമ്മദിനയച്ച കത്തിലും നിസ്സംഗമായി എഴുതുന്നുണ്ട്.

തെറിക്കഥകൾ എഴുതുന്നവരെ പ്രോത്സാഹിപ്പിക്കുന്ന ആൾ, പ്രതി ഭാശാലികളായ ചെറുപ്പക്കാരെ വശീകരിച്ച് അവരെക്കൊണ്ട് തെറിക്ക ഥകൾ എഴുതിക്കുന്നയാൾ തുടങ്ങിയ അപവാദങ്ങൾ യാഥാസ്ഥിതിക പക്ഷത്തുനിന്നും പുരോഗമന പക്ഷത്തുനിന്നും ഒരുപോലെ കേസരിക്ക് കേൾക്കേണ്ടിവന്നു.

കേസരി സദസ്സിൽ അംഗവും കേസരിയുടെ ഉപദേശനിർദ്ദേശങ്ങൾ ശ്രദ്ധിച്ച് സാഹിത്യമണ്ഡലത്തിൽ പ്രവർത്തനം ഉറപ്പിച്ച മഹാപ്രതിഭയു മായിരുന്ന തകഴി ശിവശങ്കരപ്പിള്ള ആ കാര്യങ്ങളെക്കുറിച്ച് അനുസ്മരി ച്ചിട്ടുണ്ട്. ഫ്രഞ്ച് സാഹിത്യവുമായും റഷ്യൻ സാഹിത്യവുമായും അടുത്ത ബന്ധം പുലർത്തണമെന്നും ജീവിതാനുഭവ ചിത്രീകരണത്തിൽ അത് ഏറെ പ്രചോദനം നൽകുമെന്നുമാണ് കേസരി തകഴിയോട് പറഞ്ഞത്. മോപ്പസാങ്ങിന്റെ കഥകൾ താൻ തർജമ ചെയ്ത് മാതൃകയായി തകഴിക്ക് നൽകി. മോപ്പസാങ്ങിന്റെ 'ബെൽ അമി' എന്ന വിശ്വപ്രസ്ത നോവൽ, 'കാമുകൻ' എന്ന പേരിൽ തർജമ ചെയ്തത് നൽകി. വായിക്കേണ്ട പുസ്തകങ്ങൾ നിർദ്ദേശിച്ചു. തകഴിയുടെ ആദ്യകാല കഥകളെല്ലാം കേസരിയിലാണ് അച്ചടിച്ചുവന്നത്. അതിന്റെ തുടർച്ചയായി ത്യാഗത്തി ന്റെ പ്രതിഫലം എന്ന നോവൽ വന്നപ്പോൾ അശ്ലീലമെന്ന് പരക്കെ ആക്ഷേപമുണ്ടായി. കേസരി സദസ്സിലെ ഭൂരിപക്ഷം പേരും, കേസരി ഒഴികെ, നോവലിനെ എതിർത്തുവെന്ന് തകഴി ആത്മകഥയിൽ രേഖ പ്പെടുത്തിയിട്ടുണ്ട്.

കേസരി സദസ്സിനെക്കുറിച്ച് തകഴി എഴുതുന്നു: ഒരു വലിയ അപവാദം സാറിനെക്കുറിച്ച് പ്രമാണിമാർക്കിടയിൽ ഉണ്ടായിരുന്നു. കുറെ മിടുക്കന്മാരായ ചെറുപ്പക്കാരെ സാർ വഴിതെറ്റിക്കുന്നുവെന്ന്. ഞാൻ ലോ കോളേജിലെ വിദ്യാർത്ഥിയായിരിക്കുന്ന കാലത്ത് ത്യാഗ ത്തിന്റെ പ്രതിഫലം വെളിയിൽവന്ന് ഏതാനും ദിവസം കഴിഞ്ഞപ്പോൾ പ്രിൻസിപ്പൽ മള്ളൂർ ഗോവിന്ദപ്പിള്ള എന്നെ ഓഫീസിൽ വിളിപ്പിച്ച്, കേസരിയുമായുള്ള ബന്ധം വഴിതെറ്റിക്കുമെന്ന് ശാസിക്കുകയുണ്ടായി. അധഃപതനസാഹിത്യത്തിന്റെ പ്രചാരകൻ എന്ന അധിക്ഷേപംകൊ ണ്ടാണ് കേസരിയെ നാൽപ്പതുകളുടെ രണ്ടാം പകുതിയിൽ പുരോഗമന

സാഹിത്യ പ്രസ്ഥാനത്തിലെ കക്ഷിരാഷ്ട്രീയ നേതൃത്വം നേരിടാൻ ശ്രമിച്ചത്.

മലയാള പത്രപ്രവർത്തനത്തിലും സർഗാത്മക സാഹിത്യത്തിലും ഫ്രഞ്ച് മാതൃകയിലുള്ള പ്രവർത്തന പദ്ധതിയാണ് കേസരി നടപ്പാക്കിയത്. പ്രബോധകനിൽ ഗിദെ മോപ്പസാങ്ങിന്റെ ഒരു സ്ത്രീയുടെ ജീവിതം സ്വയം തർജമ ചെയ്ത് ചേർത്തതിന്റെ തുടർച്ചയായി കേസരിയിൽ മോപ്പസാങ്ങിന്റെ തന്നെ 'കാമുകൻ' തർജമ ചെയ്തുചേർക്കാൻ തുടങ്ങി. കാമുകൻ ഖണ്ഡശ്ശഃ പ്രസിദ്ധപ്പെടുത്തിത്തീരുംമുമ്പ് തന്നെ പകുത്ത് പുസ്തകമാക്കി. കാമുകൻ രണ്ട് വാല്യങ്ങളായാണ് കമലാലയ പുസ്തകമാക്കിയത്. ആ തിടുക്കത്തിന് പിന്നിലെ രഹസ്യം വിവർത്തകന്റെ പട്ടിണിയായിരുന്നുവെന്നത് വേറെ കാര്യം. നോവൽ പുസ്തകങ്ങളുടെ പരസ്യം ബാലകൃഷ്ണപിള്ള തന്നെ തന്റെ പത്രത്തിൽ പ്രസിദ്ധീകരിച്ചതെങ്ങനെ എന്നത് ചുവടെ:

'ഫ്രഞ്ച് നോവലുകൾ'

നോവലുകൾ വായിക്കണമെങ്കിൽ ഫ്രഞ്ച് നോവലുകളാണ് വായിക്കേണ്ടത്. മി. എ ബാലകൃഷ്ണപിള്ള ബി.എ.ബി.എൽ മലയാളത്തിലേക്ക് വിജ്ഞാനപ്രദമായ മുഖവുരകളോടെ തർജമ ചെയ്തിട്ടുള്ള രണ്ട് സരസ ഫ്രഞ്ച് നോവലുകൾ വിൽപ്പനയ്ക്ക തയ്യാർ.

കാർമെൻ - ലോകവിശ്രുതമായ ഒരു സാഹസ പ്രണയകഥ

-മാനേജർ, കമലാലയ

കാമുകൻ- സംഭോഗ ശൃംഗാര രസസമ്പൂർണമായ ഒരു നോവൽ രണ്ട് ഭാഗം

- മാനേജർ, കേസരി

എന്നാണ് പരസ്യം. (പരസ്യത്തിൽ മാനേജർ, കമലാലയ എന്നതിനൊപ്പം മാനേജർ 'കേസരി' എന്നും കാണുന്നു... കാമുകന്റെ ആദ്യ പ്രസാധനം കേസരി നേരിട്ടും വിൽപ്പന കമലാലയ മുഖേനയും ആയിരുന്നിരിക്കാം).

1922-ന് മുമ്പ് വക്കീലായിരുന്നപ്പോൾ ബൽസാക്കിന്റെ ഒരു നോവൽ 'സാന്ധില്യ' എന്ന പേരിൽ മലയാളത്തിൽ പുനരാവിഷ്കരിച്ചുകൊണ്ട് തുടങ്ങിയ ബാലകൃഷ്ണപിള്ളയുടെ തർജമായത്നം പൂർണതയിലെത്തിയത് മോപ്പസാങ്ങ് തർജമയോടെയാണ്. മോപ്പസാങ്ങിന്റെ കാമുകനും ഒരു സ്ത്രീയുടെ ജീവിതവും മലയാള സാഹിത്യലോകത്ത് വലിയൊരിടിമുഴക്കം

തന്നെ സൃഷ്ടിച്ചു. ചന്തുമേനോന്റെയും സി.വിയുടെയും നോവലുകൾ അന്ന് പരക്കെ പ്രചാരത്തിലുണ്ടായിരുന്നെങ്കിലും 'കാമുകൻ' പുതിയൊരു പന്ഥാവാണ് കാട്ടിക്കൊടുത്തത്. പുതിയ രചനാ ശൈലി, ജീവിതാവിഷ്ക്കരണം, മാനസികാപഗ്രഥനം എന്നിവക്കുപുറമെ ലൈംഗികത ഒരു പാപമല്ലെന്നുകൂടി കാമുകനിലൂടെ കാണിക്കുകയായിരുന്നു. ലൈംഗികതയിൽ ഏറിയ താൽപ്പര്യവും എന്നാൽ കടുത്ത കാപട്യവുമുള്ള, മലയാളികളെ ഞെട്ടിച്ചുണർത്തുകയായിരുന്നു കേസരി. മോപ്പസാങ്ങിനെ മാതൃകയാക്കാൻ തകഴിയെ ഉപദേശിക്കുകയും തകഴി എഴുതിയ കഥകൾ മോപ്പസാങ്ങ്, സ്റ്റെന്താൾ, ഇബ്സൻ, റൊമാൻറൊളാങ്ങ് എന്നിവരുടെ സൃഷ്ടികൾക്കൊപ്പം 'കേസരി' വാരികയിൽ നിരന്തരം പ്രസിദ്ധപ്പെടുത്തുകയും ചെയ്തുപോന്നു. തകഴി കെ.കെ ശിവശങ്കരപ്പിള്ള, കെ.കെ ശിവശങ്കരപ്പിള്ള എന്നീ പേരുകളിലാണ് തകഴി അന്ന് എഴുതിയത്.

പിരാന്റലോയുടെ ഓമനകൾ, പ്രോസ്പർ മെറിയുടെ 'കാർമെൻ', സ്റ്റെന്താളിന്റെ ചുവപ്പും കറുപ്പും (അപൂർണം) എന്നീ നോവലുകളും കേസരി തർജമ ചെയ്തു പ്രസിദ്ധപ്പെടുത്തി. ഇബ്സന്റെ പ്രേതങ്ങൾ ഉൾപ്പെടെയുള്ള നാടകങ്ങളും... പ്രബോധകനിലും കേസരിയിലും തുടർന്ന് മറ്റ് പ്രസിദ്ധീകരണങ്ങളിലുമായി ഇരുന്നൂറ്റമ്പതോളം ചെറുകഥകളും നിരവധി ലേഖനങ്ങളും ബാലകൃഷ്ണപിള്ള തർജമ ചെയ്തു പ്രസിദ്ധപ്പെടുത്തി. കേസരിയിൽ തന്റെ തർജമകൾക്കോ ലേഖനങ്ങൾക്കോ സ്വന്തം പേര് വെക്കാതെയാണ് പ്രസിദ്ധപ്പെടുത്തിയത്.

മോപ്പസാങ്ങിനെയും ചെഖോവിനെയും മാതൃകയാക്കി മലയാളത്തിലെ സർഗാത്മക ഗദ്യസാഹിത്യത്തിൽ വിപ്ലവം വരുത്താൻ ആഹ്വാനം ചെയ്ത കേസരി മേൽപറഞ്ഞവരുടെ കഥകൾക്ക് പുറമെ അനത്തോൾ ഫ്രാൻസ്, ഫ്രാൻസ് കാഫ്ക തുടങ്ങിയവരെയും മലയാളികൾക്ക് ആദ്യമായി പരിചയപ്പെടുത്തുകയും അവരുടെ കഥകൾ തർജമ ചെയ്ത് പ്രസിദ്ധപ്പെടുത്തുകയും ചെയ്തു. എഴുപതുകളിലും അതിനുശേഷവുമാണ്, അത്യാന്താധുനികതയുടെ കാലത്താണ് കാഫ്ക മലയാളത്തിൽ ഏറെകൊണ്ടാടപ്പെട്ടത്. എന്നാൽ 1942-ലാണ് ബാലകൃഷ്ണപിള്ള കാഫ്കയുടെ 'വേട്ടക്കാരൻ ഗ്രാക്കസ്' എന്ന കഥ മാതൃഭൂമി ആഴ്ചപ്പതിപ്പിൽ ഒരു മാതൃക എന്ന നിലയിൽ തർജമ ചെയ്ത് പ്രസിദ്ധപ്പെടുത്തിയത്... അശ്ലീലം, ദുരൂഹത, പ്രാന്ത്, വഴിതെറ്റിക്കൽ, അരാജകത്വം എന്നെല്ലാം ഇതിന്റെ പേരിൽ കൊണ്ടാടപ്പെടുകയും ചെയ്തു.

കുടുംബാസൂത്രണത്തെക്കുറിച്ച് ആഴത്തിൽ പഠിക്കാനും ഒരുപക്ഷേ

ഇന്ത്യയിൽത്തന്നെ കുടുംബാസൂത്രണത്തിന്റെ ആദ്യത്തെ മുഖ്യപ്രചാരകനാകാനും കേസരിക്ക് പ്രചോദനം നൽകിയതും അനുജൻ ഡോക്ടർ പത്മനാഭപിള്ള തന്നെയാവണം. ഡോക്ടറുടെ പത്രാധിപത്യത്തിലുള്ള 'മാരിയേജ് ഹൈജീൻ' എന്ന അന്താരാഷ്ട്ര മാഗസിനിൽനിന്നും ഹാവ്‌ലോക് എല്ലിസ് ഉൾപ്പെടെയുള്ളവരുടെ ലേഖനങ്ങൾ സ്വയം തർജമ ചെയ്ത് ചേർത്തതിനൊപ്പമാണ് തിരുവിതാംകൂറിലെ ജനസംഖ്യാപ്രശ്നത്തെക്കുറിച്ചുള്ള തുടർ മുഖപ്രസംഗവും കുടുംബാസൂത്രണമാർഗ്ഗങ്ങൾ സംബന്ധിച്ച ലേഖനവും കൊടുക്കുന്നത്. ഒരു പദ്ധതിയുടെ ഭാഗമായിട്ടെന്നപോലെ ഇടക്കിടെ ഇതു സംബന്ധിച്ച കുറിപ്പുകൾ നൽകിക്കൊണ്ടിരുന്നു.

എങ്ങനെ സന്താനനിയന്ത്രണം നടപ്പാക്കാം എന്നതിന് ഒരു മരുന്നിന്റെ പരസ്യവും കേസരിയിൽ പ്രസിദ്ധപ്പെടുത്തുകയുണ്ടായി. 'സന്താന നിയന്ത്രകൻ' എന്ന തലക്കെട്ടിലായിരുന്നു പരസ്യം. ഒരു തുള്ളിമരുന്നിന്റെ പേരാണ് 'സന്താനനിയന്ത്രകൻ'. ക്ഷാളന ഔഷധം. സുരതക്രിയക്കുശേഷം ഈ തുള്ളിമരുന്നു പ്രയോഗിച്ചാൽ ഗർഭധാരണമുണ്ടാകില്ലെന്നാണ് പരസ്യം.

എട്ട് പതിറ്റാണ്ടിനുമുമ്പാണ് കേസരി കേരളത്തിൽ ഒരു ലൈംഗിക മഹാവിപ്ലവത്തിനുകൂടി വിത്തുപാകാൻ ശ്രമിച്ചത്. എന്നാൽ ലൈംഗികത പാപമാണെന്നും 'സുരതം' എന്ന വാക്കുപോലും പരസ്യമായി പറയുന്നത് ലജ്ജാകരമാണെന്നുമെല്ലാമുള്ള കാപട്യവും യാഥാസ്ഥികതയും അതുകൊണ്ടുതന്നെ തികഞ്ഞ ലൈംഗിക അസംതൃപ്തിയുടെയും സമ്മർദ്ദത്തിന്റെയും അതുമായി ബന്ധപ്പെട്ട അതിക്രമങ്ങളുടെയും അത്യാഹിതങ്ങളുടെയും രംഗഭൂമിയായി കേരളം കൂടുതൽ കൂടുതൽ മാറിക്കൊണ്ടിരിക്കുകയുമാണ്. മലയാളത്തിൽ ഫ്രോയിഡിയൻ ചിന്ത ആദ്യമായി അവതരിപ്പിച്ച ബാലകൃഷ്ണപിള്ള അതിന്റെ പരിമിതികളും ചൂണ്ടിക്കാട്ടാതിരുന്നില്ല. എന്നാൽ സ്ത്രീയുടെയും പുരുഷന്റെയും ലൈംഗിക കാമനകളും ലൈംഗിക ബന്ധവും മോഹവും മോഹഭംഗവും തൃപ്തിയും അതൃപ്തിയുമെല്ലാം ജീവിതത്തെ അപ്പാടെ ബാധിക്കുന്ന അടിസ്ഥാനപരമായ സംഗതിയാണെന്ന തിരിച്ചറിവുണ്ടാക്കാനും മനസ്സിലെ കെട്ടുകൾ അഴിച്ച് ജീവിതത്തെ ആനന്ദനിർഭരമാക്കാൻ മനുഷ്യന് സാഹിത്യത്തെ ഉപയോഗപ്പെടുത്താനാകുമെന്ന് കാട്ടിക്കൊടുക്കുകയുമായിരുന്നു കേസരി.

മോപ്പസാങ്ങിന്റെ 'കാമുകൻ' ജോർജ് ഡ്യുറവയെ വേണമെങ്കിൽ തനി സ്ത്രീലമ്പടനായി കാണാം. യുദ്ധം അവസാനിച്ചതിനാൽ

തൊഴിൽരഹിതനായ വിമുക്തഭടൻ ഡ്യൂറവ ഒരു പത്രത്തിൽ യാദൃച്ഛികമായി കയറിപ്പറ്റുകയും അസാമാന്യമായ ലൈംഗികശേഷിയും ലൈംഗിക സാമർത്ഥ്യവും വശീകരണ ശക്തിയും പിന്നീടാർജ്ജിച്ച ബുദ്ധിശക്തിയും ആയുധമാക്കി ഭരണത്തിന്റെയും കൊട്ടാരത്തിന്റെയും പാർലമെന്റിന്റെയും എല്ലാ അകത്തളങ്ങളിലും കടന്നുചെല്ലുകയും എല്ലാ രഹസ്യങ്ങളും ചോർത്തുകയും മികച്ച സ്കൂപ്പുകൾ സൃഷ്ടിച്ച് ഏറ്റവും വലിയ പത്രലേഖകനായി മാറുകയും തന്റെ പത്രത്തിന്റെ സർക്കുലേഷൻ പലമടങ്ങ് വർദ്ധിപ്പിക്കുകയും ഭരണകൂടത്തെ കിടിലംകൊള്ളിക്കുകയും ഭരണമാറ്റത്തിന് കളമൊരുക്കുകയും ചെയ്യുന്നു-അതാണ് കാമുകന്റെ ഇതിവൃത്തം. ഈ 'കാമുകനെ'കേസരി മാതൃകാ നോവലായി അവതരിപ്പിച്ചത് അശ്ലീല പ്രോത്സാഹനമാണെന്ന ആക്ഷേപമാണ് അക്കാലത്തുയർന്നത്. സമൂഹത്തിനകത്തും വീടുകൾക്കകത്തും കുടുംബത്തിനകത്തും വ്യക്തിയുടെ മനസ്സിനകത്തും എന്തു നടക്കുന്നുവെന്നും, ഏതുതലത്തിലായാലും മനുഷ്യൻ എത്രമാത്രം അതൃപ്തനാണെന്നും ബാഹ്യാവരണത്തിനകത്ത് അവന്റെ ആഭ്യന്തര ജീവിതമെങ്ങനെയെന്നും ലൈംഗികമായ അതൃപ്തി സമൂഹത്തിൽ എത്രമാത്രം സ്ഫോടനാത്മക സ്ഥിതിവിശേഷമുണ്ടാക്കുമെന്നും അതിസൂക്ഷ്മമമായി അവതരിപ്പിക്കുന്ന മഹത്തായ നോവലാണ് കാമുകൻ എന്ന തിരിച്ചറിവോടെയാണ് ബാലകൃഷ്ണപിള്ള അത് തർജമ ചെയ്ത് പ്രചരിപ്പിച്ചത്. ആരോഗ്യകരമായ കുടുംബജീവിതത്തിനും സ്ത്രീകളുടെ ആരോഗ്യത്തിനും സാമ്പത്തിക പര്യാപ്തതക്കും കുഞ്ഞുങ്ങളുടെ ആരോഗ്യത്തിനും ഭാവിക്കും ദമ്പതികളുടെ നല്ല ലൈംഗിക ജീവിതത്തിനുമെല്ലാം കുടുംബാസൂത്രണം അനിവാര്യമാണെന്നും കേസരി വാദിച്ച കാര്യം നേരത്തെ സൂചിപ്പിച്ചു. കൊച്ചി നിയമസഭയിൽ സഹോദരൻ അയ്യപ്പൻ ജനന നിയന്ത്രണ പദ്ധതി നടപ്പാക്കണമെന്നാവശ്യപ്പെടുന്ന പ്രമേയം അവതരിപ്പിച്ചപ്പോൾ 'വിജ്ഞരായ' അംഗങ്ങൾക്കുണ്ടായ നട്ടക്കം ആലോചിക്കുമ്പോൾ തിരുവിതാംകൂറിൽ ഓരോ കുടുംബത്തിലും കുട്ടികൾ രണ്ടുമതിയെന്നു നിർബ്ബന്ധിച്ചു പറയുമ്പോഴുണ്ടാകുന്ന എതിർപ്പ് വളരെ വലുതായിരിക്കുമെന്ന് കേസരിക്കറിയാമായിരുന്നു. 1930-ലെ സെൻസസ് പ്രകാരം ഒരു കുടുംബത്തിൽ ശരാശരി ഏഴ് കുട്ടികളാണുണ്ടായിരുന്നത്. പ്രതിശീർഷ വാർഷികവരുമാനം 51 രൂപയും പ്രതിശീർഷ ജീവിതച്ചെലവ് 113 രൂപയും (തരക്കേടില്ലാതെ ജീവിക്കാൻ) ആണെന്നും സെൻസസ് അനുബന്ധ സാമ്പത്തിക സ്ഥിതി വിവരക്കണക്ക് വ്യക്തമാക്കുന്നു. ഈ കണക്കും കേരളത്തിലെ ജനനക്ഷമതയിലെ വർധമാനതയും ചൂണ്ടിക്കാണിച്ചുകൊണ്ട്, കേസരി എഴുതി: "കൃത്രിമമാർഗ്ഗങ്ങൾ മുഖേനയുള്ള

സന്താന നിയന്ത്രണം തിരുവിതാംകൂറിൽ ഭൂരിപക്ഷം ജനങ്ങളും ഉടനടി സ്വീകരിക്കേണ്ടത്... ഇതിന്റെ അത്യാവശ്യവും ഇതിനെപ്പറ്റിയുള്ള അറിവ് സാധാരണജനങ്ങൾക്ക് നൽകുന്നതിന് വിദഗ്ധരെ ഗവൺമെന്റ് നിയമിക്കേണ്ടിന്റെ ആവശ്യകതയും ഞങ്ങൾ പലകുറി ഈ പംക്തികളിൽ ചൂണ്ടിക്കാണിച്ചിരുന്നല്ലോ. ഇതിന്റെ അത്യാവശ്യം കൊണ്ടും സന്താനനിയന്ത്രണം മെക്സിക്കോവിലെ വെറാക്രൂസിലെ അധികാരികൾ ചെയ്യാൻ തീരുമാനിച്ചിട്ടുള്ളതുപോലെ നിർബ്ബന്ധിതമാക്കണമെന്നു പോലും ഞങ്ങൾ അഭിപ്രായപ്പെടുകയും ചെയ്തിട്ടുണ്ട്. സന്താന നിയന്ത്രണത്തിന്റെ ഗുണദോഷങ്ങളെ തമ്മിൽ താരതമ്യപ്പെടുത്തി അതിന്റെ ഗുണങ്ങൾ ഗണനീയങ്ങളും ദോഷങ്ങൾ ത്യാജ്യങ്ങളുമാണെന്ന് സ്ഥാപിക്കുന്ന പ്രസിദ്ധ ഡാക്ടർ ഡ്രൈഡ് ഡെയിലിന്റെ ഒരു ലേഖനവും ഞങ്ങൾ പ്രസിദ്ധപ്പെടുത്തിയിരുന്നു (കേസരി 1933 ഫെബ്രുവരി 8)." ഈ മുഖപ്രസംഗത്തിന്റെ രണ്ടാംഭാഗം അടുത്താഴ്ച പ്രസിദ്ധപ്പെടുത്തിയത് ഈ ആഹ്വാനത്തോടെയാണ്. "ഗവൺമെന്റ് തങ്ങളുടെ നിദ്രയിൽനിന്നുണർന്ന്, തിരുവിതാംകൂറിനെ നശിപ്പിക്കുവാൻ തുടങ്ങിയിരിക്കുന്ന ഒരു മഹാവിപത്തിൽനിന്ന് അതിനെ രക്ഷിക്കുവാൻ സർവശക്തിയും ഉപയോഗിച്ച് പ്രയത്നിക്കേണ്ടതാണ്. ഈ പ്രയത്നത്തിൽ(തൊഴിലില്ലായ്മാ കമ്മിറ്റിയും സെൻസസ് കമ്മീഷണറും നിർദ്ദേശിച്ചതുപോലുള്ള കുടുംബാസൂത്രണ പ്രചാരണം) ഒരു കുടുംബത്തിന് ശരാശരി രണ്ട് സന്താനത്തിലധികം പാടില്ല എന്ന സ്ഥിര നിശ്ചയം വേണം അവർ പ്രധാനമായി മുൻനിർത്തേണ്ടത്. ഈ സ്ഥിതി തിരുവിതാംകൂറിൽ വരുത്തിക്കഴിഞ്ഞാൽ മറ്റൊന്നും ചെയ്തില്ലെങ്കിലും തിരുവിതാംകൂർകാരുടെ സാമ്പത്തിക സ്ഥിതി ഗവൺമെന്റിന് നൂറുമടങ്ങ് അഭിവൃദ്ധിപ്പെടുത്താവുന്നതാണ്" എന്നാണ് കേസരി ചൂണ്ടിക്കാട്ടിയത്.

അമേരിക്കയിലെ ജനനനിയന്ത്രണ പ്രസ്ഥാനത്തിന്റെ ജനയിത്രിയായ മാർഗരറ്റ് സാംഗർ ദി അമേരിക്കൻ വീക്കിലിയിൽ എഴുതിയ നിർദ്ദേശം-വിവാഹം സഹവാസത്തിനുമാത്രമുള്ള ലൈസൻസാണ്, സന്താനോൽപ്പാദനം വേണമെങ്കിൽ പ്രത്യേക ലൈസൻസെടുക്കണം, പരമാവധി രണ്ട് കുഞ്ഞ്, രണ്ടാമത്തെ കുഞ്ഞുണ്ടാകാൻ വേറെ ലൈസൻസ് വേണം, ലൈസൻസ് കിട്ടണമെങ്കിൽ തങ്ങളുടെ ആരോഗ്യസ്ഥിതിയും കുഞ്ഞിനെ പോറ്റാനുള്ള പ്രാപ്തിയും ബോധ്യപ്പെടുത്തണം-എന്നിങ്ങനെയുള്ള നിർദ്ദേശങ്ങൾ ഉദ്ധരിച്ചുകൊണ്ട് കേസരി മറ്റൊരു മുഖപ്രസംഗം പ്രസിദ്ധപ്പെടുത്തുകയുണ്ടായി.

കുടുംബത്തിന്റെയും കുട്ടികളുടെയും ജീവിതാവസ്ഥ വ്യക്തമാക്കിക്കൊണ്ട് ജനനനിയന്ത്രണത്തിനും ശിശുപരിപാലനത്തിനും ശരിയായ

നയം രൂപീകരിക്കണമെന്നതിലാണ് കേസരി ഊന്നിയത് എന്ന് മനസ്സിലാക്കാം, ഒറ്റനോട്ടത്തിൽ അതിവാദമാണെന്ന് തോന്നുമെങ്കിലും കേസരി ആരംഭിച്ചതുപോലുള്ള പ്രചണ്ഡ പ്രചാരണവും കേസരി നിർദ്ദേശിച്ചതുപോലെ ഗ്രാമഗ്രാമാന്തരങ്ങൾ തോറും സന്താനനിയന്ത്രണ ക്ലിനിക്കുകൾ ആരംഭിക്കുകയും ചെയ്തിരുന്നില്ലായെങ്കിൽ ഇന്നത്തെ സ്ഥിതി എന്തായിരിക്കുമായിരുന്നു... ഇന്ന് കുടുംബാസൂത്രണ കാര്യത്തിൽ കേരളം ഇന്ത്യക്ക് മാതൃക കാട്ടുന്നു.

ബഹുഭർതൃത്വം, ബഹുഭാര്യാത്വം തുടങ്ങിയ സംഗതികളിൽ ഇന്ന് കേൾക്കുമ്പോൾ ഭയങ്കരമായ പുരോഗമന വിരുദ്ധ സ്വരമാണ് കേസരിയിൽനിന്നുണ്ടായതെന്ന് തോന്നാം. ശ്രീമൂലം പ്രജാസഭയിൽ 1934 അവസാനം എസ്.ജെ നായർ കൊണ്ടുവന്ന നായർ റഗുലേഷൻ ഭേദഗതി ബില്ലിനെ സംബന്ധിച്ചുള്ള മുഖപ്രസംഗത്തിൽ (കേസരി 1935 ജനുവരി 9) ഒരു സ്ത്രീക്ക് ഒന്നിലേറെ ഭർത്താക്കന്മാരുണ്ടാകുന്നതും ഒരു പുരുഷന് ഒന്നിലേറെ ഭാര്യമാരുണ്ടാകുന്നതും 'പുരോഗമന' വിരുദ്ധമേയല്ലെന്ന് സ്ഥാപിക്കുന്നു. നായർ റഗുലേഷനിൽ സാമ്പത്തികവശം കൂടി പരിഗണിച്ചും മരുമക്കത്തായത്തിൽനിന്ന് മക്കത്തായത്തിലേക്കുള്ള പരിവർത്തനഘട്ടം പരിഗണിച്ചുമാണ് ഏകഭാര്യാ വിവാഹത്തെ ഉറപ്പിക്കുന്ന വകുപ്പുകൾ നായർ ബില്ലിൽ എഴുതിച്ചേർത്തതെന്ന് ചൂണ്ടിക്കാണിച്ചശേഷം കേസരി പറയുന്നു. 'ഏക ദമ്പതീവിവാഹം വേണമെന്നുള്ളവർ അങ്ങനെ ചെയ്തുകൊള്ളട്ടെ. പക്ഷേ, അതു ലംഘിക്കുന്നവരെ ശിക്ഷിക്കുന്നത് ഇന്നത്തെ പരിഷ്കൃത മനഃസ്ഥിതിക്ക് യോജിച്ചതല്ല. ബഹുഭാര്യാവിവാഹത്തെ മാത്രമല്ല, ബഹുഭർതൃ വിവാഹത്തെയും ശിക്ഷാർഹമാക്കരുതെന്നാണ് ഞങ്ങളുടെ അഭിപ്രായം. പുരുഷനുള്ള സ്വാതന്ത്ര്യം സ്ത്രീക്കും അനുവദിച്ചുകൊടുക്കാതിരിക്കുന്നതിന്റെ യുക്തി ഞങ്ങൾക്ക് മനസ്സിലാക്കുവാൻ വയ്യ.' ഇതിനോടൊപ്പം പാശ്ചാത്യ ലോകത്തെ പണ്ഡിതന്മാരുടെ ഒരഭിപ്രായം എടുത്തുചേർക്കുകയും ചെയ്യുന്നുണ്ട്: 'ജാരശങ്കയോ പരസ്ത്രീശങ്കയോ ഇന്ന് ദുഃഖപര്യവസായിയായ നാടകത്തിന്റെ വിഷയമായിത്തീരുന്നതല്ല; അത് ഇന്ന് ഒരു പ്രഹസനത്തിനേ വിഷയമാകയുള്ളൂ.'

ദുരിതങ്ങളോട് വിട

'മരണം അടുത്തുവരുന്നു എന്ന ബോധം എന്നെ ഭയപ്പെടുത്തുന്നേയില്ല. പക്ഷേ, ഭാര്യയുടെ ഭാവിജീവിതം എങ്ങനെ നടന്നുപോകുമെന്നതിനെച്ചൊല്ലി എനിക്ക് ഉത്കണ്ഠയുണ്ട്. മരണാനന്തര ജീവിതത്തിലും സ്വർഗ-നരകങ്ങളിലും വിശ്വാസമില്ലാത്തതാണ് എനിക്ക് മരണത്തെ ഭയമില്ലാതിരിക്കാൻ ഒരു കാരണം.

മറ്റൊരു കാരണം എന്റെ ഇന്നത്തെ മഹാദുഃഖങ്ങളും വേവലാതികളും അതോടെ തീരുമല്ലോ എന്നതാണ്. ഭാര്യയുടെ ഭാവിജീവിതത്തെക്കുറിച്ചുള്ള വേവലാതിക്കു പുറമെ, എന്റെ വരാനിരിക്കുന്ന മരണത്തെക്കുറിച്ചുള്ള ഏക ദുഃഖം, ഏഷ്യയുടെ ചരിത്രത്തെക്കുറിച്ചുള്ള സങ്കൽപ്പങ്ങളെ മാറ്റിമറിക്കുമെന്ന് ഞാൻ വിശ്വസിക്കുന്ന എന്റെ ചരിത്രഗവേഷണത്തിലൂടെ ഉരുത്തിരിഞ്ഞ കാര്യങ്ങൾ സഫലമാകുന്നതുകാണാൻ കഴിയില്ലല്ലോ എന്നുള്ളതാണ്" -എന്ന് ജീവിതസായാഹ്നത്തിൽ എഴുതിവച്ച ആത്മചരിത്രക്കുറിപ്പിൽ കേസരി എഴുതുകയുണ്ടായി.

ഒരു നവലോകസൃഷ്ടിക്കായി ചിന്താമണ്ഡലത്തിൽ വിപ്ലവം സൃഷ്ടിക്കുന്നതിനുവേണ്ടി തന്റെ 'സ്വ'ങ്ങളെയെല്ലാം സമർപ്പണം ചെയ്ത് സമ്പൂർണ നിസ്വനാവുകയായിരുന്നു ബാലകൃഷ്ണപിള്ള. തിരുവനന്തപുരത്ത് തറവാട് വിട്ടശേഷം ശാരദാപ്രിന്റിങ്ങ് വർക്സ് കെട്ടിടത്തിലും പിന്നീട് രണ്ട് വാടകവീടുകളിലും വാടകക്ക് ഗതിയില്ലാതെ മാസങ്ങളോളം രണ്ടു ബന്ധുഗൃഹങ്ങളിലും മാറിമാറി പാർക്കേണ്ടിവന്നു. രണ്ടു പതിറ്റാണ്ടിലേറെ പണയത്തിലും കടക്കെണിയിലുമായ തൈക്കാട്ടെ

പറമ്പ് പൂർണമായും നഷ്ടപ്പെടുകയും ചെയ്തതോടെ, രണ്ടാം ലോകയുദ്ധത്തിന്റെ മൂർധന്യത്തിൽ കടുത്ത വറുതിയിൽ തലസ്ഥാനത്തോട് വിടപറഞ്ഞു. വടക്കൻ പറവൂരിൽ ഭാര്യവീട്ടുവക കൊച്ചു കെട്ടിടത്തിൽ രോഗദാരിദ്ര്യങ്ങളോട് പടവെട്ടി, ഏക്കം വലിച്ചും ചുമച്ചു തുപ്പിയും ജീവിതത്തെ മുന്നോട്ടു നീക്കുകയായിരുന്നു.

രോഗങ്ങൾക്കൊപ്പം വാർദ്ധക്യവും കേസരിയെ ദുർബലനാക്കാൻ തുടങ്ങിയത് പെട്ടെന്നാണ്. വയലുമഠം വീട്ടിൽ രോഗികളായ രണ്ട് വൃദ്ധജനങ്ങൾ. എഴുത്തെന്നല്ല, വായനപോലും അസാധ്യമായിക്കൊണ്ടിരുന്ന ആ ഘട്ടത്തിൽ ഗൗരിയമ്മയുടെ സഹോദരി അംബുജത്തിന്റെ ഭർത്താവ് ഡോക്ടർ കെ.എൻ കൈമൾ രോഗമന്വേഷിച്ചെത്തി. കൈമളും ഭാര്യയും കേസരിദമ്പതികളെ അവരുടെ വീട്ടിലേക്കു വിളിക്കാൻ തുടങ്ങിയിട്ട് ഏറെയായി. ഇത്തവണ അദ്ദേഹം നിർബന്ധം പിടിച്ചു. അത്യന്തം ശോചനീയമായ ഈ അവസ്ഥയിൽനിന്ന്, ഈ അനാഥത്വത്തിൽനിന്ന് മാറി കോട്ടയത്ത് തങ്ങളോടൊപ്പം വന്ന് താമസിച്ചേ തീരൂ. ഭാര്യാ സഹോദരിയുടെ ഭർത്താവ് എന്നതിനുമപ്പുറം കൈമളുമായി പ്രത്യേകമായ ഒരാത്മബന്ധം തന്നെ ബാലകൃഷ്ണപിള്ളയ്ക്ക് ഉണ്ടായിരുന്നു. വീട്ടിൽ അരിയും പലവ്യഞ്ജനങ്ങളും വാങ്ങാൻ, അവശ്യമരുന്നുകൾ വാങ്ങാൻ, കടലാസും മഷിയും വാങ്ങാൻ വരെ കൈമൾ ഭാര്യ മുഖേന കേസരി ദമ്പതികൾക്ക് പലപ്പോഴും പണം എത്തിച്ചിരുന്നു. തൊള്ളായിരത്തി ഇരുപതുകളുടെ രണ്ടാം പകുതിയിൽ പ്രബോധകൻ പത്രവും അതച്ചടിക്കാൻ ഒരു പ്രസ്സും സ്ഥാപിക്കുന്നതിനുള്ള പണം മുൻകൂർ വരിസംഖ്യയും സംഭാവനയുമായി പിരിച്ചെടുക്കാൻ മലയാനാടുകളിൽ പോയപ്പോൾ സഹായിച്ചവരിലൊരാളാണ് കൈമൾ. ക്വലാലംപൂരിൽ റബ്ബർ റിസർച്ച് ഇൻസ്റ്റിറ്റ്യൂട്ടിൽ ശാസ്ത്രജ്ഞനായിരുന്നു അദ്ദേഹം. ബാലകൃഷ്ണപിള്ളയുമായി പരിചയപ്പെട്ടതിൽ പിന്നെയാണ് ഗൗരിയമ്മയുടെ ഇളയ സഹോദരി അംബുജത്തെ കൈമൾ വിവാഹം ചെയ്തത്. മറ്റുള്ളവർക്ക് വിഷമമാകേണ്ട എന്നു കരുതി വിഷമങ്ങൾ കടിച്ചുപിടിച്ച് സഹിച്ചുകഴിയുകയായിരുന്ന കേസരിക്ക് കൈമളുടെ നിർബന്ധത്തെ അവഗണിക്കാനാവുമായിരുന്നില്ല.

അങ്ങനെ കേസരി ദമ്പതികൾ പറവൂരിനോടും തൽക്കാലം വിടപറയുകയാണ്. 1959 മാർച്ച് 29-ന് അവർ കോട്ടയത്തെത്തി. കുറേനാൾ കൈമൾ കുടുംബത്തിനൊപ്പം, പിന്നെ തൊട്ടടുത്ത് നല്ല സൗകര്യമുള്ള ഒരു വീട്-കൈമൾ ഏർപ്പാടാക്കിക്കൊടുത്ത ആ വീട്ടിൽ വിദഗ്ധ ഡോക്ടർമാരുടെ ചികിത്സയും മെച്ചപ്പെട്ട പരിചരണവും നല്ല ഭക്ഷണവും

ബന്ധുജനങ്ങളുടെ ഇടപഴകലും സുഹൃദ് സദസ്സുകളുമെല്ലാമായതോടെ കേസരിക്ക് ആരോഗ്യം ഒരു പരിധിവരെ തിരിച്ചുകിട്ടി. ജീവിതത്തിൽ ആദ്യമായി അൽപ്പം സുഖസൗകര്യങ്ങൾ അനുഭവിക്കുകയായിരുന്നു ആ ദമ്പതികൾ.

അന്ന് ഒരു മഹാപ്രസ്ഥാനമായി വളരാൻ തുടങ്ങിയ സാഹിത്യപ്രവർത്തക സഹകരണ സംഘത്തിന്റെ ആസ്ഥാനമായ കോട്ടയത്ത് സംഘത്തിന്റെയും സംഘം സ്ഥാപനമായ നാഷണൽ ബുക്ക്സ്റ്റാളിന്റെയും ഭാരവാഹികളും പ്രവർത്തകരും കേസരി താമസിക്കുന്ന അമ്പാംഗ് വീട്ടിലെ സ്ഥിര സന്ദർശകരായി. കാരൂർ നീലകണ്ഠപിള്ള, ഡി.സി കിഴക്കേമുറി, മുട്ടത്തുവർക്കി, മനോരമ ആഴ്ചപ്പതിപ്പിന്റെ പത്രാധിപർ കളത്തിൽ വർഗീസ്, ഹാസസാഹിത്യകാരൻ എം.എൻ ഗോവിന്ദൻ നായർ തുടങ്ങിയവർ... അതൊരു പുതിയ കേസരി സദസ്സായി പരിണമിക്കുകയായിരുന്നു. നാടിന്റെ നാനാഭാഗത്തുനിന്നും യുവ എഴുത്തുകാരും സാഹിത്യപ്രവർത്തകരും ഒരു തീർത്ഥാടന കേന്ദ്രത്തിലെന്നപോലെ അമ്പാംഗ് വീട്ടിൽ എത്തിക്കൊണ്ടിരുന്നു. കോട്ടയത്തെ താമസകാലത്ത് ഗവേഷണപ്രവർത്തനങ്ങൾ അധികം മുന്നോട്ടുകൊണ്ടുപോകാനോ എഴുത്തിൽ പഴയതുപോലെ മുഴുവൻ സമയം വ്യാപൃതനാകാനോ സാധ്യതയുണ്ടായിരുന്നില്ല; കഴിഞ്ഞുമില്ല. മിക്കപ്പോഴും ശയ്യയിൽത്തന്നെ കഴിഞ്ഞ അക്കാലം പക്ഷേ ജീവിതത്തിലെ 'സുഖ'കാലമായിരുന്നു... എങ്കിലും കൈ തളരുംവരെ, കണ്ണുകഴയ്ക്കുംവരെ വായിച്ചുകൊണ്ടിരുന്നു. കിടക്കയുടെ നാലുഭാഗത്തും പുസ്തകങ്ങൾ...

ആ സുഖകാലവും പക്ഷേ പൊടുന്നനെ അവസാനിച്ചു. 1960 ആഗസ്ത് 25-ന് ഡോക്ടർ കൈമളെ അപ്രതീക്ഷിതമായി മരണം തട്ടിയെടുത്തു. മരണം എന്ന തസ്കരനെ കേസരി വീണ്ടും മുഖാമുഖം കാണുകയായിരുന്നു. പ്രിയപ്പെട്ട രണ്ട് കുഞ്ഞുങ്ങളെയും മാനസപുത്രന്മാരെപ്പോലായിരുന്ന ചങ്ങമ്പുഴയെയും സി.ജെ തോമസിനെയും പ്രിയസുഹൃത്തും ശിഷ്യസമാനനുമായിരുന്ന ഇ.വി കൃഷ്ണപ്പിള്ളയെയും സഹപ്രവർത്തകനും സഹായിയുമായിരുന്ന പ്രബോധകൻ സഹപത്രാധിപർ കൊച്ചുകൃഷ്ണപിള്ളയെയും പ്രിയ സഹോദരൻ ഡോക്ടർ എ.പി പിള്ളയെയും കവർന്നുകൊണ്ടുപോയ അതേ തസ്കരൻ. രോഗദാരിദ്ര്യങ്ങളുടെ കാഠിന്യം കാരണം എന്നേ മരണത്തിനു കീഴ്പ്പെട്ടുപോകുമായിരുന്ന തന്നെ ഇത്രകാലം നീട്ടിയെത്തിച്ചത് കൈമളാണ്. ഭാര്യാ സഹോദരിയുടെ ഭർത്താവ്. അരോഗദൃഢഗാത്രനെന്ന് കരുതിയ അദ്ദേഹം മരിച്ചതോടെ ജീവിതം പൂർണമായും ഇരുളടഞ്ഞതായി കേസരിക്കു തോന്നി.

പറവൂരിൽ നിന്നും കോട്ടയത്തെത്തി ചികിത്സകളും പരിചരണവും വഴി തിരിച്ചു കിട്ടിയ ശാരീരിക-മാനസികാരോഗ്യം വീണ്ടും പഴയമട്ടിലേക്ക് നിപതിക്കുകയായിരുന്നു.

പൂർണമായും മൃത്യുബോധത്തിന്റെയും അന്തർമുഖത്വത്തിന്റെയും തടവറയിലേക്ക്. സന്ദർശകർ ആരുതന്നെയായാലും കാണേണ്ടെന്ന ശാഠ്യം- പക്ഷേ അപ്പോഴും ശയ്യക്കരികിലിരുന്ന് ആരെങ്കിലും കവിതകൾ ഉച്ചത്തിൽ വായിച്ചുകൊണ്ടിരിക്കണമെന്ന നിർബന്ധം- ഒമർഖയ്യാമിന്റെ വരികൾ, ചങ്ങമ്പുഴയുടെയും ജിയുടെയും ആശാന്റെയും വരികൾ... കൈമളുടെ മരണത്തിലുള്ള ദുഃഖത്തിൽ വീണുപോയ കേസരി വീണ്ടും പറവൂരിൽ മാടവനപ്പറമ്പിലേക്കു തിരിച്ചുപോകാൻ താൽപ്പര്യപ്പെട്ടു... അത് സാധിക്കാതെ 1960 ഡിസംബർ 18-ന് കാലത്ത് കേസരി എന്നെന്നേക്കുമായി നിലച്ചു. 1889 ഏപ്രിൽ 13-ന് തിരുവനന്തപുരം മേലേതമ്പാനൂരിൽനിന്നാരംഭിച്ച് പുളിമൂട്ടും വഞ്ചിയൂരും പറവൂരും വഴി കോട്ടയത്തെത്തുകയും പുറപ്പെട്ട ഒരിടത്തേക്കും ഒരിക്കലും തിരിച്ചുപോകാതിരിക്കുകയും ചെയ്ത കേസരി ജീവനോടെ തിരിച്ചുപോകാനാഗ്രഹിച്ച പറവൂരിലേക്ക് ചേതനയറ്റ ദേഹം കോട്ടയത്തെ എഴുത്തുകാരും സാഹിത്യപ്രവർത്തക സഹകരണസംഘം ഭാരവാഹികളും വിലാപയാത്രയായി എത്തിച്ചു-മാടവനപ്പറമ്പിലെ ചിതയിൽ ആധുനിക കേരളത്തിന്റെ ആചാര്യന്റെ കൃശഗാത്രം കത്തിയമർന്നു.

സമുദായത്തിലെ വിഷംതീനി

പുരോഗമന സാഹിത്യത്തെക്കുറിച്ച് പൊതുവിലും ചങ്ങമ്പുഴയെ പ്രത്യേകിച്ചും മുന്നിൽക്കണ്ടു കൂടി കേസരി രചിച്ച പ്രബന്ധമാണ് സമുദായത്തിലെ വിഷംതീനികൾ. ഭക്ഷണത്തിൽ വിഷാംശം കലർന്നിട്ടുണ്ടോ എന്ന് രുചിച്ചറിഞ്ഞ് റിപ്പോർട്ട് ചെയ്യുന്ന ത്യാഗികൾ. അവരെപ്പോലെ സാമുദായിക ജീവിതത്തിലെ നന്മ തിന്മകൾ അനുഭവിച്ചറിഞ്ഞ് റിപ്പോർട്ട് ചെയ്യുന്ന, ജനങ്ങളെ ബോധവൽക്കരിക്കാൻ ശ്രമിക്കുന്ന പുരോഗമന സാഹിത്യകാരന്മാരെ പുലഭ്യം പറയുകയും ഒറ്റപ്പെടുത്തുകയും ചെയ്യുന്നതിലും വലിയ കൃതഘ്നത വേറെന്തുണ്ട് എന്നാണ് കേസരി ചോദിച്ചത്. വാസ്തവത്തിൽ അത് തന്നെപ്പറ്റിത്തന്നെ വർത്തമാനകാല സമൂഹത്തോടുള്ള ഒരു ചോദ്യമായിരുന്നു.

കേസരി മരിച്ചപ്പോൾ മലയാള പത്രങ്ങളെല്ലാം ഏറെക്കുറെ ഏകസ്വരത്തിൽ മുഖപ്രസംഗത്തിൽ പറഞ്ഞത് നമ്മുടെ കാഘട്ടത്തിലെ ഏറ്റവും മഹാനായ വ്യക്തിക്ക് ക്ലേശനിർഭരവും അവഗണന നിറഞ്ഞതുമായ ഒരു വാർദ്ധക്യകാലം തള്ളിനീക്കേണ്ടിവന്നതിന് നമ്മുടെ കാലത്തെ ഭാവിയിൽ ചരിത്രം കുറ്റപ്പെടുത്തുമെന്നാണ്.

'സമുദായത്തിലെ വിഷംതീനി'കളിൽ ബാലകൃഷ്ണപിള്ള ചൂണ്ടിക്കാട്ടിയതുപോലെ തികഞ്ഞ കൃതഘ്നതയാണ് കേരളത്തിലെ അക്കാദമിക സമൂഹവും സർവകലാശാലകളും അക്കാദമികളും പാഠപുസ്തക നിർമാണ സമിതിക്കാരും കേസരിയോട് കാണിച്ചത്. കേസരി

മലയാളത്തിൽ എഴുതിയ ചരിത്രഗവേഷണ ലേഖനങ്ങളുടെ രണ്ട് വാല്യം പ്രസിദ്ധപ്പെടുത്താൻ കരാർ ഉണ്ടാക്കിയ കേരള സാഹിത്യ അക്കാദമി മാനുസ്ക്രിപ്റ്റ് ഏതോ അലമാരിയിൽ പതിറ്റാണ്ടുകളോളം അലക്ഷ്യമായി ഇട്ടു. ലേഖനങ്ങളിൽ പലതും ചിതലിനും ക്ഷുദ്രജീവികൾക്കും ഭക്ഷണമായി നൽകിയശേഷം ബാക്കി വന്നത് 1984-ൽ 'ചരിത്രത്തിന്റെ അടിവേരുകൾ' എന്ന പേരിൽ പ്രസിദ്ധപ്പെടുത്തി. കേസരിയുടെ ജീവിതകാലത്ത് ചരിത്രഗവേഷണവുമായി ബന്ധപ്പെട്ട് താരതമ്യേന ചെറിയ രണ്ട് പുസ്തകം മാത്രമാണ് പ്രസിദ്ധപ്പെടുത്താൻ കഴിഞ്ഞത്. കെ.ആർ ബ്രദേഴ്സ് (കോഴിക്കോട്) പ്രാചീന കേരള ചരിത്രഗവേഷണവും മംഗളോദയം വഴി സാഹിത്യഗവേഷണമാല ഒന്നാം ഭാഗവും.

ആയിരക്കണക്കിന് പേജുകളിൽ നിറഞ്ഞുനിൽക്കുന്ന സാഹിത്യ വിമർശന, സാഹിത്യതത്ത്വശാസ്ത്ര ലേഖനങ്ങളിൽ ഏതാനും ലേഖനങ്ങൾ മാത്രമാണ് കേസരിയുടെ ജീവിതകാലത്ത് സമാഹരിക്കപ്പെട്ടത്. 'സാങ്കേതിക ഗ്രന്ഥനിരൂപണങ്ങൾ', 'കുറേക്കൂടി സാങ്കേതിക ഗ്രന്ഥനിരൂപണങ്ങൾ' എന്നിവ. 'നോവൽ പ്രസ്ഥാനങ്ങൾ' എന്ന പുസ്തകവും അറുപതുകളുടെ ആദ്യം പുറത്തുവന്നു. ഈ പുസ്തകങ്ങൾക്ക് പുറമെ കമലാലയ ബുക്സ് രൂപമഞ്ജരിയും നവലോകവും പ്രസിദ്ധപ്പെടുത്തി. കേരളത്തിന്റെ സാമൂഹ്യ-സാംസ്കാരിക രംഗങ്ങളിലും മലയാള സാഹിത്യത്തിൽ പ്രത്യേകിച്ചും വിപ്ലവം സൃഷ്ടിച്ച ലേഖനങ്ങളടങ്ങിയ മേൽപുസ്തകങ്ങൾ തലമുറകൾക്ക് അലഭ്യമായിരുന്നു- പുതിയ പതിപ്പുകൾ വന്നില്ല; അതിനായി വാദങ്ങളുണ്ടായില്ല; സമ്മർദ്ദങ്ങളുണ്ടായില്ല, റോയൽറ്റി ആർക്കും വേണ്ടിയിരുന്നില്ല; അതിനാൽ പ്രസാധനത്തിന് സമ്മർദ്ദങ്ങളുണ്ടായില്ല. സർവകലാശാലാ ക്ലാസുകളിൽ നിർബന്ധമായും പാഠപുസ്തകമാകേണ്ട കേസരി കൃതികൾ അതുകൊണ്ട് വിദ്യാർത്ഥികളിൽ നിന്നുപോലും മറച്ചുപിടിക്കപ്പെട്ടു... കഴിഞ്ഞ എത്രോ വർഷങ്ങളായി നമ്മുടെ സർവകലാശാലകളിൽ (സ്കൂളുകളിലും) കേസരി കൃതികൾ പാഠ്യപദ്ധതിയിലുൾപ്പെടാത്തതിന് പ്രസ്തുത പാഠപുസ്തക കമ്മിറ്റിക്കാരുടെ വിവരക്കേടും അവർക്ക് പരിഗണിക്കാൻ മുമ്പിൽ പുസ്തകങ്ങളില്ലാത്തതും കേസരിക്ക് അടുത്ത ബന്ധുക്കളില്ലാത്തതും പ്രസാധകർ മുന്നോട്ടുവരാത്തതുമെല്ലാം കാരണമാകാം. അതിനെല്ലാമുപ്പം കേസരി പലപ്പോഴും ഉദ്ധരിക്കാറുള്ള ഒരു വാചകമുണ്ട്- 'ആസന്നമരണങ്ങളായ ആശയങ്ങൾക്ക് കിടന്നുചാവാനുള്ള സാനിറ്റോറിയങ്ങളാണ് സർവകലാശാലകൾ.'

എന്നാൽ കേസരി മരിച്ചില്ല- കൊലപാതകശ്രമങ്ങൾ വിജയിച്ചുമില്ല! തന്റെ ചരിത്രഗവേഷണ പ്രബന്ധങ്ങൾ ലോക അക്കാദമിക്

സമൂഹത്തിനുമുന്നിൽ എത്തിക്കുന്നതിന് അതിയായി ആഗ്രഹിച്ചിരുന്നെങ്കിലും പ്രസാധകന്മാരാരും തുണച്ചില്ല. തന്റെ മരണത്തിനുശേഷം ഒരു അമ്പത് വർഷമെങ്കിലും കഴിഞ്ഞേ തന്റെ ആശയങ്ങൾ ശ്രദ്ധിക്കപ്പെടൂ എന്ന് കേസരി വ്യക്തമാക്കുകയുണ്ടായി; ചരിത്രഗവേഷണത്തിൽ താൻ വെട്ടിത്തുറന്ന പുതിയ പാത ലോകർ അറിയുന്നത് വിലയൊരു വിപ്ലവം തന്നെ സൃഷ്ടിക്കുമെന്ന് കേസരി മോഹിച്ചു. ഷഷ്ടിപൂർത്തി പ്രസംഗത്തിൽ അദ്ദേഹം പറഞ്ഞു: 'മ്ലേച്ഛരായ അറബികളുടെ ഇന്നലെ കുരുത്ത സംസ്കാരത്തെ, സ്വയംഭൂവും സനാതനവും ലോകോത്ഭവത്തോടൊന്നിച്ച് ഉദിച്ചതുമായ ആർഷ സംസ്കാരത്തിന്റെ ജനനിയാക്കി ഭാരതത്തെ അപമാനിക്കുന്ന ഒരു കൊടും രാജ്യദ്രോഹിയായി ഇവരിൽ ദേശീയവാദികളായ പണ്ഡിതന്മാർ എന്നെ പരിഗണിച്ചുവരുന്നു...

.....എന്റെ മുത്തശ്ശിക്കഥാ പ്രേമം ഏഷ്യയുടെ ഓരോ രാജ്യത്തിലും നിവസിക്കുന്ന പല മതക്കാരുടെയും പല നരവംശക്കാരുടെയും ഇടയ്ക്ക് പരസ്പരം യോജിപ്പും സൗഹാർദ്ദവും വളർത്തുന്നതാണ്. ഏഷ്യയിലെ ഓരോ രാജ്യക്കാരുടെയും ഇടയ്ക്ക് തങ്ങളുടെ സ്വന്തം സംസ്കാരത്തെക്കുറിച്ചുള്ള ശ്രേഷ്ഠത്വബോധം എന്റെ ഗവേഷണം നശിപ്പിക്കും. ഇതിന്റെ ഫലമായി കിടമത്സരം കൈവെടിഞ്ഞ് ചരിത്രാതീകാലത്തുണ്ടായിരുന്നതുപോലെയുള്ള ഒരു ഏഷ്യൻ സംസ്കാരം കെട്ടിപ്പടുക്കുന്നതിൽ ഏഷ്യാനിവാസികൾ ശ്രദ്ധിക്കുന്നതുമാണ്.' ഈ മോഹം സാക്ഷാത്കരിക്കാനുള്ള ശ്രമമാണ് പറവൂരിലെ വീട്ടിലിരുന്നും കിടന്നും ഏങ്ങിവലിച്ച് കേസരി നിർവഹിച്ചുപോന്നത്-ഒരു വ്യാമോഹമെന്ന് പരിഹസിക്കാം. കേസരിയുടെ മോഹം പക്ഷേ, ആത്മാർത്ഥവും സുദൃഢവുമായിരുന്നു. അതുകൊണ്ട് തന്റെ ഗവേഷണത്തിലെ നിഗമനങ്ങൾ അദ്ദേഹം ഇംഗ്ലീഷിൽ എഴുതിവെച്ചു-ഔട്ട് ലൈൻ ഓഫ് ദി പ്രോട്ടോ- ഹിസ്റ്റോറിക് ക്രോണോളജി ഓഫ് വെസ്റ്റേൺ ഏഷ്യ. നോട്ടുപുസ്തകങ്ങളിലും കടലാസ് തുണ്ടുകളിലുമായെല്ലാം എഴുതി കെട്ടിവച്ച നിലയിൽ അത് കേസരി മരിച്ചശേഷം രണ്ടു പതിറ്റാണ്ടുകൂടി മാടവന വയലുമഠം വീട്ടിൽ പൊടിപിടിച്ചുകിടന്നു. പൊടിഞ്ഞുതുടങ്ങിയ ആ കടലാസുകളുടെ കെട്ട് കേസരിയുടെ പത്നി പ്രഫസർ എം.എൻ വിജയന്റെ കയ്യിൽ വച്ചുകൊടുക്കുകയായിരുന്നു. തന്റെ കൊച്ചു വാടകവീട്ടിൽ (ധർമടം) ഒരു ടൈപ്പ് റൈറ്റർ വാങ്ങി ടൈപ്പിസ്റ്റിനെയും നിയോഗിച്ച് മാസങ്ങളോളം കഠിനാധ്വാനം ചെയ്താണ് അത് ടൈപ്പ് ചെയ്തെടുത്തത്. കേസരിയുടെ എഴുത്ത് മനസ്സിലാക്കി ടൈപ്പ് ചെയ്യുകയെന്നത് അതികഠിനമായ അധ്വാനം തന്നെയായിരുന്നു. അത് പ്രസിദ്ധപ്പെടുത്താൻ

വർഷങ്ങളോളം പല പ്രസാധകരെയും സമീപിച്ചെങ്കിലും നടന്നില്ല.... കേസരിയുടെ പത്നി ഗൗരിയമ്മയുടെയും പ്രഫ. എം.എൻ വിജയന്റെയും നിര്യാണത്തിനുശേഷം 2009-ലാണ് കേരള സർവകലാശാല ആ പുസ്തകം പ്രസിദ്ധപ്പെടുത്തിയത്. മാനുസ്ക്രിപ്റ്റിലെ അവ്യക്തതയും അച്ചടിയിലെ പിശകുകളും വ്യാഖ്യാനക്കുറിപ്പുകളില്ലാത്തതും മൂലം ചില പ്രശ്നങ്ങളുണ്ടെങ്കിലും കേസരിയുടെ ചരിത്രഗവേഷണത്തിന്റെ സത്ത കേസരിയുടെ നിര്യാണത്തിന് അരനൂറ്റാണ്ടിനുശേഷം ലോക അക്കാദമിക് സമൂഹത്തിനുമുന്നിലെത്താൻ അവസരമൊരുങ്ങിയിരിക്കുന്നു.

പുസ്തകം ഇംഗ്ലീഷിൽ പ്രസിദ്ധപ്പെടുത്താനായില്ലെങ്കിലും ചില ലേഖനങ്ങൾ ഇംഗ്ലീഷിൽ പ്രസിദ്ധപ്പെടുത്തി തന്റെ ആശയങ്ങൾ കേരളത്തിനു പുറത്തും എത്തിക്കാൻ കേസരി ശ്രമിക്കുകയുണ്ടായി. 1939,40 കാലത്ത് ദി ഹിന്ദു ദിനപത്രത്തിൽ ചരിത്ര ഗവേഷണപരമായ നാല് ലേഖനങ്ങൾ പ്രസിദ്ധപ്പെടുത്തുകയും അത് വ്യാപകമായി ചർച്ച ചെയ്യപ്പെടുകയും ചെയ്തു. രാമവർമ ആർക്കിയോളജിക്കൽ സുവനീർ, ട്രാവൻകൂർ സുവനീർ എന്നിവയിലും ഗവേഷണലേഖനങ്ങൾ പ്രസിദ്ധപ്പെടുത്തി.

കൊൽക്കത്ത ശാന്തിനികേതനിൽനിന്നും 1948-ൽ പ്രസിദ്ധപ്പെടുത്തിയ സീനോ-ഇന്ത്യൻ ജേണലിന്റെ ഒന്നാം ലക്കത്തിൽ 'കൽപ ക്രോണോളജി ഓഫ് ഏൻഷ്യന്റ് ചൈന' എന്ന ലേഖനം പ്രസിദ്ധപ്പെടുത്തി. കേസരിയുടെ കൽപ്പഗണിത സിദ്ധാന്തത്തെക്കുറിച്ച് പരിമിതമായെങ്കിലും വിദേശ അക്കാദമിക് ലോകത്ത് അറിവ് കിട്ടിയത് ഈ ലേഖനത്തിലൂടെയാണ്. ചൈനീസ് അക്കാദമിക് രംഗത്ത് തന്റെ ലേഖനം ചർച്ച ചെയ്യപ്പെട്ടുവെന്നത് കേസരിയെ ഏറെ സന്തോഷിപ്പിച്ചു.

കേസരിയെക്കുറിച്ചും അദ്ദേഹത്തിന്റെ മഹത്തായ സംഭാവനകളെക്കുറിച്ചും തലമുറകളെ അറിയിക്കാൻ സമാന്തരമായി നിരവധി പരിശ്രമങ്ങളുണ്ടായി. പറവൂരിൽ കേസരിയുടെ സദസ്യരും കേസരി സ്കൂൾ എന്ന് അവകാശപ്പെട്ടവരുമായ മേലങ്ങത്ത് നാരായണൻ കുട്ടി (സംഘസാഹിത്യ പണ്ഡിതൻ, വിവർത്തകൻ) ഇടപ്പള്ളി വേലായുധൻ, പറവൂർ ശിവൻ എന്നിവർ അക്കൂട്ടത്തിൽപ്പെടുന്നു. പറവൂർ ശിവൻ കേസരിയുടെ സമഗ്രജീവചരിത്ര-പഠനം നടത്തി 'കേസരി ഒരു ജീവിതരേഖ' എന്ന പേരിൽ പ്രസിദ്ധപ്പെടുത്തുകയുണ്ടായി (2005-പെൻ ബുക്സ്). ബാലകൃഷ്ണപിള്ള അഞ്ച് വർഷത്തോളം പ്രസിദ്ധപ്പെടുത്തിയ കേസരി വാരികയുടെ ഓഫീസ് ഫയൽ കൈവശം ലഭിച്ചതും മരണം വരെ സൂക്ഷിച്ചുവെച്ചതും പറവൂർ ശിവനാണ്. അദ്ദേഹം അത് 'പൊന്നുപോലെ' സൂക്ഷിച്ചതിനാൽ രണ്ട് ഫലമുണ്ടായി. അത് നഷ്ടപ്പെട്ടില്ല, അദ്ദേഹത്തിന്റെ മരണശേഷം

അത് സംസ്ഥാന സർക്കാരിന്റെ പുരാരേഖ വകുപ്പിന് മകൻ സി.എസ് സുമൻ കൈമാറി. എന്നാൽ 'പൊന്നുപോലെ' സൂക്ഷിച്ചതിനാൽ പതിറ്റാണ്ടുകളോളം ഗവേഷകർക്കും പഠിതാക്കൾക്കും അത് അലഭ്യമായി. 'നിരൂപകനായ കേസരി' എന്ന ഗവേഷണ പ്രബന്ധം തയ്യാറാക്കിയ ഡോക്ടർ ടി.പി സുകുമാരൻ കേസരിയുടെ ലേഖനസൂചി അനുബന്ധമായി ചേർക്കുകയുണ്ടായി. പക്ഷേ, ബാലകൃഷ്ണപിള്ളയുടെ ഏറ്റവും മഹദ് സംഭാവനയുള്ള കേസരി വാരികയിലെ ഉള്ളടക്കം സംബന്ധിച്ച് കൃത്യമായ ഒരു ചിത്രം നൽകാൻ കഴിഞ്ഞില്ല. 2010 ഡിസംബറിൽ കേസരിയുടെ അമ്പതാം ചരമവാർഷികം ആചരിക്കുന്ന ഘട്ടത്തിലാണ് കേസരി ഫയൽ പൊടിഞ്ഞു തുടങ്ങിയ നിലയിൽ സംസ്ഥാന സർക്കാരിന് ലഭിച്ചത്. പുരാരേഖവകുപ്പ് കേസരി ഫയൽ ഗവേഷണത്തിനായി തുറന്നുകൊടുക്കുന്നത് വൈജ്ഞാനിക രംഗത്ത് ഏറെ സഹായകമാകും.

കേസരിയുടെ ചരിത്ര ഗവേഷണങ്ങളെക്കുറിച്ച് ജനങ്ങളെ ബോധവൽക്കരിക്കുന്നതിനും വ്യാഖ്യാനിക്കുന്നതിനും ഉള്ള നിയോഗം തനിക്കാണെന്ന് കരുതിയിരുന്ന സി.ജെ തോമസ് കേസരിക്കു മുമ്പെ തന്നെ മരണത്തിന് കീഴ്പ്പെട്ടു.

1968-ൽ എ ബാലകൃഷ്ണപിള്ള എന്ന തലക്കെട്ടിൽ പ്രൊഫ. എം.എൻ വിജയൻ സമഗ്രമായ ഒരു പഠനലേഖനം പ്രസിദ്ധപ്പെടുത്തിയതോടെ പുതിയ കാലഘട്ടത്തിലെ കേസരി പഠനത്തിന് പ്രത്യേകമായ ഊർജ്ജം കൈവന്നു. അങ്ങനൊയൊരു ലേഖനം പ്രസിദ്ധപ്പെടുത്തി അന്വേഷകരുടെയും വിദ്യാർത്ഥികളുടെയും സാഹിത്യകാരന്മാരുടെയും ചിന്തകന്മാരുടെയും ശ്രദ്ധയാകർഷിക്കുക മാത്രമല്ല അദ്ദേഹം ചെയ്തത്. ഒരു നവലോകം പടുത്തുയർത്തുന്നതിനുവേണ്ടിയുള്ള ചിന്താവിപ്ലവം എങ്ങനെ കേസരി നിർവഹിച്ചുവെന്ന് പ്രഭാഷണങ്ങളിലൂടെയും ക്ലാസുകളിലൂടെയും നിരന്തരം ഉദ്ഘോഷിച്ചു. കേസരിയുടെ പത്നിയെ ചെന്നു കണ്ട് പുസ്തകങ്ങൾ സമാഹരിച്ച് പ്രസിദ്ധപ്പെടുത്തുന്നതിനുള്ള സമ്മതം വാങ്ങി. പണ്ഡിതലോകത്തുനിന്നും കേസരിക്കെതിരെ നിരന്തരം ഉയർന്ന പുലഭ്യങ്ങൾക്കും പരിഹാസങ്ങൾക്കും മറുപടി നൽകുകയും കേസരി ഈ യുഗത്തിന്റെയല്ല, വരാനിരിക്കുന്ന യുഗത്തിന്റെ ചിന്തകനാണ് എന്ന് ഓർമ്മിപ്പിക്കുകയും ചെയ്തു അദ്ദേഹം തന്റെ ജീവിതത്തിലെ പ്രധാന കർത്തവ്യമായി കേസരി കൃതികളുടെ പ്രസിദ്ധീകരണത്തെ കണ്ടു.

കേസരിയുടെ ലേഖനങ്ങളും കുറിപ്പുകളും പൂർണമായി കണ്ടെത്തുക, കേസരിയുടെ ചിന്തകളുടെ യഥാർത്ഥ താൽപ്പര്യം ജനങ്ങളെ

അറിയിക്കുക-അതായിരുന്നു ലക്ഷ്യം, കേസരിയുടെ നിരൂപണങ്ങളെക്കുറിച്ച് ഗവേഷണം നടത്തുന്നതിന് ടിപി സുകുമാരൻ മുന്നോട്ടുവന്നു. വിദ്യാർത്ഥികളായ യു.വി കുമാരൻ, കൃഷ്ണദാസ് എന്നിവർ ലേഖനങ്ങൾ വായിച്ച് പകർത്തിയെടുത്തു. ലേഖനങ്ങൾ ഇന്നിന്ന പ്രസിദ്ധീകരണങ്ങളിലുണ്ട്, ഇന്നിടത്തുണ്ട് എന്ന് മനസ്സിലാക്കി എം.എൻ വിജയനും ടി.പി സുകുമാരനും നടത്തിയ ശ്രമങ്ങളുടെ ഫലമായാണ് അത് സാധിച്ചത്. അഞ്ച് വർഷത്തോളം നീണ്ട ഭഗീരഥ പ്രയത്നത്തിലൂടെ ചരിത്രഗവേഷണങ്ങളും കലാ-സാഹിത്യനിരൂപണങ്ങളും പകർത്തിയെടുത്ത് സംഭരിക്കാൻ കഴിഞ്ഞു. 'കേസരിയുടെ സാഹിത്യ വിമർശനങ്ങൾ' എന്ന ബൃഹദ് കൃതി 1984 സാഹിത്യ പ്രവർത്തക സഹകരണ സംഘം പ്രസിദ്ധപ്പെടുത്തി. പ്രസിദ്ധപ്പെടുത്താൻ എസ്.പി.സി.എസ്സിലേൽപ്പിച്ച കയ്യെഴുത്തുപ്രതി ആദ്യം 'നഷ്ടപ്പെട്ടു'. വീണ്ടും പകർപ്പെടുത്ത് (അന്ന് ഫോട്ടോസ്റ്റാറ്റ് എടുക്കൽ അപായോഗികമായിരുന്നു- സാമ്പത്തിക പ്രശ്നവും) നൽകിയാണ് 1984-ൽ പ്രസിദ്ധപ്പെടുത്തിയത്. കേരളത്തിലെ ചിന്താരംഗത്ത്, സാഹിത്യരംഗത്ത് വലിയ സ്വാധീനശക്തിയായി ആ പുസ്തകവും അതിന്റെ എ.ഡിറ്ററായ എം.എൻ വിജയൻ എഴുതിയ അവതാരികയും മാറി. അന്ന് കണ്ടെടുക്കാൻ കഴിയാത്ത 21 ലേഖനങ്ങൾ കൂടി കണ്ടെടുത്ത് കൂട്ടിച്ചേർത്ത് കേസരിയുടെ സാഹിത്യവിമർശനങ്ങൾ (സമ്പൂർണം) 2011-ൽ എസ്.പി.സി.എസ് തന്നെ പ്രസിദ്ധപ്പെടുത്തി. ആരും തന്നെ യാതൊരു പ്രതിഫലവും റോയൽറ്റിയും വാങ്ങാതെയാണ് ഈ പ്രവർത്തനങ്ങളെല്ലാം നടത്തിയത്. കടലാസും മഷിയും വാങ്ങാൻ കടംവാങ്ങേണ്ടിവന്ന നിത്യദരിദ്രനായിരുന്ന ബാലകൃഷ്ണപിള്ളയുടെ പുസ്തകങ്ങൾക്ക് അദ്ദേഹത്തിന്റെ പത്നി ജീവിച്ചിരിപ്പുള്ളപ്പോൾ അവരും റോയൽറ്റി വാങ്ങിയില്ല. അതിനുശേഷം പുറത്തുവന്ന കൃതികളുടെ കാര്യത്തിലും റോയൽറ്റി എന്നൊന്നില്ല...

1989-ൽ കേസരിയുടെ ജന്മശതാബ്ദിവേളയിൽ ചരിത്രഗവേഷണങ്ങൾ സമാഹരിച്ച് പ്രസിദ്ധപ്പെടുത്താൻ എം.എൻ വിജയൻ നടത്തിയ പരിശ്രമം വിജയിച്ചില്ല. അതേത്തുടർന്ന് അദ്ദേഹം കേസരിയുടെ രചനകളിലെ പ്രധാനപ്പെട്ട ഖണ്ഡികകൾ തെരഞ്ഞെടുത്ത് 'കേസരിയുടെ ലോകങ്ങൾ' എന്ന പുസ്തകം സ്വന്തം ചെലവിൽ പ്രസിദ്ധപ്പെടുത്തി. അതേ വർഷം തന്നെ കേസരിയുടെ 'നവീന ചിത്രകല' എന്ന ഗ്രന്ഥം എം.എൻ വിജയൻ തന്നെ എ.ഡിറ്റ് ചെയ്ത് കേരള ലളിതകലാ അക്കാദമി മുഖേന പ്രസിദ്ധപ്പെടുത്തി. അതിനകം 1984-ൽ സാഹിത്യ അക്കാദമി ചരിത്രത്തിന്റെ അടിവേരുകൾ പ്രസിദ്ധപ്പെടുത്തിയിരുന്നു.

ഇതേ സന്ദർഭത്തിൽ പറവൂരിലെ 'കേസരി സ്കൂളി'ൽപെട്ട മേലങ്ങത്ത് നാരായണൻകുട്ടി, ബാംസുരി ബുക്സ് മുഖേന 'ചരിത്രപഠനങ്ങൾ' എന്ന പേരിൽ കേസരിയുടെ ഏതാനും ചരിത്രലേഖനങ്ങൾ പുസ്തകരൂപത്തിൽ പ്രസിദ്ധപ്പെടുത്തി.

1989-ൽ 'കേസരിയുടെ ലോകങ്ങൾ' പ്രസിദ്ധപ്പെടുത്തുന്നതിനോടനുബന്ധിച്ച് കേസരി കൃതികളുടെ പ്രസിദ്ധീകരണത്തിനായി തലശ്ശേരി കേന്ദ്രീകരിച്ച് ഒരു സമിതി രൂപീകരിക്കുകയുണ്ടായി. കേസരിയുടെ അമ്പതാം ചരമവാർഷിക വേളയിൽ കേസരിയുടെ ചരിത്രഗവേഷണങ്ങൾ നാലു വാള്യങ്ങളായി പ്രസിദ്ധപ്പെടുത്താൻ മുൻകയ്യെടുത്തത് പ്രസിദ്ധീകരണ സമിതിയാണ്. സമിതി വിഷയം ശ്രദ്ധയിൽപ്പെടുത്തിയതിനെത്തുടർന്ന് അമ്പതാം വാർഷികാചരണ പരിപാടി സർക്കാർ തന്നെ ആവിഷ്ക്കരിച്ച് നടത്തി. ചരിത്ര ഗവേഷണങ്ങൾ നാല് വാള്യങ്ങളായി കേരള ഭാഷാ ഇൻസ്റ്റിറ്റ്യൂട്ട് പ്രസിദ്ധപ്പെടുത്തി (2010-13). തിരുവനന്തപുരത്ത് പ്രബോധകൻ, കേസരി പത്രങ്ങൾ നടത്തിയിരുന്ന, ശാരദ പ്രിന്റിങ്ങ് വർക്ക്സ് നിലനിന്നിരുന്ന, പുളിമൂട്ജംഗ്ഷനിൽ കേസരി സ്മാരക ജേണലിസ്റ്റ് ട്രസ്റ്റ് മന്ദിരത്തോടനുബന്ധിച്ച് കേസരിയുടെ പ്രതിമ സ്ഥാപിച്ചു. പബ്ലിക് റിലേഷൻസ് വകുപ്പ് 'കർമവീര്യത്തിന്റെ സൂര്യശോഭ' എന്ന പേരിൽ അനുസ്മരണ ഗ്രന്ഥം പ്രസിദ്ധപ്പെടുത്തി. കേസരിയുടെ ചിന്തകളെക്കുറിച്ച് പുതിയ തലമുറക്ക് അറിവ് പകരുന്നതിന് ഈ പരിപാടികൾ ഏറെ സഹായകമായി.

കേസരി ജീവിച്ചിരിക്കെത്തന്നെ ആ മഹനീയ വ്യക്തിത്വത്തെ ചൂണ്ടിക്കാട്ടുന്ന നിരവധി ലേഖനങ്ങൾ പുറത്തുവരികയുണ്ടായി. അക്കൂട്ടത്തിൽ സി.ജെ തോമസിന്റെ രണ്ടു ലേഖനങ്ങൾ- 'അവനെ ക്രൂശിക്കുക-ബറാബാസിനെ വിട്ടുതരിക', 'എ ബാലകൃഷ്ണപിള്ള എന്തു ചെയ്തു' എന്നീ ലേഖനങ്ങൾ, വി.ടി ഭട്ടതിരിപ്പാടിന്റെ 'കേരളത്തിലെ സോക്രട്ടീസ്', ഇ.വി കൃഷ്ണപിള്ളയുടെ 'എ ബാലകൃഷ്ണപിള്ള' തുടങ്ങിയ ലേഖനങ്ങൾ ഉൾപ്പെടുന്നു. കേരളത്തിലെ യഥാർത്ഥ വിപ്ലവകാരിയായ ബാലകൃഷ്ണപിള്ളയെ പുരോഗതിയുടെ ചേരിയിൽപ്പെട്ടവർ തന്നെ ചെളിവാരിയെറിയുന്നുവെങ്കിൽ അത് സുബോധത്തിന്റെ പരിധിക്കപ്പുറമാണെന്നും അത് കേരളത്തിലെ വിപ്ലവപ്രസ്ഥാനത്തിന്റെ നിർഭാഗ്യമെന്നല്ലാതെ മറ്റൊന്നും പറയാനില്ലെന്നുമാണ് സി.ജെ, 'ബാലകൃഷ്ണപിള്ള എന്തു ചെയ്തു' എന്ന ലേഖനത്തിൽ പറയുന്നത്.

1954-ൽ സി.ജെ തോമസ് എഴുതിയ 1128-ൽ ക്രൈം 27 എന്ന നാടകത്തിൽ 'ഗുരു'വാണ് നായകൻ. ഈ ഗുരു കേസരിയല്ലാതെ മറ്റാരുമല്ല.

മരണത്തെക്കുറിച്ചുള്ള വിചിത്രമായ വേദാന്തമാണ് ഈ നാടകത്തിൽ അവതരിപ്പിക്കുന്നതെന്ന് നാടകത്തിൽത്തന്നെയുണ്ട്. മരിച്ചാൽ പത്രക്കാർ എങ്ങനെ റിപ്പോർട്ട് ചെയ്യും, പത്രത്തിൽ ധാരാളം സ്ഥലം ബാക്കിയുണ്ടെങ്കിൽ അനുശോചന പ്രവാഹവും പരേതനെക്കുറിച്ചുള്ള അനുസ്മരണവും കാണാം, എന്നാൽ പെട്ടെന്ന് ഏതെങ്കിലും മന്ത്രി പങ്കെടുത്ത ചടങ്ങിന്റെ വാർത്ത വന്നാൽ അനുസ്മരണങ്ങൾ വെട്ടി ഒരു 'ശവച്ചുരുക്കം' മാത്രം വാർത്തയാണ് ചരമത്തെക്കുറിച്ച് നൽകുക, മരണവുമായി ബന്ധപ്പെട്ട വിലാപങ്ങൾ ജീവിച്ചിരിക്കുന്നവർക്ക് അതിജീവനത്തിനു വേണ്ടിയുള്ള മത്സരമാണ് എന്നിങ്ങനെ ക്രൈം നാടകത്തിൽ പറയുന്നു. ഇടക്കിടെ 'മരിച്ച' കേസരിയുടെ അനുഭവങ്ങളാണ് ഹാസ്യാത്മകമായി ക്രൈം നാടകത്തിലും സൂചിപ്പിക്കുന്നത്. കേസരി മരിച്ചുവെന്ന വാർത്തയും മുഖപ്രസംഗവും മറ്റൊരു പത്രലേഖകൻ വീട്ടിലെത്തിച്ച സംഭവവും ഇത്തരം കാര്യങ്ങൾ ഇതിവൃത്തമാക്കി എഴുതണമെന്നുള്ള കേസരിയുടെ ഉപദേശത്തെക്കുറിച്ചും മുൻ അധ്യായത്തിൽ സൂചിപ്പിക്കുകയുണ്ടായി. മരണത്തെ ഒരു തമാശയായി കാണാനാണ് കേസരിയെ മാതൃകയാക്കി സൃഷ്ടിച്ച ഗുരു എന്ന കഥാപാത്രത്തിലൂടെ സി.ജെ ശ്രമിക്കുന്നത്. നാടകത്തിൽ ഗുരുവുമായി തർക്കിക്കുകയും സംവദിക്കുകയും ചെയ്യുന്ന 'ശിഷ്യൻ' നാടകകൃത്തുതന്നെയത്രേ.

കേസരി നിര്യാതനായി നാല് വർഷത്തിനകം കെ സുരേന്ദ്രന്റെ ബൃഹദ് നോവൽ 'ജ്വാല' പുറത്തുവന്നു. വിപ്ലവകാരിയായ ഒരു പത്രാധിപർ എന്ന നിലയിൽ ഭരണകൂടത്തെ അനുനിമിഷം വെല്ലുവിളിച്ചുകൊണ്ടും കൊടിയ പട്ടിണിയും ദാരിദ്ര്യവും ഗുരുതര രോഗപീഢകളും അവഗണിച്ചുകൊണ്ടും കേസരി നടത്തിയ ഐതിഹാസിക പ്രവർത്തനത്തെ ഇതിവൃത്തമാക്കിയുള്ള ആഖ്യായികയാണ് ജ്വാല. പത്രത്തിന്റെ പേരും പത്രാധിപരുടെ പേരുമെല്ലാം മാറ്റിയും ആഖ്യായികയ്ക്ക് ആവശ്യമായ ചിലത് കൂട്ടിയും ചിലത് കുറച്ചുമുള്ള പ്രസ്തുത നോവൽ തുടക്കം മുതൽ ഒടുക്കം വരെ നിർത്താതെ ആവേശപൂർവ്വം വായിച്ചവരാണ് കഴിഞ്ഞ തലമുറയിലെ വായനക്കാർ- കേസരിയുടെ കഥയാണത് എന്ന പരസ്യവാചകമില്ലെങ്കിലും.

ബാലകൃഷ്ണപിള്ളയുടെ സമ്പൂർണ ജീവചരിത്രം എന്ന് പറയാവുന്ന 'കേസരിയുടെ കഥ' 1978-ലാണ് ഡി.സി ബുക്സ് പ്രസിദ്ധപ്പെടുത്തുന്നത്. തിരുവനന്തപുരത്ത് കേസരി സദസ്സിൽ അംഗമെന്ന നിലയിലും കേസരി വാരികയുടെ ഓരോ ലക്കവും തയ്യാറാക്കുന്നതിൽ ഒരു പത്രാധിപ സമിതി അംഗത്തെപ്പോലെ സഹായിച്ച വ്യക്തി എന്ന

നിലയിലും ജീവിതസായാഹ്നത്തിൽ പറവൂരിൽ കഴിയുമ്പോഴും സുഹൃദ്സദസ്യനെന്ന നിലയിലും കേസരിയുമായി അഗാധബന്ധമുള്ളയാളും കേസരിയുടെ മനസ്സ് കണ്ടവരിലൊരാളുമായിരുന്ന കെപി ശങ്കരമേനോനാണ് 'കേസരിയുടെ കഥ' എഴുതിയത്.

ഈ കൃതികളെല്ലാം പുറത്തുവന്നിട്ടും കേസരിക്കെതിരായ അധിക്ഷേപവും പരിഹാസവും പണ്ഡിതന്മാർ തുടർന്നുകൊണ്ടിരുന്നു. സങ്കുചിത ദേശീയതയോടുള്ള എതിർപ്പ്, സാഹിത്യത്തിലെ അത്യാധുനിക പ്രവണതകളോടുള്ള പ്രിയം, സാഹിത്യത്തിലെ അശ്ലീലത്തെ എതിർക്കാത്തത്, അട്ടിമറിപ്പൻ വിപ്ലവത്തോടുള്ള കമ്പം എന്നിങ്ങനെ എതിർക്കാൻ പലതരം യാഥാസ്ഥിതികർക്ക് പലതരം കാരണങ്ങളുമുണ്ടായിരുന്നു. നാൽപ്പതുകളുടെ രണ്ടാം പകുതിയോടെ കേസരി, തകഴി, ചങ്ങമ്പുഴ, കേശവദേവ്, ബഷീർ എന്നിവരെ ഏതുവിധേനയും നിലംപരിശാക്കിയേ തീരു എന്ന മട്ടിൽ പുരോഗമന പ്രസ്ഥാനത്തിലെ ഒരു വിഭാഗം ഇറങ്ങിപ്പുറപ്പെട്ടിരുന്നല്ലോ. എം.എസ് ദേവദാസിന്റെ തിരഞ്ഞെടുത്ത പ്രബന്ധങ്ങൾ, ഇ.എം.എസിന്റെ മാർക്സിസവും മലയാള സാഹിത്യവും തുടങ്ങിയ കൃതികളും വി.ടി ഇന്ദുചൂഡനും മറ്റും അക്കാലത്തെഴുതിയ ലേഖനങ്ങളും കണ്ടാൽ അത് വ്യക്തമാണ്.

എന്നാൽ എൺപതുകളുടെ അവസാനത്തോടെ, നാൽപ്പതുകളുടെ മധ്യം മുതൽ കമ്യൂണിസ്റ്റ് നേതാക്കൾക്ക് സാഹിത്യത്തെ വിലയിരുത്തുന്നതിൽ സംഭവിച്ച അടിസ്ഥാനപരമായ തെറ്റ് ഇ.എം.എസ് ഏറ്റുപറയുകയുണ്ടായി. അന്ന് സംഭവിച്ച തെറ്റും വീക്ഷണ വൈകല്യവും അതിന്മേൽ കെട്ടിപ്പടുത്ത ആശയങ്ങളും പ്രസ്ഥാനത്തിനു തന്നെ തിരിച്ചടിയായെന്നാണ് ഇ.എം.എസ് പറഞ്ഞത്.

കേസരിയെക്കുറിച്ച് 'ബൂർഷ്വാ പണ്ഡിത മൂഢന്മാരുടെ ഉത്തമ മാതൃക' എന്ന ലേഖനം എഴുതിയ (മാർക്സിസവും മലയാള സാഹിത്യവും-1974) ഇ.എം.എസ് 1989-ൽ 'പത്രപ്രവർത്തകനും ചിന്തകനുമായ കേസരി' എന്ന ലേഖനമെഴുതി (ദേശാഭിമാനി വാരിക) ഒരു വിപ്ലവകാരിയെന്ന നിലയിലുള്ള കേസരിയുടെ മഹത്തായ സംഭാവനകൾ അനുസ്മരിച്ചു. ചങ്ങമ്പുഴയുടെ കാര്യത്തിലും തെറ്റുതിരുത്തലുണ്ടായി.

കേസരിക്കെതിരെ പുരോഗമന സാഹിത്യപ്രസ്ഥാനത്തിലെ യാഥാസ്ഥിതിക വിഭാഗം നടത്തിക്കൊണ്ടിരുന്ന അധിക്ഷേപങ്ങൾക്ക് അന്നു തന്നെ തകഴിയെപ്പോലുള്ളവർ മറുപടി കൊടുക്കാതിരുന്നില്ല. മദിരാശി സർവകലാശാലയുടെ സെനറ്റ് ഹാളിൽ ഒരു സാഹിത്യസമ്മേളനത്തിൽ പ്രസംഗിക്കെ തകഴി പറഞ്ഞു: "പതിനേഴ് കൊല്ലം

മുമ്പ് ആ താടിക്കാരന്റെ മുഖത്തുനിന്ന് ഞങ്ങൾ വൈരുദ്ധ്യാത്മക ഭൗതികവാദത്തെയും ശാസ്ത്രീയ സോഷ്യലിസത്തെയും മാർക്സിയൻ ധനതത്ത്വശാസ്ത്രത്തെയും മറ്റും കുറിച്ചുള്ള ചർച്ചകൾ ശ്രവിച്ചിട്ടുണ്ട്. മാർക്സിസത്തെ സ്വന്തംപേരിൽ കരമൊഴിവായി പതിച്ചുവാങ്ങി, കാണപ്പാട്ടത്തിന് ഏൽപ്പിക്കാൻ കുടിയാന്മാരെ അന്വേഷിച്ചുനടക്കുന്ന പല മാർക്സിസ്റ്റുകളും അന്ന് മാർക്സിസം എന്താണെന്ന് അറിഞ്ഞിട്ടില്ല"- രണ്ടിടങ്ങഴിയും തോട്ടിയുടെ മകനും എഴുതിയ തകഴി പറഞ്ഞു (പ്രസംഗം - മരണമില്ലാത്ത കേസരി എന്ന തലക്കെട്ടിൽ 1949 ആഗസ്റ്റ് 20-ന്റെ ലക്കം ജയകേരളം).

കേസരിയുടെ മഹത്ത്വം വിളംബരം ചെയ്യാൻ കഴിയാവുന്ന അവസരങ്ങളെല്ലാം ഉപയോഗപ്പെടുത്തിയ കുറ്റിപ്പുഴ 'സ്മരണ മഞ്ജരി'യിൽ പറയുന്നു: 'പാണ്ഡിത്യമണ്ഡലത്തിലെ ചണ്ഡഭാസ്കരനാണ് മഹാപുരുഷൻ. മലയാളത്തിന്റെ തല എന്നു പറഞ്ഞാലും അതൊരതിശയോക്തിയാകുന്നതല്ല... പുരാണവസ്തു ഗവേഷണശാസ്ത്രം (ആർക്കിയോളജി) ആണ് അദ്ദേഹത്തിന്റെ പ്രധാന വിഷയം. ഒന്നാമതായി അതിലൂടെ വേണം, അദ്ദേഹത്തിൽനിന്നു ലഭിച്ചിട്ടുള്ള വിജ്ഞാന സമ്പത്തിനെ വിലയിരുത്തുവാൻ. അതിനാരും ഇന്നേവരെ ഉദ്യമിച്ചിട്ടില്ല. അത്ര എളുപ്പവുമല്ല.

......യാഥാസ്ഥിതികത്വത്തിൽ അടിയുറച്ചു നിൽക്കുന്ന സാമൂഹ്യജീവിതത്തെ വേരോടെ പറിച്ചുമറിച്ചിടുന്ന ഈ വിപ്ലവകാരി പലരുടെയും ദൃഷ്ടിയിൽ ഒരു തലതിരിഞ്ഞ ചിന്തകനായിരിക്കുന്നു. അവർക്കു ദഹിക്കാത്ത ആശയങ്ങളാണല്ലോ ഏതു വിഷയത്തിലും അദ്ദേഹം പുറത്തുവിടുന്നത്.

.... ബാലകൃഷ്ണപിള്ള ഒന്നാംതരം രാജ്യതന്ത്രജ്ഞനാണെങ്കിലും എല്ലാവിധത്തിലുള്ള ഒത്തുതീർപ്പിനും വിരോധിയാണ്. സമൂല പരിവർത്തനം-അട്ടിമറിപ്പൻ വിപ്ലവം-അതാണ് മൂപ്പർക്കിഷ്ടം. ആ കൃശശരീരത്തിനുള്ളിൽ ഭീകരമായ ഒരു സർവസംഹാരഭാവം വീർപ്പുമുട്ടിക്കിടക്കുന്നുണ്ടെന്ന് അടുത്തിരുന്ന് വർത്തമാനം പറഞ്ഞുനോക്കുന്നവർക്കേ അറിഞ്ഞുകൂടൂ. ഒരു തികഞ്ഞ ഭൗതികവാദിയാണെങ്കിലും പ്രത്യേകിച്ചൊരു സിദ്ധാന്തവും ആ ധീപ്രസരത്തിനു ചുറ്റും മതിൽ കെട്ടിയിട്ടില്ല. വീടുവിട്ടുപുറത്തിറങ്ങാത്ത ഈ ഏകാന്തമനുഷ്യൻ സ്വന്തംതാൽപ്പര്യങ്ങളോട് യാത്ര പറഞ്ഞിട്ട് എത്രയോ കൊല്ലം കഴിഞ്ഞിരിക്കുന്നു. ഇത്രത്തോളം സ്വസുഖനിരഭിലഷനായി സ്വാർഥവിചാരം ത്യജിച്ചിട്ടുള്ള മറ്റൊരു പണ്ഡിതൻ ഇന്നു കേരളത്തിലില്ല. ജ്ഞാന തൃഷ്ണ, അതൊന്നു

മാത്രമേ അദ്ദേഹത്തിലാവേശിച്ചിട്ടുള്ളൂ. ഒരു പുതിയ മനുഷ്യവർഗത്തെ വാർത്തെടുക്കാനുള്ള സാമഗ്രികൾ ഈ ലോകത്തിലെ വിജ്ഞാനഖനിയിൽനിന്ന് കുഴിച്ചെടുക്കാനുള്ള തൃഷ്ണയാണത്.

....ചരിത്രാതീത സംസ്കാരത്തെ (Pre historic Culture) സംബന്ധിച്ച അദ്ദേഹത്തിന്റെ നവീന സിദ്ധാന്തങ്ങളും അവയുടെ സ്ഥാപനത്തിനായി ഉപയോഗിച്ചിട്ടുള്ള കൽപകാലഗണനയും (Kalpa Chronology) ആർക്കിയോളജിയിലെ വിലയേറിയ കണ്ടുപിടുത്തങ്ങളായി ലോകം കൊണ്ടാടുന്ന ഒരു കാലം വരും. അത്രയ്ക്കു ദൂരവ്യാപകമായ പ്രാധാന്യം അവയ്ക്കുണ്ടെന്ന് ഇന്ന് അധികംപേരും അറിയുന്നില്ല. മലയാളത്തിലെ മാസികകളിൽ മങ്ങിക്കിടക്കുന്ന ഈ അനർഘസമ്പത്ത് ഇംഗ്ലീഷിൽ കൂടി പുറത്തുവരുമ്പോൾ ഈ കേരളാചാര്യനു ഭുവന പ്രശസ്തിതന്നെ ലഭിച്ചേക്കാം'- (സ്മരണമഞ്ജരി- കേരള സാഹിത്യ അക്കാദമി).

കേസരിയെ നഖശിഖാന്തം എതിർത്തുപോന്ന കുട്ടികൃഷ്ണമാരാർ നേതൃത്വം നൽകിയ വിഭാഗത്തിന്റെ വക്താവായിരുന്നു ഡോക്ടർ സുകുമാർ അഴീക്കോട്. ദേശീയതയോടുള്ള എതിർപ്പ്, പുരോഗമന സാഹിത്യത്തോടുള്ള പക്ഷപാതം, പാശ്ചാത്യ സാഹിത്യവുമായുള്ള അമിതബന്ധം എന്നിങ്ങനെ കേസരിയുടെ 'ദുർഗുണങ്ങൾ' അവർ എണ്ണിപ്പറഞ്ഞുപോന്നു. എന്നാൽ ആ പിഴവുകൾ അന്ത്യകാലത്ത് പരസ്യമായി തിരുത്താൻ ഡോക്ടർ അഴീക്കോടും തയ്യാറായി. അഴീക്കോടിനുണ്ടായ ആ മാനസിക പരിവർത്തനം വാസ്തവത്തിൽ, കേസരി വരാനിരിക്കുന്ന യുഗത്തിന്റെ ചിന്തകനാണെന്ന് മുമ്പ് എം.എൻ വിജയൻ ചൂണ്ടിക്കാണിച്ചതിന്റെ സാധൂകരണമാണ്. കേസരി കൂടുതൽ കൂടുതൽ സ്വീകാര്യമാവുന്നുവെന്നതിന്റെ ആ തെളിവ്, അഴീക്കോടിന്റെ അഭിപ്രായം അൽപ്പം ദീർഘമായിത്തന്നെ താഴെ എടുത്തുചേർക്കുന്നു: കേസരി ബാലകൃഷ്ണപിള്ളയെ വെറും സാഹിത്യ വിമർശകനായി കാണുന്നതാണ് നമുക്ക് പറ്റിയ തെറ്റ്. അദ്ദേഹം സാഹിത്യവിമർശകനല്ല സാഹിത്യദാർശനികനാണ്. മാറിയ കാലത്തും പഴയ വിഗ്രഹങ്ങളെ പരിരംഭണം ചെയ്തുകഴിഞ്ഞുകൂടുന്ന നിർജീവതയെ കേസരി എതിർത്തു. വിഗ്രഹ ധ്വംസനത്തിന് സ്വതന്ത്ര ചിന്തയെ അദ്ദേഹം അങ്ങേയറ്റം ഉപയോഗപ്പെടുത്തി. പുതിയ വിഗ്രഹങ്ങൾ പാശ്ചാത്യസാഹിത്യമേഖലയിൽനിന്ന് അദ്ദേഹം ധാരാളം അവതരിപ്പിച്ചു. മാർസൽ പ്രൂസ്റ്റും മോപ്പസാങ്ങും ഫ്ളാബേറും മറ്റും ഫ്രാൻസിൽനിന്നും ഗഥേയും ഹാപ്റ്റുമാനും മറ്റും ജർമനിയിൽനിന്നും തുർഗനേവും ദസ്തയേവ്സ്കിയും മറ്റും റഷ്യയിൽ നിന്നും ഉദ്ധരിക്കപ്പെട്ടപ്പോൾ കേരളീയൻ ആദ്യമായി അതിവിസ്തൃതമായ

വിശ്വസാഹിത്യത്തിന്റെ അങ്കണത്തിൽ എത്തിച്ചേർന്നു. ഫ്രോയ്ഡിയൻ ചിന്തകൾ കേസരിയുടെ സ്വതന്ത്ര ചിന്തയെ ഏറെ സ്വാധീനിച്ചു. മനുഷ്യ മനസ്സിന്റെ നിഗൂഢതകൾ എഴുത്തുകാരൻ തള്ളിക്കളയരുതെന്ന് പല മാതൃകകൾ കാട്ടി അദ്ദേഹം സമർത്ഥിച്ചു. അവിടേയും വിഗ്രഹധ്വംസന ലക്ഷ്യത്തിൽ നോട്ടമിട്ട് കുറെ അതിവാദങ്ങളും പ്രത്യക്ഷപ്പെട്ടു. സർ റിയലിസത്തേയും ഫ്യൂച്ചറിസത്തേയും ഉയർത്തിപ്പിടിച്ചെങ്കിലും കേരള ത്തിലെ എഴുത്തുകാർക്ക് അതത്രത്തോളം പ്രചോദനങ്ങളായിത്തീർ ന്നില്ല.

പക്ഷേ, സിദ്ധാന്തവൽക്കരണത്തിൽ പല പാകപ്പിഴകൾ വന്നി ട്ടുണ്ടെങ്കിൽപോലും കേസരിയുടെ വലിയ വിജയം ചിന്തകളെ സർഗ പ്രക്രിയയിൽ ഉൾപ്പെടുത്താൻ കഴിഞ്ഞുവെന്നതാണ്. അക്കാലത്ത് കുറേ യുവസാഹിത്യകാരന്മാരെ ചരിത്രം അദ്ദേഹത്തിന്റെ മുമ്പിൽ എത്തിച്ചുവെന്നതിന് മികച്ച തെളിവാണ് കേശവദേവ്, തകഴി, പൊൻ കുന്നംവർക്കി, ചങ്ങമ്പുഴ തുടങ്ങിയവർ. ഈ പുരോഗമന വാദികളുടെ കടന്നുവരവ് സാഹിത്യാന്തരീക്ഷത്തിൽ പുതിയൊരു യുഗത്തിന് തുടക്കം കുറിച്ചു. സ്വതന്ത്ര വിചാരത്തോടൊപ്പം സ്വപ്രതിഭയും അവരെ മുൻപന്തി യിലെത്തിച്ചു. മലയാള സാഹിത്യത്തിൽ വലിയൊരു പരിവർത്തനം വരുത്താൻ അവർക്ക് കഴിഞ്ഞു. ഒരു ചിന്തകനു മാത്രമേ ഇത്ര വലിയ സ്വാധീനം ഉളവാക്കാൻ കഴിയൂവെന്നതിന് ഇത്ര മികച്ച ഉദാഹരണം സാഹിത്യത്തിൽ വേറെ ലഭ്യമാകുമോ എന്നു ഞാൻ സംശയിക്കുന്നു. കേസരി സൈദ്ധാന്തികരിൽ ഒരു പ്രൊമിത്യൂസ് ആണെന്ന് പറയുന്നി ല്ല. തീ ഇവിടെയും ഉണ്ടായിരുന്നു. തീ കത്തിക്കാൻ അദ്ദേഹം പുതിയ ഇന്ധനം കൊണ്ടുവന്നു. ആ ഇന്ധനം സാമ്പിളായി കാണിച്ച് സാഹി ത്യപാചകം ചെയ്യേണ്ടരീതി എഴുത്തുകാരെ പരിശീലിപ്പിച്ചു. പുരോഗമന സാഹിത്യത്തിന്റേതായ ഒരു പുതുയുഗം തുറന്നുവച്ചു. തുറന്നുവച്ച കവാട ങ്ങൾ പ്രത്യക്ഷത്തിൽ പുരോഗമന കൂടാരത്തിൽ ഇല്ലാതിരുന്ന എഴുത്തു കാരേയും വിപുലമായി സ്വാധീനിച്ചു. പൊറ്റെക്കാട്, ബഷീർ, ഇടശ്ശേരി, കാരൂർ മുതലായ സാഹിത്യകാരന്മാരുടെ രചനകൾ പരിശോധിച്ചാൽ ഇപ്പറയുന്നത് വ്യക്തമാകും.

എഴുത്തുകാർക്ക് മാത്രമല്ല, വായനക്കാർക്കും ധൈഷണിക പ്ര വർത്തനത്തിൽ ഏർപ്പെട്ടുകൊണ്ട് കേസരിയുടെ ചിന്താപരമായ ആശയങ്ങൾ പുതിയ ആകാശങ്ങൾ പലതും തുറന്നുകൊടുത്തു. അവയ്ക്കും കേസരിയുടെ ചിന്തകൾ ഇന്ധനമായി ഉപകരിച്ചു. സത്യ ത്തിൽ നവചിന്താ പ്രസരണത്തിന് കേസരി നടത്തിയ പ്രയത്നങ്ങൾ

ഒരു നവോത്ഥാനത്തിന്റെ ഫലം കേരളീയ മനസ്സുകളിൽ ഉയർത്തി. സർവകലാശാലകൾ നവപാഠ്യപദ്ധതികളിലൂടെ ഉന്നത വിദ്യാഭ്യാസ മേഖലയിൽ എന്തെല്ലാം മാറ്റങ്ങൾ വരുത്തിയാൽപോലും, ആ ബിരുദധാരികളുടെ ധൈഷണിക പ്രവർത്തനങ്ങൾക്ക് ഇത്ര ആഴമേറിയ ചിന്താപരിണാമങ്ങൾ വരുത്താൻ കഴിയുമായിരുന്നില്ല. ഈ മാറ്റങ്ങൾ താപസതുല്യനായ ഒരു വ്യക്തിയുടെ ജ്ഞാനബലംകൊണ്ടും ഇച്ഛാശക്തികൊണ്ടും മാത്രം സാധിച്ചതായിരുന്നു.

ബാലകൃഷ്ണപിള്ളയെ എതിർത്തവർക്കുപോലും അദ്ദേഹത്തിന്റെ സ്വാധീനതയുടെ ആകർഷണ പരിധിയിൽനിന്ന് വിട്ടുനിൽക്കാനായില്ല. ഇത് ഞാൻ സമർത്ഥിക്കുമ്പോൾ ഞാൻ സത്യം പറയുന്നു- ആ അനുഭവം എന്റേതുകൂടിയാണെന്ന് നിങ്ങളെ ഓർമ്മിപ്പിക്കട്ടെ- (പുതിയ ഇന്ധനം കൊണ്ടുവന്ന ആൾ-അഴീക്കോടിന്റെ ലേഖനം സംസ്ഥാന സർക്കാരിന്റെ പബ്ലിക് റിലേഷൻസ് വകുപ്പ് പ്രസിദ്ധപ്പെടുത്തിയ കർമവീര്യത്തിന്റെ സൂര്യശോഭ എന്ന ഗ്രന്ഥം 2010). വളരെ വൈകിയാണെങ്കിലും ആ സത്യം പരോക്ഷമായ പശ്ചാത്താപത്തോടെ അവതരിപ്പിക്കുന്നുവെന്നത് പ്രസക്തമാണ്...

ഇന്ധനമല്ല, തീ തന്നെ കൊണ്ടുവന്ന പ്രൊമിത്യൂസിനോടാണ് കെ.പി അപ്പൻ കേസരിയെ ഉപമിക്കുന്നത്. ഏകാകിയായ മനുഷ്യന്റെ കലാപവാസന ചരിത്രത്തിന്റെ പ്രധാന പാഠങ്ങളായിത്തീർന്ന കഥയാണ് കേസരിയുടെ ജീവിതം. അവസാനിക്കാത്ത യാതനകൾ തന്റെ അസ്തിത്വത്തെ ഭീഷണിപ്പെടുത്തിയിട്ടും മരണം വരെ സ്വന്തം ആത്മവീര്യം ഉയർത്തിക്കാണിച്ച കേസരി അനശ്വര റിബലായ പ്രൊമിത്യൂസിനെ അനുസ്മരിപ്പിക്കുന്നു. അഗ്നിയും കലാരഹസ്യങ്ങളും നൽകുക വഴി പ്രൊമിത്യൂസ് മനുഷ്യവർഗത്തോട് കാണിച്ച പക്ഷപാതത്തെ ഓർമിപ്പിക്കുന്നതാണ് ബാലകൃഷ്ണപിള്ള ആധുനികതലമുറയോട് കാണിച്ച പക്ഷപാതം. കഠിന യാതനകൾ മുറിവേൽപ്പിച്ചിട്ടും വീണ്ടും കരുത്താർജ്ജിച്ച കേസരിയുടെ ആത്മധൈര്യം പകൽ കഴുകൻ കുത്തിമുറിവേൽപ്പിച്ചാലും രാത്രിയിൽ വളരുന്ന പ്രൊമിത്യൂസിന്റെ കരളിനെപ്പറ്റിയുള്ള പുരാവൃത്തത്തെയാണ് അനുസ്മരിപ്പിക്കുന്നത്. അസ്ഥികളിൽ മരണം വരെ അഗ്നി സൂക്ഷിച്ചുവന്ന ഈ മനുഷ്യന്റെ ചിന്തയും പ്രക്ഷോഭണ വാസനയും കൂടുതൽ ശ്രദ്ധയും വിസ്തൃതമായ പഠനവും ആവശ്യപ്പെടുന്നു.

(ചരിത്രത്തെ നിങ്ങൾക്കൊപ്പം കൂട്ടുക)

ഭൂതകാല ഭാരം പേറാത്തതും നൂതനാശയങ്ങളോട് സദാ തുറന്നിരിക്കുന്നതും സാഹിത്യത്തിലും വിജ്ഞാനത്തിലും സമൂഹത്തിലും

പുരോഗതിയെന്ന സങ്കൽപ്പത്തോട് തികച്ചും കുറുപുലർത്തുന്നതും യാഥാസ്ഥിതികമായ സ്വാഭിപ്രായാസ്പദമായ (ഇംപ്രഷണിസ്റ്റ്) നിരൂപണത്തിൽനിന്ന് ശാസ്ത്രീയവും വസ്തുനിഷ്ഠവുമായ നിരൂപണത്തിലേക്കു മുന്നേറാൻ സ്വഭാവത്തിൽത്തന്നെ പ്രതിജ്ഞാബദ്ധവുമായ സമകാലീന പ്രതിഭാസ രൂപത്തിനും മലയാള വിമർശനത്തിലെ ആദി മാതൃകയാണ് കേസരിയെന്ന് സച്ചിദാനന്ദൻ വിലയിരുത്തുന്നു. "ലൂക്കാച്ച് പറയുന്നുണ്ട്, നിരൂപകൻ വലിയൊരു സൗന്ദര്യാത്മക വിപ്ലവത്തെ കാത്തിരിക്കുകയും അതിന് വഴിയൊരുക്കുകയും ചെയ്യുന്നു. ആ വിപ്ലവം തന്നെ അയാളെ ഒരരികിലേക്ക് തള്ളിനീക്കുകയും ചെയ്യുന്നു എന്ന്. വൃക്ഷം വിത്തിനെ ഇല്ലാതാക്കുംപോലെ ഒരുപക്ഷേ, തന്നെത്തന്നെ ഇല്ലാതാക്കിയേക്കാവുന്ന, സാമൂഹ്യവിപ്ലവത്തോടൊപ്പം എത്തുന്ന ഒരു സൗന്ദര്യാത്മക വിപ്ലവവും സാഹിത്യ സിദ്ധാന്ത വിപ്ലവവും സ്വപ്നം കാണാനും അതിന്റെ സാക്ഷാത്കാരത്തിനായി നിസ്സംഗതയോടെ തന്നെത്തന്നെ ഒരുപകരണമാക്കി മാറ്റാനും കഴിഞ്ഞതുകൊണ്ടാണ് കേസരി ലൂക്കാച്ച് പറയുന്ന രീതിയിലുള്ള ധീരനായ ഒരുഗ്രദൂതനായി മാറിയത്"- (വിത്തും വൃക്ഷവും കേസരിയുടെ നീക്കിയിരിപ്പ്- കേസരിയുടെ ലോകങ്ങൾ, എ.ഡിറ്റർ- ഡോ. എം ലീലാവതി -2012).

തങ്ങളുടെ മഹാഗുരുവായ, വിപ്ലവകാരിയായ കേസരിയെക്കുറിച്ച് അക്കാലത്തെ എല്ലാ കവികളും കവിതയെഴുതി. മലയാളത്തിൽ ആധുനികത കൊണ്ടുവന്ന പദ്യഗദ്യകവികളെ എല്ലാ പ്രതിബന്ധങ്ങളിൽനിന്നും രക്ഷിച്ചു മുന്നോട്ടുനടത്തിയ നായകനായാണ് കേസരി കവിതകളിലൂടെ വാഴ്ത്തപ്പെട്ടത്.

"നേരെയവർക്കു വഴിയിൽ തടഞ്ഞുള്ള
പാറയും കല്ലും തകർത്തുകളഞ്ഞതാർ?
കൂർമുള്ളു കുറ്റിയും മാറ്റിയാപ്പാതയിൽ
നാഴികക്കല്ലുകൾ നാട്ടിയതേതു കൈ?
നാലുവശത്തുന്നുമാ നല്ല മക്കളെ-
ക്കുരമ്പു കാട്ടാളരെയ്യുവാനെത്തവേ,
നേരിട്ടെതിർത്തൊരാസ്സവ്യസാചിപ്രഭൻ
കേരള കേസരിയല്ലാതെയാരുവാൻ"

-എന്ന് പൊൻകുന്നം ദാമോദൻ എഴുതുന്നു. (സാഗരത്തെക്കുറിച്ചെന്തറിയുന്നുനാം)

ഫ്യൂച്ചറിസ്റ്റ് പഴമകൊല്ലി പ്രസ്ഥാനത്തിനുവേണ്ടി അഹോരാത്രം പ്രവർത്തിച്ച കേസരി തന്റെ ഗവേഷണ പ്രവർത്തനത്തിലൂടെ എന്താണ്

ചെയ്തതെന്ന് നാലാങ്കൽ കൃഷ്ണപിള്ള എഴുതുന്നു.

നൂതന വ്യവസ്ഥിതി
ജീവിതരംഗങ്ങളിൽ
നൂപുരമണിഞ്ഞെത്തി;
പഴമ ചൂളിപ്പോയി.
മതമോ, രാജ്യത്തിന്റെ-
യതിരോ, ഗണിക്കാതെ
മധുരോദാരം പാഞ്ഞ
താവക സരസ്വതി!
കെട്ടിനിർത്താനോ, ഗതി
മാറ്റാനോ പറ്റീടാതെ
സ്തബ്ധമാ, യധികാര-
ക്കോട്ടകൾ വിറപൂണ്ടു
(കേരളഗുരു)

ചങ്ങമ്പുഴയ്ക്കുശേഷം കേസരി ഏറെ താൽപ്പര്യത്തോടെ, പ്രതീക്ഷയോടെ കണ്ട കവി പി ഭാസ്കരൻ പാടി:

"ഇവെളിച്ചമേ, കാലമിജ്ജീവിത-
ത്താഴ്‌വരയിൽ കൊളുത്തിയ പന്തമേ,
ഘോരമാകുമിരുളിൻ കരയിലെ-
ച്ചോരവീണ തിളങ്ങും പ്രകാശമേ!
മഞ്ഞണിഞ്ഞു മരവിച്ച രാത്രി തൻ-
നെഞ്ചിനുള്ളിലെരിഞ്ഞ തീക്കുണ്ഡമേ,
ഉജ്ജ്വലിക്കുക, വീണ്ടുമീ ഞങ്ങൾ തൻ-
മജ്ജയിൽപ്പുതുജീവൻ പകരുവാൻ
കാറ്റിനുള്ളിലിപ്പാന്ഥർക്കു നൽകുക
കാലുനീങ്ങുവാൻ ചൂടുംവെളിച്ചവും"
(എ ബാലകൃഷ്ണപിള്ള)

പ്രകാശം ചൊരിയുന്ന പാതിരാനക്ഷത്രമായാണ് മഹാകവി പി കുഞ്ഞിരാമൻ നായർ കേസരിയെ വിശേഷിപ്പിച്ചത്.

'ഏകാന്ത മൗനം ഭജിച്ചു കെടാവിള
ക്കേന്തിയ പാതിരാതാരമാകുന്നു നീ
പാടാത്ത നീ, വിശ്വസാഹിത്യ ദീപ്തിയെ-
ത്തേടുവാൻ ജീവിതമർപ്പണം ചെയ്തവൻ,
സാധനാ വ്യോമ സഞ്ചാരിയാകും വിശ്വ-

സാഹിത്യ വല്ലരികോരകമാണു നീ'
(ആ പാതിരാനക്ഷത്രം)

മാടവനപ്പറമ്പിലെ ചിത എന്ന കവിതയെഴുതി ആദരാഞ്ജലിയർപ്പിച്ച വയലാർ ധീരതേജസ്സായ യുഗാചാര്യനായാണ് കേസരിയെ കണ്ടത്. 'ഈ വിശ്വതലത്തോളം വലുതായിരുന്നോരു ജീവിതമിരുന്ന കൂടവിടെ കത്തിത്തീർന്നു' വെന്നാണ് വയലാർ എഴുതിയത്.

വൈലോപ്പിള്ളി കേസരിയുടെ വിപ്ലവാഹ്വാനത്തെക്കുറിച്ച് എഴുതി,

"തൽ പ്രസംഗത്തിലിരമ്പുന്നു വിപ്ലവം,
വിപ്ലവം, മാമൂലിൻ ദ്വേഷം;
നാളത്തെ മർത്ത്യരെ വാർക്കും പരിണാമ-
ശാലതൻ യാന്ത്രിക ഘോഷം."
(വിപ്ലവകാരി)

മഹാകവി ജി ശങ്കരക്കുറുപ്പ് കേസരിയുടെ ജൈത്രയാത്രയെക്കുറിച്ച് എഴുതി:

'കേരളത്തിലില്ലന്യ-
നത്ര ദീപ്തമാം നേത്രം
കേസരിക്കല്ലാ,തൊന്നും
കേസരി ജയിക്കുന്നു!
അന്യതാരകളൊക്കെ മങ്ങിയാൽ മങ്ങിക്കോട്ടെ,
ധന്യമാനേത്രം മാത്രമസ്തമിക്കില്ലെന്നാകിൽ'
(കേസരി ജയിക്കുന്നു)

കേസരി എന്ന വ്യക്തിയെ പുകഴ്ത്തുകയും അദ്ദേഹത്തിന്റെ കൃതികൾ വായിക്കാതിരിക്കുകയും കേസരിയുടെ സ്ഫോടനാത്മകമായ ചിന്തകുനേരെ മുഖം തിരിക്കുകയും ചെയ്യുന്ന ഇരട്ടത്താപ്പിനെതിരെ വിരൽചൂണ്ടുകയും കേസരിചിന്തയുടെ ഉള്ളടക്കം നഷ്ടപ്പെടാതെ വീണ്ടെടുക്കുകയും വരും തലമുറകൾക്കായി സൂക്ഷിച്ചുവെക്കുകയും പകർന്നു നൽകാൻ സാഹചര്യമുണ്ടാക്കുകയും ചെയ്ത, അതിനായി സമർപ്പണം ചെയ്ത പ്രഫ. എം.എൻ വിജയൻ കേസരിയുടെ ജന്മശതാബ്ദി വേളയിൽ കാച്ചിക്കുറുക്കി പറഞ്ഞ വാചകങ്ങളിൽ ഇവിടെ പ്രസക്തമായവ താഴെ ചേർത്തുകൊണ്ട് ഈ പുസ്തകം ഉപസംഹരിക്കുന്നു.

"ഇത് കേസരിയുടെ നൂറ്റാണ്ടാണ്. കേരളീയരുടെ ചിന്തയെ സ്വാതന്ത്ര്യത്തിലേക്ക് നയിച്ച ഏറ്റവും വലിയ ശക്തി എ ബാലകൃഷ്ണപിള്ളയായിരുന്നു എന്നോർക്കുന്ന ഒരു വർഷം. എത്രയെത്ര ചങ്ങലകളാണ് അദ്ദേഹം സൗമ്യമായി മുറിച്ചത്. നവലോകത്തിലേക്കുള്ള ഏതെല്ലാം

വാതിലുകളാണ് നിശ്ശബ്ദം തുറന്നത്. പഴയ ചിന്തയുടെ പിരികൾ ഉടച്ചുകൊണ്ടിരിക്കെ കേസരി ഒരു പിരിയനാണ് എന്ന് പണ്ഡിതന്മാർ വാഴ്ത്തി. പുതിയ കാര്യങ്ങൾ പറയുന്നവർക്ക് കിറുക്കുണ്ടെന്ന് കരുതുക ലോകസ്വഭാവമാണ് എന്നദ്ദേഹം ആശ്വസിക്കുകയേ ചെയ്തുള്ളൂ.

മനുഷ്യവർഗത്തിന്റെ ഇന്നത്തെ സംസ്കാരം അറേബ്യയിൽനിന്നാരംഭിച്ച് വ്യാപിച്ചതാണെന്നും അതിനൊരു മൂലകന്ദമുണ്ടെന്നും കേസരി വാദിച്ചിരുന്നു. ചരിത്രത്തെ കണക്കാക്കി കൈക്കുള്ളിൽ സൂക്ഷിച്ചിരുന്ന പ്രാചീനരെ അനുസരിച്ച് കാലത്തെ കൽപ്പഗണിതമായിക്കണ്ടു. മനുഷ്യ പരിണാമത്തിന്റെ വലിയ ഒരു താളബോധം ഈ ഗണിതത്തിൽ അദ്ദേഹം ദർശിക്കുകയും ചെയ്തിരുന്നു. ആയിരത്തിനടുത്ത് നിൽക്കുന്ന ഒരു വർഷവട്ടത്തിൽ ചരിത്രം നവീകരിച്ച് മുന്നേറുമെന്ന വിശ്വാസമായിരുന്നു ഇതിൽ പ്രധാനമായ ഒന്ന്. അതുകൊണ്ട് കൽപ്പഗണിതം കേസരിക്ക് കണക്ക് മാത്രമായിരുന്നില്ല, മനുഷ്യസ്നേഹത്തിന്റെ ഒരു ഇക്ഷേഷനും കൂടിയായിരുന്നു. അദ്ദേഹത്തിന്റെ ആർദ്രത, ആലിപ്പഴം പോലെ, കല്ലേറുപോലെ, പരുഷമായിത്തീരുകയും ചെയ്തു. ചരിത്രവും മറ്റു സാധനങ്ങൾപോലെ മനുഷ്യവിമോചനത്തിനുള്ള ഒരുപകരണമാണെന്നേ കേസരി കരുതിയിരുന്നുള്ളൂ...

....ആധുനിക സാഹിത്യത്തെക്കുറിച്ച് മാത്രമല്ല, ആധുനിക ചിത്രകലയെക്കുറിച്ചും കേരളീയരെ ഉദ്ബുദ്ധരാക്കിയത് കേസരിയാണെന്ന് പലരും ഓർക്കുന്നുണ്ടാവില്ല. പിക്കാസോയെക്കുറിച്ചും കാൻഡിൻസ്കിയെക്കുറിച്ചും ക്ലീയേക്കുറിച്ചും കേസരിയുടെ പഠനങ്ങളാണ് ചിത്രകലയെക്കുറിച്ചുള്ള സംഭാഷണം മലയാളത്തിൽ തുടങ്ങിവച്ചത്. നാൽപ്പതുകളിലെ ഈ തുടക്കത്തിൽ നിന്ന് വളരെയൊന്നും നാം മുന്നോട്ടു പോയിട്ടില്ല...

തന്റെ ജീവിതസന്ദേശമായി 'മാഗ്നംഓപ്പ'സായി കേസരി കരുതിയിരുന്ന പശ്ചിമേഷ്യയുടെ പൂർവ ചരിത്രവും ഭാരതീയ, കേരളീയ ചരിത്രത്തെക്കുറിച്ചുള്ള ഗവേഷണങ്ങളും ജനങ്ങളിലെത്തിച്ചേരാനിരിക്കുന്നതേയുള്ളൂ.

കേരളത്തിലെ വിപ്ലവപ്രസ്ഥാനങ്ങളുടെ ഒരു ഈറ്റില്ലം കേസരി സദസ്സായിരുന്നു എന്നും നമ്മുടെ ആദ്യകാല വിപ്ലവനേതാക്കൾ ഒളിവിൽ അന്തിയുറങ്ങിയിരുന്ന ഒരിടം കേസരിയുടെ ശാരദാ പ്രസ്സായിരുന്നുവെന്നും ചരിത്രം രേഖപ്പെടുത്തുന്നില്ല...

കോളേജിലെ അധ്യാപനവും കോടതിയിലെ കുപ്പായവും ഊരിയെറിഞ്ഞിട്ടാണ് കേസരി പത്രപ്രവർത്തനത്തിലേക്കെടുത്തു ചാടിയത്.

അതുമുപേക്ഷിച്ചാണ് അദ്ദേഹം ചരിത്രത്തിലേക്കും ഗവേഷണത്തിലേക്കും മടങ്ങിപ്പോയത്. 'എന്റെ ഉണക്കശ്ശാസ്ത്രിത്വത്തിനടിയിൽ ഒരുപാട് പച്ചസാധനമുണ്ട്' എന്ന് കേസരി ഷഷ്ടിപൂർത്തി പ്രസംഗത്തിൽ പറഞ്ഞിരുന്നു. തളിരായി, ഇലയായി, പൂവായി വിരിയുന്ന ആ മനുഷ്യസ്നേഹത്തെ മലയാളികൾ മുഴുവനായി കണ്ടിട്ടില്ല. സ്വന്തം കുഞ്ഞിന്റെ മുഖത്തുപോലും നോക്കാതെ, കാലത്തിന്റെയും ലോകത്തിന്റെയും മുഖങ്ങളിലേക്ക് നോക്കിക്കൊണ്ടേയിരുന്ന ഈ പ്രതിഭാശാലിയെ കാണിച്ചുകൊടുക്കുകയാണ് ഈ വൈകിയ വർഷത്തിന്റെ കർത്തവ്യം.'

കേസരിയുടെ നൂറാം ജന്മദിനത്തിന് രണ്ടുമാസം മുമ്പാണ് ഈ കുറിപ്പ് പുറത്തുവന്നത്. ഇപ്പോൾ കേസരിയുടെ നൂറ്റിരുപത്തഞ്ചാം ജന്മവാർഷികമാണ്. 2014 ഏപ്രിൽ 13-ന്, എ ബാലകൃഷ്ണപിള്ള ജനിച്ച് 125 വർഷം പിന്നിടുകയാണ്. മേൽ ചേർത്ത കുറിപ്പ് അവസാനിപ്പിക്കുന്നതുപോലെ വൈകിയ ഈ വർഷത്തിന്റെയും കർത്തവ്യം മറ്റൊന്നല്ല.

അനുബന്ധം

കേസരിയുടെ കൃതികൾ

1. തിരുവിതാംകൂർ ചരിത്രം-ലോംഗ്മാൻസ് ഗ്രീൻവ-മദ്രാസ് -1916
2. ബാബിലോണും നിനവയും-വിദ്യാവിലാസം-തിരുവനന്ത പുരം-1916
3. രാജ്യഭരണം (തോമസ് പോളുമൊന്നിച്ച്)- വിദ്യാവിലാസം തിരുവനന്തപുരം -1918
4. ലോഡ്കിച്ച്നർ- വിദ്യാവിലാസം-1918
5. പുരാതത്ത്വ പ്രദീപം- എസ്ടി റെഡ്യ്യാർ, കൊല്ലം-1921
6. രണ്ടു സാഹസിക യാത്രകൾ- വിദ്യാവിലാസം- തിരുവനന്ത പുരം-19121
7. അലക്സാണ്ടർ മഹാൻ-ബിവി ബുക് ഡിപ്പോ തിരുവനന്ത പുരം-1921
8. യുലീസസ് ഗ്രാന്റ് - ബിവി ബുക് ഡിപ്പോ-1921
9. വിക്രമാദിത്യൻ ത്രിഭുവന മല്ലൻ - ബിവി ബുക് ഡിപ്പോ-1922
10. ഹർഷവർധൻ- ബിവി ബുക് ഡിപ്പോ-1922
11. ഐതിഹ്യദീപിക- ബിവി ബുക് ഡിപ്പോ-1918
12. യുവാൻ ചാങ്ങ്-1921
13. ലോക്സ് റോബേർട്സ്-1916
14. ആഫ്രിക്കൻ സഞ്ചാരികൾ
15. മാർക്കോപോളോ
16. രൂപമഞ്ജരി-കമലാലയ, തിരുവനന്തപുരം-1937
17. നവലോകം- കമലാലയം-1935
18. സാഹിത്യ ഗവേഷണമാല-ഒന്നാംഭാഗം- മംഗളോദയം തൃശ്ശൂർ-1954
19. പ്രാചീന കേരള ചരിത്രഗവേഷണം- കെആർ ബ്രദേഴ്സ്, കോഴിക്കോട്-1957
20. സാങ്കേതിക ഗ്രന്ഥ നിരൂപണങ്ങൾ-മംഗളോദയം- 1957
21. സാഹിത്യ വിമർശനങ്ങൾ-എസ്.പി.സി.എസ് കോട്ടയം,
22. കറേക്കൂടി സാങ്കേതിക ഗ്രന്ഥ നിരൂപണങ്ങൾ- സാഹിത്യപ രിഷത്ത്, എറണാകുളം-1960
23. കേസരിയുടെ മുഖപ്രസംഗങ്ങൾ-എസ്.പി.സി.എസ്,

കോട്ടയം- 1961 (പിന്നീട് ഡിസി)

24. നോവൽ പ്രസ്ഥാനങ്ങൾ-എസ്.പി.സി.എസ്- 1947
25. ചരിത്രത്തിന്റെ അടിവേരുകൾ- കേരളസാഹിത്യ അക്കാദമി-1984
26. കേസരിയുടെ സാഹിത്യവിമർശനങ്ങൾ-എസ്.പി.സി.എസ്-1984
27. കേസരിയുടെ ലോകങ്ങൾ- കേസരി കൃതികളുടെ പ്രസിദ്ധീകരണ സമിതി, തലശ്ശേരി-1989
28. നവീന ചിത്രകല-കേരള ലളിതകലാ അക്കാദമി -1989
29. ചരിത്രപഠനങ്ങൾ- ബാംസുരി ബുക്സ് ആലുവ-1992
30. Outline of the Protohistoric Chronology of Western Asia- University of Kerala-2009
31. കേസരിയുടെ ചരിത്രഗവേഷണങ്ങൾ (നാലു വാല്യങ്ങൾ- കേരള ഭാഷാ ഇൻസ്റ്റിറ്റ്യൂട്ട്, തിരുവനന്തപുരം- 2010-13)
32. ഗദ്യസുമാവലി- കമലാലയ
33. രാജരാജീയം- കമലാലയ

വിവർത്തനം

34. സാന്ധില്യ (ബൽസാക്ക്) ശ്രീരാമവിലാസം, കൊല്ലം-1935
35. കാർമെൻ- പ്രോസ്പെർമെറിമെ) കമലാലയ-1935
36. പ്രേതങ്ങൾ-ഇബ്സൻ- (എ.കെ ഗോപാലപിള്ളയോടൊപ്പം) കമലാലയ -1936
37. മൂന്നു ഹാസ്യകഥകൾ-ഗംഗാധര ബുക്സ്, ചേന്ദമംഗലം
38. മോപ്പസാങ്ങിന്റെ കഥകൾ-കമലാലയ-1952 കെപി ശങ്കരമേനോനോടൊപ്പം
39. ആപ്പിൾപ്പൂമൊട്ട്- മംഗളോദയം-1947
40. നാലു ഹാസ്യകഥകൾ- മംഗളോദയം- 1958
41. ഒമ്പത് ഫ്രഞ്ച് കഥകൾ-എസ്.പി.സി.എസ്- 1958
42. എട്ട് പാശ്ചാത്യകഥകൾ-കറന്റ് ബുക്സ് തൃശ്ശൂർ
43. കാമുകൻ (മോപ്പസാങ്ങ്)-എസ്.പി.സി.എസ്- 1931
44. ഓമനകൾ (പിരാൻഡെലോ)എസ്.പി.സി.എസ്- 1945
45. ഒരു സ്ത്രീയുടെ ജീവിതം-എസ്.പി.സി.എസ് (മോപ്പസാങ്ങ്) -1941
46. ആദം ഉർബാസ് (ജേക്കബ് വിസർമാൻ)- 1959

www.ingramcontent.com/pod-product-compliance
Lightning Source LLC
LaVergne TN
LVHW090409051026
849518LV00006B/2295
9789355176820